సీక్రెట్ పవర్

డా॥ బి.వి.పట్టాభిరామ్ Ph.D

ఎమెస్కో

SECRET POWER
- Dr. B.V. Pattabhiram

సీక్రెట్ పవర్

డా॥ బి.వి. పట్టాభిరామ్ M. A.(Psy), M. A.(Phil), Ph. D
ప్రశాంతి కౌన్సిలింగ్ & HRD సెంటర్,
E1 సామ్రాట్ కాంప్లెక్స్, సెక్రటేరియట్ రోడ్,
హైదరాబాదు - 500 004
Phones: 040-23396090/23231123
e-mail: bvpattabhiram@gmail.com
www.pattabhiram.com
www.youtube.com/user/bvpattabhiram

సంపాదకులు : **డా॥డి. చంద్రశేఖర రెడ్డి**

మొదటి ముద్రణ : **ఫిబ్రవరి, 2022**
రెండవ ముద్రణ : **జూలై, 2023**

వెల : **రూ. 125/-**
ISBN : 978-93-91517-35-9

కవర్ డిజైన్ : **పురుషోత్త్ కుమార్**

ప్రింటర్స్ : రైతునేస్తం ప్రెస్, హైదరాబాద్.

ప్రచురణ
ఎమెస్కో బుక్స్ ప్రై. లి.
1-2-7, బానూ కాలనీ
గగన్‌మహల్ రోడ్, దోమల్‌గూడ
హైదరాబాద్ - 500 029
ఫోన్ & ఫ్యాక్స్ : 040-23264028
e-mail : emescobooks@yahoo.com,
www.emescobooks.com

బ్రాంచ్ ఆఫీసు
ఎమెస్కో బుక్స్ ప్రై. లి.
33-22-2, చంద్రం బిల్డింగ్స్
సి.ఆర్. రోడ్, చుట్టుగుంట
విజయవాడ-520004, ఆంధ్రప్రదేశ్.
ఫోన్ : 0866-2436643
e-mail : emescovja@gmail.com
sahithi.vja@gmail.com

సీక్రెట్ పవర్

"సీక్రెట్ పవర్" అంటే రహస్య శక్తి. అయితే ఇది నిజంగా రహస్యం కాదు, బహిరంగ రహస్యమే. సీక్రెట్ అనే పుస్తకం చాలా ఫేమస్ ఇంగ్లీషులో, రౌండా బిర్న్ అనే ఆవిడ రాసింది. ఆమె రాసిన "పవర్" అనే పుస్తకం కూడా అంతే పాపులర్ అయింది. ఈ సీక్రెట్‌లో గాని. పవర్‌లో గాని ఆమె చర్చించిన విషయం మన తలరాత మనమే రాసుకుంటామన్నది. ద పవర్ ఆఫ్ ఎట్రాక్షన్. మీరు పదే పదే ఏదైతే అంటుంటారో మీకు అదే జరుగుతుంది. నేను ఇంత వరకు ఈ 20 సంవత్సరాలలోనూ రాసిన పుస్తకాల్లో (మీరు మారాలనుకుంటారా? టర్నింగ్ పాయింటు, ఒక్కడు...) ముఖ్యమైన విషయం అదే - అంతర్గత శక్తులు.

ఎమెస్కో విజయకుమార్‌గారు ఏమన్నారంటే "పట్టాభిరామ్! మీరు 20 సంవత్సరాలుగా ఎన్నో పుస్తకాలు రాశారు, ఇప్పుడు పుస్తకాలు చదివేవారు 20 సంవత్సరాల నుండి మీరు రాసిన పుస్తకాలు చదివి వుండకపోవచ్చు. మీరు రాసిన ఉత్తమ పుస్తకాల నుంచి సంక్షిప్తంగా ముఖ్యమైన విషయాలు సేకరించి 2022 సంవత్సరంలో ఒక పుస్తకంగా వేద్దాం" అన్నారు. అలాగే అంటూ నేను రాసిన పుస్తకాలలోని ఉత్తమ వ్యాసాలను ఈ పుస్తకంలో కూర్చాను.

నా దృష్టిలో సీక్రెట్ పవర్ అంటే మనందరిలోనూ ఒక అద్భుతమైన శక్తి దాగి ఉన్నది. ఆ శక్తిని గుర్తించడానికి టైమ్ పడుతుంది. గుర్తించిన వాళ్లు ముందుకు సాగుతారు. గుర్తించలేని వాళ్లు "నా కర్మ, నా జాతకం, నా నక్షత్రాలు అలా ఉంటే నేను ఏం చేయను. నా నసీబు అలా ఉంది, ఏం చేస్తాను" అంటూ సర్దుకుపోతుంటారు. అంతే కాదు వాటిని నమ్ముతుంటాం కూడా. మనకి ఇలాంటి నమ్మకాలు చాలా బలంగా ఉన్నాయి. వాళ్ల జాతకం బాగాలేదు. వాళ్ల నక్షత్రాలు కలవట్లేదు అని వాళ్లకు సైకలాజికల్‌గా ఒక సజెషన్ ఇవ్వగానే అక్కడే ఆగిపోతారు.

నేను గతంలో కూడా నా పుస్తకాల్లో ఈ విషయాలు మాట్లాడాను. నాకు చిన్నప్పుడు జాతకం చెప్పించారు, జ్యోతిష్యుడు నాకు చదువు రాదన్నాడు. 10వ

తరగతి దాటడమే కష్టం అన్నాడు. నేను రెండు పిహెచ్.డి లు చేసాను. అలాగే ఇంకొక భయపెట్టే విషయం కూడా చెప్పాడు. నేను ఎక్కువ కాలం బ్రతకను. 20 ఏళ్ల లోపే పోవచ్చు అని. ఇప్పుడు నాకు 73 ఏళ్లు. నిక్షేపంగా ఉన్నాను. మరి జ్యోతిష్యుడి మాటలేమయ్యాయి? ఇదంతా ఎలా జరిగింది? అప్పుడు నేను ఇటువంటి పుస్తకాలేమీ చదవలేదు. కాని నాలో ఎన్నో ప్రశ్నలు తలెత్తాయి. ఈ రేఖల్లో మన భవిష్యత్తు అంతా రాసి ఉంటుందా? మనం చేసేదంతా ఏం అవుతుంది అనే తర్కం నాలో మొదలైంది. అంటే దేవుడిని చాలెంజ్ చేయడం. దేవుడు ఉన్నాడా, లేడా మనకి అనవసరం. అది వేరే వాళ్ల సబ్జెక్టు. నువ్వు కష్టపడితే ఎందుకు పాస్ అవ్వవు. నువ్వు సాధించాలి అనుకుంటే ఎందుకు సాధించలేవు. నువ్వు మారాలని అనుకుంటే ఎందుకు మారలేవు. నీలో నువ్వు ఒక గొప్ప టర్నింగ్ పాయింట్ తీసుకురావడానికి అవకాశాలు ఉన్నప్పుడు నీకు ఎవరు అడ్డుపడతారు?

ఎవరైనా అడ్డుపడితే మనుషులే అడ్డుపడాలి. అంతే తప్ప ఏదో దేవుడికి కోపం వచ్చి కాదు. దేవుడి పేరుతోటి మనకి మనం అడ్డుగోడలు నిర్మించుకుంటాం. నిజం చెప్పాలంటే ఈ దేవుడు తనకి కిరీటం పెట్టిన వాళ్లకి, తనకి బంగారం ఇచ్చిన వాళ్లకి ఏదో చెయ్యడం అంతా ఉత్తుత్తి మాటలు. పేపర్లో చదివాను దేవుడికి వడ్డాణం చేయించిన వాడు దేశం వదిలి పారిపోయాడు. ఇంకో ఆయన వజ్రాల కిరీటం చేయించాడు. శిక్షలు పడ్డాయి. దేవుడు వున్నాడా? లేడా? అన్న విషయం పక్కన పెడితే దేవుడిని అడ్డం పెట్టుకుని మిమ్మల్ని ఎవరైనా భయపెట్టినా, మీరు భయపడతారు. అది మూఢనమ్మకం కాబట్టి జరుగుతుంది. ఇక్కడ అసలు విషయం ఏమిటంటే మీకు మీరే హీరో.

రౌండా బిర్న్ "హీరో" అనే అద్భుతమైన పుస్తకం కూడా రాసింది. యు ఆర్ యువర్ హీరో. మీరు ఏ రకంగాను తక్కువ కాదు. సినిమా హీరో కానక్కర్లేదు. మీ జీవితానికి మీరు హీరో. నిజంగా పనిచేస్తే, శ్రమిస్తే మీరు సాధించిందంతా మీ ప్రయోజకత్వమే. మీరు గర్వంగా చెప్పుకోవచ్చు. ఏ ప్రయత్నమూ చేయకుండా మీ వైఫల్యానికి రకరకాల వంకలు చెప్పుకోవడం చేతగాని వాళ్లు మాట్లాడే మాటలు. మీరు విభిన్నంగా ఆలోచించాలి. నా భవిష్యత్తుకి, నా విజయానికి, నా ఓటమికి, అన్నింటికీ నేనే కారణం. Strong, stronger, strongest ఇవే మంత్రాలు, ఇవే నినాదాలు. మిమ్మల్ని మీరు బలహీనులనుకోవద్దు. నేను బలవంతుణ్ణి, ఇంకా బలవంతుణ్ణి, అందరికంటే బలవంతుణ్ణి అనుకోవాలి.

మనం చేసే వ్యాపారంలో గాని, చదువులోగాని ప్రపంచంలో వస్తున్న మార్పును ముందుగా గుర్తించాలి. రాబోతున్న మార్పును గుర్తించి ఆ ప్రాజెక్టు మీద మనం పని చేయాలి. మొదలు పెట్టాలి. మొదలు పెట్టడం దాకా తేలికే. తర్వాత దానిని కొనసాగించాలి. కొనసాగించడమే కాదు, మళ్లా దీనికి కూడా పక్కన పోటీ పడే వాళ్లు ఉన్నారండి. వాళ్లందరినీ తట్టుకోవాలి. వాళ్లందరినీ తట్టుకుని వాళ్లతో పాటు వాళ్లకంటే కూడా నేను ఇంకా బాగా చేసి ముందంజ వెయ్యాలి అనుకోవాలి.

ఆ విధంగా చెయ్యడానికి ఈ పుస్తకంలో చాలా అద్భుతమైన టిప్స్ ఉన్నాయి. ఇది నేను రాసానని పేరే కానీ వాస్తవం చెప్పాలంటే ఇవి మహా మహానుభావులందరూ ప్రపంచంలోని గొప్ప సైకాలజిస్టులు, రచయితలు, ట్రైనర్స్ అందరూ చెప్పిన కాన్సెప్ట్స్. మన దేశ పరిస్థితులకి, మన వాళ్లకి అర్థమయ్యే రీతిలో, ప్రేరణ కలిగించే విధంగా ఆ విషయాలను మీ కోసం తీర్చిదిద్దాను. ఇన్నాళ్లూ నేను రాసిన పుస్తకాలు మీరంతా చదివారు. అవి మీలో చాలా మందికి స్ఫూర్తిదాయకాలయ్యాయి. ఈ పుస్తకం కూడా చదివి మీరు మరింత స్ఫూర్తిని, ప్రేరణను పొందాలని నా ఆకాంక్ష. పొందుతారని నా ఆశ. ఈ పుస్తకానికి ప్రేరణగా నిలిచిన దూపాటి విజయ కుమార్‌గారికి, అక్షర శిల్పి పురుషోత్త్ కుమార్ గారికి, ఎడిటర్ డా॥ డి. చంద్రశేఖర రెడ్డిగారికి, ఎమెస్కో సిబ్బందికి కృతజ్ఞతలు.

(బి.వి.పట్టాభిరామ్)

విషయసూచిక

సెల్ఫ్ మేనేజ్‌మెంట్

సెల్ఫ్ మేనేజిమెంటు అంటే ఎవరికి వారు, తమ లక్ష్యదిశలో పయనించ టానికి, తమని తాము నిర్వహించుకునే ప్రక్రియ. జయాపజయాలు దైవాధీనం కాదని నేను గట్టిగా నమ్ముతాను. జయాపజయాలు మన చేతిలోనే ఉన్నాయి. దాని ఫార్ములా ఏమిటంటే

కోరిక + ప్రణాళిక + సహనం + పట్టుదల = విజయం

(Desire + Planning + Patience + Perseverance = Success)

కోరికలు అందరికీ ఉంటాయి. దానికి తగిన ప్రణాళిక వేసుకోవాలి. ప్రణాళిక క్రమంలో పనిచేసుకుంటున్న సమయంలో సమస్యలు తలెత్తవచ్చు. అప్పుడు సహనం ఎంతో అవసరం. అప్పటికీ నిరుత్సాహం కలిగించే సంఘటనలు జరగవచ్చు. ఆ సమయంలో అవసరం పట్టుదల. అవన్నీ కలిపితే సాధించేదే విజయం.

ఈనాటి యువతలో అధిక శాతం విద్య ప్రజ్ఞా పాటవాలపై తగిన శ్రద్ధ చూపక "క్విక్‌ఫిక్స్" ఫలితాల కోసం ఎదురు చూస్తున్నారు. "లక్షలు సంపాదించాలి," "అవి ఇవీ కొనాలి" "విదేశాలు వెళ్ళాలి" అంటారు. ఇవి సాధించాలంటే కోరిక సరిపోదు. మిగతా మూడు కూడా కావాలి. అప్పుడే సాధ్యమవుతుంది. జీవితంలో ఎన్ని దెబ్బలుతిన్నా పట్టుదలతో సెల్ఫ్ మేనేజిమెంటు చేసుకున్న కొందరి చరిత్రలు ఈ అధ్యాయంలో పరిశీలిద్దాం.

తలరాత ఎలా రాసి ఉంటే అలా జరుగుతుందని కొంతమంది కాలం వెళ్ళదీస్తారు. "అదేకాదు, నేనే నా రాతను రాసుకుంటాను" అని కొందరు ధైర్యంచేసి విజయం సాధిస్తారు. ఈ కాలంలో మొదటికోవవారు పరాన్న జీవులుగా మిగిలిపోతారు, సమాజం వారి భారాన్ని చివరివరకు మోయాల్సిందే. అలాంటి వారు కూడా ఈనాటి ప్రపంచంలో జరుగుతున్న మార్పుల్ని గుర్తించి మారాలి. మారకపోతే మనుగడ ప్రశ్నే. ప్రముఖ రచయిత లియో టాల్‌స్టాయి అన్నట్లుగా "ఈ కాలంలో చాలామంది సమాజం మారాలి, మారాలి అంటారు, కానీ వారు మారరు వారు మారకపోతే వారక్కడే ఆగడం ఖాయం వెనుకవారు ముందుకు పోవటం మరీ ఖాయం". అలాగే జరుగుతుంది.

"సరే మీరనట్లుగా నా తలరాతను నేనే రాసుకుంటాను. కానీ విజయం అనేది అందరికి లభించే మామూలు విషయం కాదు కదా" అనే మిత్రులుంటారు. అలాంటి వారికి నాదో ప్రశ్న. మీ దృష్టిలో విజయం అంటే ఏమిటి?

- బిల్‌గేట్స్ ఐశ్వర్యమా?
- చాణక్యుడి తెలివి తేటలా?
- గాంధీజీ అహింసా వాదమా?
- అంబేద్కర్ దూరదృష్టా?
- అబ్దుల్ కలామ్ ఆత్మవిశ్వాసమా?
- వల్లభాయి పటేల్ సాహసమా?
- టంగుటూరి ప్రకాశం పంతులుగారి ధైర్యమా?
- సునీల్ గవాస్కర్ బ్యాటింగా?

పై ఎనిమిది మందీ విజయం సాధించారు. అయితే వారి విజయాలు వేరువేరుగా ఉన్నాయి. కేవలం డబ్బు సంపాదించటమే విజయం అనుకునే వారు ఆ భ్రమలోంచి బయటపడాలి. డబ్బువలన ఆనందం లభిస్తుందనేది వట్టి భ్రాంతి మాత్రమే. నిజానికి డబ్బు ఎక్కువైతే కష్టాలు ఎక్కువవుతాయి, కలతలు పెరుగుతాయి అనేది సత్యం. ఇటీవలి కాలంలో అంబానీ సోదరుల విషయంలో ఏం జరిగిందో అందరికీ తెలుసు.

ధీరూభాయి అంబానీ పెట్రోలు బంకులో అతి చిన్న ఉద్యోగంలో చేరి కష్టపడి పనిచేసి గొప్ప ఎంపైర్ స్థాపిస్తే కొడుకులు ముఖేష్ అంబానీ, అనిల్ అంబానీలు, తండ్రి పోగానే ఆస్తుల గురించి పోట్లాడుకుని విడిపోయారు. బతికున్న తల్లి మాటను కూడా కాదన్నారు. అటువంటి కుమార రత్నాలు మన రాష్ట్రంలో కూడా ఉన్నారు. తండ్రి కష్టపడి సంపాదిస్తే, వీళ్ళు జల్సాచేస్తూ, విచ్చల విడిగా ఖర్చు పెడుతూ, వ్యాపారాలు, సినిమాలు, టీవీలు, విదేశీ ప్రయాణాలు చేస్తున్న వారున్నారు.

కొడుకులు, కుటుంబ సభ్యుల ప్రవర్తన వలన విసిగిపోయిన వారే కాకుండా, ఇతర సమస్యల వలన మానసికంగా చితికిపోయిన ఐశ్వర్య వంతులు ఎందరో ఉన్నారు. వాల్‌స్ట్రీట్ షేర్ మార్కెట్ రంగంలో సంచలనం సృష్టించిన జెస్ లివర్ మోర్ ఆత్మహత్య చేసుకున్నాడు. బ్యాంక్ ఆఫ్ ఇంటర్ నేషనల్ సెటిల్‌మెంట్ ప్రెసిడెంటు లియన్ ఫేజర్ ఆత్మహత్య చేసుకున్నాడు.

వీరే కాకుండా వ్యాపారంలో లావాదేవీల వలన పిచ్చిపట్టిన వారు, ఆరోగ్యం క్షీణించి మరణించినవారు, నిద్రమాత్రల మీదనే బతుకుతున్నవారు ఎందరో ఉన్నారు. మన రాష్ట్రంలో కూడా అలాంటి వారెందరో తమ పిల్లలు చేసే పనులు చూడలేక, వారిని ఏమీ అనలేక, అర్ధాంతరంగా వచ్చి పడిన ఐశ్వర్యాన్ని నిందించుకుంటూ జీవితం వెళ్ళదీస్తున్నారు.

"ఐశ్వర్యం అనేది మత్తు పానీయం లాంటిది. తాగుతున్నంత సేపూ తెలియదు. మందు అధికమైతే మైకం పెరుగుతుంది. మరీ ఎక్కువైతే మతి తప్పవచ్చు. ఆ పైన ఏం జరుగుతుందో తెలియదు. తరువాత మత్తు పూర్తిగా దిగినా, మళ్ళీ తాగాలనిపించవచ్చు. అదొక నిరంతర ప్రక్రియ. కాబట్టి వీలైనంత వరకు ఆ మత్తుకి దూరంగా ఉండటం మంచిది" అంటాడు ప్రముఖ డిపార్ట్‌మెంటల్ స్టోర్సు సముదాయాల యజమాని జె. సి. పెన్నీ.

విపరీతంగా డబ్బు సంపాదించి ఐశ్వర్యవంతులు కావటమే విజయం అనుకునేవారు, కొంచెం ఆలోచించాలి. డబ్బు గురించి మరీ ఆత్రం వద్దు. ముందు ఏదో ఒక రంగంలో విజయం సాధిద్దాం. డబ్బు ఆ తరువాత అదే వస్తూ ఉంటుంది. నిజం చెప్పాలంటే, జీవితంలో ఒక స్థాయికి చేరుకున్నాక, డబ్బు అనే విషయానికి ప్రాధాన్యత అంతగా ఇవ్వకపోయినా, దానిదారిన అది వస్తూనే ఉంటుంది.

ప్రముఖ పారిశ్రామిక వేత్త, అమెరికాలో అత్యంత ధనవంతుడైన జె. డి. రాక్‌ఫెల్లర్ తన జీవితంలో 350వేల మిలియన్ల డాలర్లను విరాళాలుగా అందజేసినా తృప్తి కలగ లేదట. ఒకసారి ఒక జర్నలిస్టు ఆయనతో "మీరు ఎంత డబ్బు విరాళంగా ఇస్తే తృప్తిగా ఉంటుంది?" అని ప్రశ్నించినపుడు ఆయన సమాధానంగా "ఇంకొంచెం ఎక్కువ ఇవ్వగలిగితే సంతోషంగా ఉంటుంది" అన్నాడు. "ఇచ్చుటలో ఉన్న హాయి, వేరెచ్చుటనూ లేనేలేదు." అనే నానుడికి ఆయనే నిదర్శనం. డబ్బు మాత్రమే సంపాదించాలనుకునే వారు ఆనందాన్ని అనుభవించలేరు. ఆనందమే అనుభవించాలనుకున్న వారికి డబ్బు అదే వచ్చి చేరుతుంది. ఆనందం అంటే అనుకున్న పనిని సక్రమంగా నిర్వహించి తృప్తి పొందటమే.

ఆ మధ్య విజయవాడలో నేను నిర్వహించిన రెండు రోజుల సెమినార్లో ఒక యువకుడు కలిశాడు. డిగ్రీ పాసయ్యాడు. ఇల్లు, పొలం ఉన్నాయి. ఏదైనా చెయ్యాలని ఉంది. "నేనేం చేస్తే బావుంటుందో చెప్పండి సార్" అని అడిగాడు. "మీరేం చెయ్యాలో నాకన్నా మీకే బాగా తెలుస్తుంది. మీకు ఏ రంగంలో అభిరుచి ఉందో? ఏరంగంలో

పని చెయ్యాలనే వైఖరి ఉందో విశ్లేషించు కోవాల్సింది మీరే"నని చెప్పాను. అభిరుచి కన్నా వైఖరిని బట్టి ముందుకు సాగటం వలన విజయం లభిస్తుందంటాడు జెస్సీ జాక్సన్.

"It is not the aptitude, but attitude that decides your attitude"

లక్ష్యం నిర్ణయించుకునే సమయంలో ప్రతివ్యక్తీ తన వైఖరి, బలాబలాలు తెలుసుకోవాలి. తరువాత లక్ష్యాన్ని సాధించాలన్న తపన, విశ్వాసం పెంచుకోవాలి. భయం, ఆందోళన విడిచిపెట్టాలి. లక్ష్యాన్ని నిర్దేశించుకునే ముందు, ఈ విషయాలను విధిగా పాటించాలి.

- అనుకున్న లక్ష్యాన్ని మనసులోనే అనుకుంటే సరిపోదు. అది పేపరు మీద రాయాలి. An unwritten goal is only a wish అంటారు అనుభవజ్ఞులు.
- లక్ష్యం అనేది వ్యక్తిగతంగా ఉండాలి. వ్యక్తిగత సమర్థత వల్లనే సంక్రమించాలి. "లాటరీలో లక్షలు రావాలి", "మా అబ్బాయికి మెడిసిన్లో సీటురావాలి", "తాతగారి ఆస్తి కలవాలి" వంటివి పనికిరావు.
- లక్ష్యం దిశ మారకూడదు. మధ్యలో ఆటంకాలొచ్చినా సరే, అది మారకూడదు. ఒకటే లక్ష్యం, ఒకటే గురి ఉండాలి. ఆటంకాలు కూడా పాఠాలు నేర్పుతాయి.
- అనుకున్న లక్ష్యాన్ని మూడు నాలుగు భాగాలుగా విభజించి చెయ్యాలి. ఉదాహరణకు ఒక డిగ్రీ చెయ్యాలంటే విద్యాశాఖ దానిని మూడు సంవత్సరాలు కోర్సుగా విభజించి అంచెలంచెలుగా విద్యార్థికి జ్ఞానం అందిస్తుంది. అదే విధంగా వీలుబట్టి లక్ష్యాన్ని సెమిస్టర్లుగా విడగొట్టాలి.
- చివరిగా ప్రణాళిక ప్రకారం లక్ష్యం చేరుకుంటున్నారో లేదో ఎప్పటికప్పుడు బేరీజు వేసుకుంటూ ఉండాలి. మధ్యలో బద్ధకం, వాయిదాల వ్యాధిని దరి రానీయకూడదు (Avoid Laziness and Postponement)

లక్ష్యాన్ని ఎప్పటికప్పుడు చూసుకుంటూ అవసరమైనప్పుడు దానిని సవరిస్తూ అవకాశమున్నపుడు పొడిగిస్తూ ముందుకు సాగాలి. లక్ష్యం పట్ల ఉండే పట్టుదల ఉడుం పట్టులా ఉండాలి. ఉడుం అనే ఒక జాతి బల్లిని ఉన్నచోట నుండి బయటకు లాగటం మామూలు విషయం కాదు. అది నేలమీద ఉన్నా, గోడమీద ఉన్నా చివరకు చూరుమీద ఉన్నా దానిపట్టు పట్టే. అయితే విశేషమేమిటంటే అది గోడకు అతుక్కు

ఉంటుంది. కానీ శరీరానికి జిగురువంటి పదార్థం ఏదీ ఉండదు. మీ పట్టు కూడా అలా ఉండాలి.

ఎవరెస్టు శిఖరం ఎక్కాలను కునేవారికి టిబెట్‌లో షెర్పా అనే జాతివారు సహాయం చేస్తుంటారు. టెన్సింగ్ నార్కె ఆ జాతివాడే. ఒకసారి అలాంటి షెర్పాను ఒక టెలివిజన్ వారు ఇంటర్వ్యూ చేస్తూ.

“మీరెందుకు ఇలాంటి పనిచేపట్టారు?” అని అడిగారు.

“ఎవరెస్టు ఎక్కాలనుకునేవారికి, కొన్ని పద్ధతులు తెలియవు అవి చెప్పటానికే మేముంటాం” అన్నాడు షెర్పా.

“అంత భయంకరమైన ఎత్తుకి ఎక్కటమెందుకు? దానికి మీరు సహాయం చేయటం ఎందుకు?” అన్నాడు ఏంకర్

“నిజమే! ఎత్తుకి ఎదగాలనే కోరిక లేని మీలాంటి వాళ్ళకి ఇది అనవసరంగానే అనిపించటంలో ఆశ్చర్యం లేదు.” అన్నాడు షెర్పా నవ్వుతూ.

తలరాతను తలదన్నే తనరాత

“నా తలరాత అలా రాసి ఉంటే నేనేం చెయ్యగలను?”

“అంతా నా తలరాత! నాఖర్మ!”

“వాడి తలరాతను మార్చటం బ్రహ్మతరం కూడా కాదు”

ఇలాంటి మాటలు మనం అడపాదడపా వింటూనే ఉంటాం. అవి నిజమని నమ్మేవాళ్ళు కూడా ఉంటారు. కానీ ఆ తలరాతను మనం తిరిగి రాసుకోవచ్చుననే సత్యం చాలా తక్కువ మందికి తెలుసు. అలా తెలుసుకుని విజయం సాధించినవారు ఈ ప్రపంచంలో ఎందరో ఉన్నారు. అందులో నేను కూడా ఉన్నానని గర్వంగా చెప్పగలను.

బాల్యం నుండి యవ్వనం దాకా అంబులెన్సులు, ఆసుపత్రులు, ఆపరేషన్లు అంటూ తిరిగిన నేను జీవితంలో నా కాళ్ళమీద మళ్లీ నేను నిలదొక్కుకుంటానని అనుకోలేదు. నేనేకాదు మా ఇంట్లో కూడా ఎవరూ ఊహించలేదు.

బాల్యంలో సోకిన మశూచి ముదరటంతో ఎడమకాలికి ఆపరేషన్, ఇలాంటి పరిస్థితిలో అయ్యో! వీడి తలరాత ఇలా అయిపోయిందే! అని మా తల్లిదండ్రుల

ఆవేదన, అన్నదమ్ముల సానుభూతులు, స్నేహితుల సంతాపాలు, నన్ను బాగా ఆలోచించేలా చేశాయి.

ఆ రోజుల్లో, ప్లాస్టర్ ఆఫ్ పారిస్ కట్లతో మంచం మీద ఎనిమిది నెలలు పడుకున్న నాకు డేల్‌కార్నీ, నార్మన్ విన్సెంట్ పీలే, నెపోలియన్ హిల్ వంటి మహనీయుల రాతలు, నా తలరాతను మార్చుకునేలా చేశాయి. ఆ రోజుల్లో ఆ పుస్తకాలు చదవకపోతే, నేనేమయ్యి ఉండేవాడినో నాకు తెలుసు. అందుకే నేను పుస్తకాలు రాస్తున్నాను. నాలాంటి వాళ్ళెందరో స్ఫూర్తి పొందాలని నా ఆకాంక్ష. తలరాతని తలదన్నే 'తన' రాతని తానే రాసుకోవాలని ప్రతి విద్యార్థికి నా విన్నపం.

ఈ కాలంలో విజయం సాధించాలనుకునే వారికి వెనుక, పెద్దలుండాల్సిన అవసరం లేదు. పెద్దకులానికి, లేదా మతానికి చెందినవారు కావాల్సిన అవసరం అసలే లేదు. డబ్బు సంచీలు గుమ్మరించాల్సిన అవసరంకూడా లేదు. సరైన గమ్యంతో కూడిన లక్ష్యం ఉండాలి. దానికి తగిన కృషి చేయటానికి సిద్ధంగా ఉండాలి. బద్ధకం, నిర్లక్ష్యం విడిచిపెట్టాలి. నిబంధనలు నియమాలు నిర్ణయించు కుని, నిజాయితీగా పాటించాలి. ఇదే విజయ సూత్రం, ఆ నిబంధనలను, నియమాలను కాగితం మీద రాయాలి. రాసిన ప్రకారం ఆచరించాలి. అప్పుడు ఆ రాత, తలరాతను తలదన్నగలదు.

Success is a Journey not a destination అంటారు అనుభవజ్ఞులు. అంటే విజయం అనేది గమ్యం కాదు, అదొక నిరంతర ప్రయాణం. విజయం సాధించిన వారు ఎప్పటికప్పుడు తనని తానే ఛాలెంజి చేసుకుంటూ, తన రికార్డులను తానే బద్దలుకొట్టుకుంటూ ముందుకు సాగిపోతూ పోవాలి.

పుట్టుకతో అంగవైకల్యం ఉన్నవారు విజయాలు సాధించటం మనం చూస్తూంటాం. పుట్టుకతో అంగవికలురు మొదటినుండీ దానికి అలవాటుపడతారు. మధ్యలో అంగవైకల్యం కలిగినవారి పరిస్థితి మరింతకష్టం. ఒకసారి ఒక పద్ధతికి అలవాటుపడి, సమస్యలొచ్చి, మరో పద్ధతికి అలవాటు పడాలంటే ఎంతో మనోధైర్యం కావాలి. అలాంటి మనోధైర్యం ప్రదర్శించి మనకు ఆశ్చర్యం కలిగించిన అద్భుత మూర్తులు చరిత్రలో ఎందరో ఉన్నారు.

బాల్యంలో కనుచూపు పోగొట్టు కున్న లూయీ బ్రెయిలీ (బ్రెయిలీ లిపి సృష్టికర్త), హెలెన్ కెల్లర్ (అంధుల కొరకే పరిమితమైన ప్రగతికి అద్భుత సేవలు నందించిన మహిళ)/స్టీఫెన్ హాకింగ్ (అంతరిక్ష పరిశోధనలు చేసిన శాస్త్రజ్ఞుడు) లాంటి వారు ప్రపంచంలో ఎందరో ఉన్నారు.

మన తెలుగు వారిలో ఆ విధంగా పేరు ప్రతిష్ఠలు పొంది మంచినటుడుగా గుర్తింపు పొందిన నూతన్ ప్రసాద్ ఒక ప్రమాదంలో వెన్నుపూస విరిగి, వీల్‌చైర్‌కి పరి మితమైన తరువాత, ఇంట్లోనే కూర్చుని కుమిలిపోక అంగవికలుర అభివృద్ధికై పాటుపడ్డాడు. తన నటనను మరచి పోక రవీంద్ర భారతిలో కళాకారులను నిత్యం దీవిస్తూ గడిపాడు. ప్రభుత్వం మారాకా ఆయన రాజీనామా చేయాల్సివచ్చింది అటువంటివారు పార్టీలకు, సిద్ధాంతాలకు అతీతులు. వారు చరిత్రకే ఒక పాఠం నేర్పారు.

వారిజీవితాల్లో టర్నింగ్ పాయింట్లని గమనించండి.

నిజంగా సూపర్ మెన్

జీరో స్థాయి నుండి హీరో స్థాయికి ఎదిగినవారు ప్రతి ఊర్లో ఉంటారు. ప్రస్తుత పరిస్థితిలో అది కష్టం కాదని చాలామందికి తెలిసిపోయింది. ఆత్మవిశ్వాసం, సరైన వైఖరి, ప్రణాళిక, పట్టుదల ఉంటే ఎవరైనా విజయం సాధించవచ్చునని కొంతమంది గుర్తించారు. అయితే ప్రస్తుతం అది అప్రస్తుతం.

నేను ఇక్కడ చెప్పదలుచుకున్నది వేరే విషయం. హీరో స్థాయికి ఎదిగి ప్రజల నీరాజనాలందుకుని ధబేల్‌మని కిందపడి, మళ్ళీ లేవటం, తిరిగి ప్రజల అభిమానాన్ని పొందటం అసలైన హీరో లక్షణం. అది అందరి విషయంలో సాధ్యం కాదు. కొంతమంది ఆ అవమానం భరించలేక హిట్లర్‌లాగ ఆత్మహత్య చేసుకుంటారు. మరికొంత మంది చివరివరకు ఆ మత్తులోనే మునిగి జీవితాలు ముగించుకుంటారు. మరికొంతమంది "పువ్వులమ్మిన ఊర్లో కట్టెలమ్మలేము" అని ఊరు విడిచి వెళ్ళిపోతారు.

కానీ రెండవసారి కూడా హీరో స్థాయికి ఎదిగినవారు నా దృష్టిలో కొందరున్నారు. సూపర్‌మేన్‌గా ప్రపంచ ప్రజలందరి హృదయాల్లో ప్రత్యేకస్థానం కల క్రిస్టోఫర్ రీవ్. సూపర్‌మేన్‌గా క్రిస్టోఫర్ నటనకి ఆ రోజుల్లో పెద్ద క్రేజ్ ఉండేది. పిల్లలు ఎంతగానో ఆ కారక్టర్‌ని ఆరాధించేవారు. ఎక్కడ సమస్య ఉంటే అక్కడకు గాలిలో వచ్చి వాలే సూపర్‌మేన్ అంటే పిల్లలకు విపరీతమైన క్రేజ్. టెలివిజన్లో సూపర్‌మేన్ ప్రోగ్రాం వస్తే, పిల్లలే కాదు, పెద్దలుకూడా ఉత్సాహంగా చూసేవారు. ఏ పాఠశాల వార్షికోత్సవం చూసినా ఫాన్సీ డ్రస్‌లో సూపర్‌మేన్లు పదిమందైనా ఉండేవారు. ఆ కేరక్టర్‌కి అంతటి ఫాలోయింగ్ ఉండేదంటే అతిశయోక్తి కాదు.

దురదృష్టవశాత్తు క్రిస్టోఫర్ రీవ్ 1996లో గుర్రపు స్వారీ చేస్తుండగా పొరపాటున కింద పడ్డాడు. పెద్ద ప్రమాదమే జరిగింది. గాలిలో ఎక్కడ పడితే అక్కడకు ఎగిరివెళ్ళే సూపర్‌మేన్, నేలమీద కూడా నడవలేని ప్రమాదం జరిగింది. జీవితం చక్రాల కుర్చీకి పరిమితమైపోయింది.

జీవితంలో హీరోగా వెలుగొందిన క్రిస్టోఫర్ జీరో అయ్యాడు. ఒక దశలో భార్య దానాతో తనకు బతకాలని లేదని కూడా చెప్పాడు. మరుక్షణం తనని తాను తమాయించుకుని, అలా ఆత్మహత్య చేసుకుంటే భవిష్యత్ తరానికి తప్పుడు సంకేతం పంపినట్లవుతుందనుకుని, ఆత్మవిశ్వాసంతో సమాజసేవకు నడుం కట్టాలనుకున్నాడు.

అమెరికా పరిసర ప్రాంతంలో పక్షవాతంతో బాధపడుతున్న లక్షలాది మందికి సహాయాన్నందించాలని క్రిస్టోఫర్ రీవ్ పెరాలసిస్ ఫౌండేషన్ (Christopher Reeve Paralysis foundation - CRPF) స్థాపించాడు. పెద్ద సైన్యంలాగ ఒక్కడే ప్రచారం ప్రారంభించాడు. టీవీ, రేడియోల్లో అనేక కార్యక్రమాలు చేపట్టాడు. 'చంద్రుడిమీద మానవుడు అడుగుపెట్టగా లేనిది, పక్షవాతాలకు క్యాన్సరుకి విరుగుడు కనిపెట్టలేమా" అనే నినాదంతో లక్షలాది రోగులకు అభయ హస్తం అందించాడు.

రాజీపడని ఇంజనీరు రాబ్లింగ్

అమెరికాలో బ్రూక్లిన్ బ్రిడ్జిని రోజూ వేలాదిమంది ఉపయో గిస్తున్నారు. కానీ ఆ బ్రిడ్జి వెనుక కథను తెలుసుకుంటే ఒళ్ళు గగుర్పాటు కలగక మానదు. 1863లో బ్రూక్లిన్, మన్‌హటన్‌ల మధ్య ఉన్న నది వలన రాకపోకలకు అంత అవకాశం ఉండేది కాదు. రెండింటి మధ్య బ్రిడ్జి ఉంటే వ్యాపారం, నగరాల అభివృద్ధి అధికమవుతాయని అందరికీ తెలుసు కానీ అది అసాధ్యమని ఎవరూ ప్రయత్నం చెయ్యలేదు. ప్రభుత్వం కూడా ఆ పని చేపట్టటం వృధా ప్రయాస అనుకుంది.

అటువంటి పరిస్థితిలో జాన్ రాబ్లింగ్ అనే ఇంజనీరు "నేనున్నాను" అంటూ ముందుకు వచ్చాడు. అతనికి అంతకు ముందు కొన్ని బ్రిడ్జిల కట్టడాల్లో కొంత అనుభవం ఉంది కానీ ఇంత పెద్దపని ఎప్పుడు చేయలేదు. అతనికి తెలిసిన ఇంజనీర్లు అటువంటి పిచ్చిపని తలపెట్టవద్దని సలహాలు కూడా ఇచ్చారు. అయినా సరే అవేవీ వినలేదు. తనకొడుకు యువ ఇంజనీర్ జాన్ వాషింగ్‌టన్ సహాయంతో పని మొదలు పెట్టాలని సంకల్పించాడు.

వాళ్లు అతి కష్టం మీద కొంతమంది పనివాళ్ళను ఒప్పించి బ్రిడ్జికి సంబంధించిన పనులు ప్రారంభించారు. వాళ్ళ ఆలోచనలు ఫలించాయి. బ్రిడ్జి కట్టడం సాధ్యమేననే సంకేతాలు అందాయి. కట్టడం మొదలైన రోజుల్లోనే భయం కరమైన ఆక్సిడెంటు జరిగింది. తండ్రీ కొడుకు లిద్దరూ ఆస్పత్రి పాలయ్యారు. తండ్రికి తీవ్ర గాయాలయ్యాయి. కొడుకు మూగవాడయ్యాడు. కాళ్ళుపోయాయి. రాబ్లింగ్ తన కొడుకుతో ఈ బ్రిడ్జి తన స్వప్నం అనీ, అది ఎలాగైనా పూర్తి చెయ్యాలనీ చెప్పి కన్ను మూశాడు.

అలగ్జాండర్‌కి నోరు పడి పోయింది. ఐనా సరే తన తండ్రి స్వప్నాన్ని నిజం చెయ్యాలని, ఆసుపత్రి లోనే చికిత్స పొందుతూ సైగలతో తన భార్యకు ఇంజనీర్లకు సలహాలు ఇచ్చేవాడు.

అలా పదమూడేళ్ళు సాగింది. ఆసమయంలో పత్రికలు, రాజకీయ నాయకులు ఆ ప్రాజెక్టు విరమించటం మంచిదని సలహా ఇచ్చారు కానీ ప్రజలంతా అతని వెనుక నిలబడి "నీకేం కావాలన్నా మేమంతా ఉన్నాం" అని భరోసా ఇచ్చారు. అదే అతనికి వెయ్యి ఏనుగుల బలాన్ని ఇచ్చింది. ఆపైన ఒకే ఒక్క సంవత్సరంలో అది విజయవంతంగా పూర్తిచేశాడు. తన తండ్రి సంకల్పం నెరవేర్చటంతో పాటు, తన అంగవైకల్యాన్ని జయించి కోట్లాది ప్రజలకు తీర్చుకోలేనంత రుణాన్ని అందించాడు.

ఈనాడు న్యూయార్క్ వెళ్ళినవారందరూ బ్రూక్లిన్ హేంగింగ్ బ్రిడ్జి చూడకుండా ఉండరు. అదొక ఇంజనీరింగ్ మార్వెల్ అని అంగీకరించక తప్పదు. పైగా ఇప్పుడున్న సాంకేతిక పరికరాలు, నైపుణ్యం లేని ఆ రోజుల్లో చేసినదది.

అంగవైకల్యం జయించిన బాబీ

చిన్న కష్టం లేదా సమస్యరాగానే బెంబేలు పడిపోయే వారికి నాఖర్మ, నా జాతకం అని రోదించేవారికి "బాబీ" జీవితం కనువిప్పు కావాలి. జీన్ డామినిక్ బాబీ (Jean Dominique Bauby) ఫ్రెంచి దేశస్థుడు. ఎలీ అనే పత్రికకు ఎడిటరుగా పనిచేసేవాడు. దురదృష్టవశాత్తూ తీవ్ర అనారోగ్యంతో మంచంపట్టి 20 రోజులు కోమాలో ఉండిపోయాడు. లేచినతరువాత తెలిసిందేమిటంటే, అతని రెండు చేతులు కాళ్ళు పనిచెయ్యవు. అంటే రాయలేడు. ఇంకా బాధాకరమైనది అతను మాట్లాడలేడు. మెదడుకి వెన్నెముకకి సంబంధాలు తెగిపోయాయి. అతని కుడికన్ను పనిచేయదు. ఏది ఎవరికి చెప్పాలన్నా ఎడమ కన్ను రెప్ప వాల్చటం ద్వారా మాత్రమే సంకేతం ఇవ్వగలడని డాక్టర్లు తేల్చారు. జీవితాంతం అలాగే ఉంటాడని కూడా నిష్ణాతులైన వైద్యులు తెలిపారు.

ఈ సమస్యకు ముందు బాబీ తన పత్రికలో అంగవైకల్యంతో అద్భుతాలు చేసినవారి ప్రత్యేక కథనాలను ప్రచురించేవాడు. అవి చదివి ఎందరో స్ఫూర్తి పొంది, అతనికి ఉత్తరాలు రాసేవారు.

బాబీకి డాక్టర్ల నిర్ణయాన్ని కుటుంబ సభ్యులు తెలపగానే, అతను మళ్ళీ కోమాలోకి.... వెళ్ళలేదు. పైగా ఎడమకంటి రెప్పవాల్చి అంగీకరిస్తున్నట్లుగా సంజ్ఞ చేశాడు. తన పత్రికలో వేసిన అంగ వికలుర కథనాలన్నీ కళ్ళముందు కనబడినట్లున్నాయి. నేను కూడా ఒక అద్భుతం చేస్తాను. అన్నట్లుగా కంటితో సంజ్ఞచేశాడు. కుటుంబసభ్యులు కళ్ళనీళ్ళతో మాట్లాడలేకపోయారు.

కొంత విశ్రాంతి తరువాత, ఒక పుస్తకం రాయాలని సంకల్పించాడు. రాయాలంటే చేతులు పనిచెయ్యవు, నోటితో డిక్టేట్ చెయ్యలేడు. మరి పనిచేస్తున్నది ఎడమకన్ను మాత్రమే దాని సహాయంతో డిక్టేట్ చెయ్యాలి. బాగా ఆలోచించి ఒక మార్గాన్ని కనుగొన్నాడు. ఐతే అది అర్థం చేసుకుని రాయటానికి ఎంతో ఓపికగల వ్యక్తి కావాలి. ఆ సమయం లో అతని వద్ద పనిచేసిన ఒక యువ జర్నలిస్టు ముందుకి వచ్చాడు. బాబీ కళ్ళతో ఇచ్చిన డిక్టేషన్ అపూర్వం. అతని అసిస్టెంటు తీసుకున్న శ్రమ అనితర సాధ్యం నభూతో న భవిష్యతి కావాలి. ఆ పద్ధతి ఇలా ఉండేది.

అసిస్టెంటు ఎ, బి, సి, డి.... అంటూ ఒక్కో అక్షరం పలికినపుడు బాబీ, "అవును" అంటే, కంటిరెప్పను ఒక్కసారి, "కాదు" అంటే రెండుసార్లు వాల్చేవాడు. బాబీ ఎప్పుడు ఒక్కసారి రెప్పవాల్చితే, ఆ అక్షరం రాసుకునే వాడు అసిస్టెంటు. ఉదాహరణకి (come) అనే పదంలో మొదటి అక్షరం "C" కి ఐదుసార్లు అంటే "ఎ"కి రెండుసార్లు, "B"కి రెండుసార్లు, "C"కి ఒకసారి రెప్పవాల్చేవాడు. "సి" నుండి మొదటి, రెండవ అక్షరం "O"కి 31 సార్లు మూడవ అక్షరం "M" కి 27 సార్లు నాల్గవ అక్షరం "E"కి 11 సార్లు రెప్పవాల్చేవాడు. అలాంటిది పొడుగైన ఒక వాక్యానికి ఎన్నిసార్లు రెప్పవాల్చాలో ఆలోచించండి.

మరో విషయం ఆ డిక్టేషన్‌లో కొట్టివేతలు, వాక్యాల పునర్నిర్మాణాలకు అవకాశం లేదు. అందుచేత బాబీ ప్రతి పదం, ఒకటికి పదిసార్లు ఆలోచించి సూచించేవాడు. ఆ సమయంలో అతను అనుభవించిన మానసిక ఘర్షణ గుండె కలచివేసిందని అసిస్టెంటు ఆ పుస్తకం ఆవిష్కరణ సభలో తెలిపాడు.

ప్రతిరోజూ ఆరుగంటల చొప్పున డిక్టేట్ చేస్తూ 132 పేజీల అద్భుత గ్రంథాన్ని బాబీ అందించాడు. దాని పేరు (The Divine of Bell and the Butterfly) అందులో

తన జీవితం, ప్రకృతి, బతకటంలో పరమార్థంవంటి విషయాలు కళ్ళకుకట్టినట్లు అందించాడు. ఆ పుస్తకం 1997లో రిలీజయింది. రెండు రోజుల తరువాత బాబీ అస్తమించాడు. బాబీ చేసిన ఫీట్‌కి సాహిత్యలోకం ఘనంగా నివాళులర్పించింది.

ఆవిష్కరణ సభలో వక్తలు, అదొక మార్వెల్ అనీ, మిరకిల్ అనీ, దైవలీల అనీ... ఎన్నో విధాల పొగిడారు. కానీ బాబీ మాత్రం అన్నీ కొట్టిపడేశాడు. "నేను మామూలుగా ఉండి ఉంటే ఈ అవకాశం దక్కేది కాదు. ఇది నా అంగవైకల్యం నేర్పిన పాఠం మాత్రమే" అని సంజ్ఞ చేశాడు.

అంగవైకల్యం ఉన్నవారు కూడా అద్భుతాలు చేస్తూంటే అన్నీ బావున్న వాళ్ళు, మా ఖర్మ, మా జాతకం, మా ఇంటి వాస్తు అంటూ అమాయకత్వం తో జీవితాన్ని గడిపేస్తున్నారు. అటువంటి వారికి కనువిప్పు కావాలి.

జీరో టు హీరో

ప్రతి మనిషికి జీవితంలో ఒక టర్నింగ్ పాయింటు ఉంటుంది. అదే జీరో లాంటి వ్యక్తిని హీరోగా చేస్తుంది. ఆ పాయింటు అనేది ఒక సంఘటన కావొచ్చు, పేదరికం కావొచ్చు, అవమానం కావొచ్చు, లేదా ఒక వ్యక్తి పరిచయం కావొచ్చు.

వాల్ట్‌డిస్నీ పేరు వినని వారు ఉండరంటే అతిశయోక్తి కాదు. టెలివిజన్ చూసే పిల్లలందరికీ కార్టూన్ నెట్‌వర్క్ ఇష్టం. మిక్కిమౌస్ అంటే ప్రేమ, డోనాల్డ్ డక్ అంటే ప్రాణం. అలాంటి జంతువుల పాత్ర లెన్నో సృష్టించిన వాల్ట్‌డిస్నీకి ప్రపంచమంతా అభిమానులున్నారు. అయితే ఆ వాల్ట్‌డిస్నీ నిరుపేద కుటుంబానికి చెందినవాడనీ, ఒకానొక దశలో తినడానికి కూడా తిండిలేక పస్తులున్నాడని తెలిస్తే ఆశ్చర్యం కలగకమానదు. కానీ ఇది అక్షరాలా నిజం.

ఆత్మవిశ్వాసం ఉన్నవారు ఏ స్థాయికి చేరుకుంటారో తెలుసు కోవాలంటే డిస్నీ జీవితం గొప్ప ఉదాహరణ. ఆయన నిర్మించిన డిస్నీల్యాండ్‌ని కోట్లాదిమంది దర్శించి ఎంతో ఆనందాన్ని ఈనాటికి పొందుతున్నారు. అతను తీసిన కార్టూన్ సినిమాలకు 32 ఆస్కార్ అవార్డులు, 5 ఎమ్మి అవార్డులు, ఐదు గౌరవ డాక్టరేట్లు, 900 సన్మానాలు, 1850 ప్రత్యేక ప్రశంసా పత్రాలు లభించాయంటే, అతని ఆత్మవిశ్వాసం ఏ స్థాయిలో ఉందో ఊహించు కోవచ్చు. జీరోస్థాయి నుండి హీరో స్థాయికి చేరటానికి అదే మంత్రం.

వాల్ట్ డిస్నీ 1901 డిసెంబరు 5న చికాగోలో జన్మించాడు. తల్లి ఫ్లోరా జర్మన్ దేశస్థురాలు, తండ్రి ఇలియాస్ డిస్నీ ఐరిష్ దేశస్థుడు. తల్లిదండ్రు లిద్దరూ ఉదర

పోషణకై ఊరూరూ తిరుగుతుండేవారు. ఇలియాస్ ఏ ఉద్యోగం చేసినా స్థిరంగా ఉండలేక పోయేవాడు. చివరకు వ్యాపారం చేశాడు. అందులో కూడా తీవ్రంగా నష్టపోయాడు. ఒక స్నేహితుడి సలహామేరకు మిస్సోరి ప్రాంతంలో వ్యవసాయం చేయటానికి 1906లో వెళ్ళాడు.

అక్కడ చిన్నారి డిస్నీకి ప్రకృతితో పరిచయం అయింది. పక్షులు, జంతువులను పరిశీలించేవాడు. బహుశ అవి తన భవిష్యత్ జీవితంలో హీరోలు హీరోయిన్లు అవుతాయని ఊహించి ఉండకపోవచ్చు.

దురదృష్టవశాత్తూ ప్రకృతి సహకరించక పోవటం, దుర్భిక్షం వలన అంతా నష్టం వచ్చింది. వ్యవసాయాన్ని విడిచిపెట్టి ఇలియాస్ 1910లో కన్సాస్ సిటీ చేరుకున్నాడు. చేయటానికి ఉద్యోగాలు లేవు. చివరకు ఒక న్యూస్‌పేపరు బాయ్‌గా చేరాడు. తెల్లవారు ఝామునే 3. 30 గంటలకు ఎముకలు కొరికే చలిలో లేచి న్యూస్‌పేపర్లు తీసుకుని, సైకిల్ మీద వేసుకుని ఇంటింటా ఇవ్వాలి. ఆ రోజుల్లో ఇంటికి ఇంటికి మధ్య మైలు దూరం ఉండేది. ఇలియాస్‌కి ఈ పని చాలా కష్టమనిపించి కొడుక్కి ఈపని అప్పగించాడు.

పట్టుమని పదేళ్ళుకూడా లేని డిస్నీ ధైర్యంగా ఆపని చేపట్టాడు. చలికి భయపడక, తను మొయ్యలేనన్ని న్యూస్ పేపర్లను మోస్తూ, ఇంటింటికి పరుగెత్తుకెళ్ళి ఇచ్చేవాడు. ఒక్కో సందర్భంలో కొందరు యజమానులు పేపరు ఆలస్యంగా తెచ్చినందుకు అక్షింతలు వేసేవారు. ఒకసారి ఒక యజమాని పేపరు ఐదునిమిషాలు ఆలస్యంగా తెచ్చాడని వద్దు పొమ్మన్నాడు. తనకు సైకిల్ తొక్కటం రాదని, అప్పటికీ ఎంతో వేగంతో పరిగెత్తుకొచ్చానని చెప్పినా అతను కనికరించలేదు. పైగా కంపెనీ వారికి ఫిర్యాదు చేశాడు. కంపెనీవారు ఇలియాస్‌ని పిలిచి వార్నింగ్ ఇచ్చారు. ఆనాటి నుండి డిస్నీ ఉదయం రెండు గంటలకే లేచి పేపరు ట్రక్కు రాగానే పేపర్లు అందుకుని దౌడు తీసేవాడు.

ఇంటి ఆర్థిక పరిస్థితులు బాగాలేకపోవటంతో డిస్నీ తల్లి, గ్రామంలో పాల వ్యాపారం చేసేది. బండిలో పాలు పెరుగు పెట్టుకుని ఇంటింటికీ తిరిగేది. అంతబరువైన బండిని తన తల్లిలాగటం చూడలేని డిస్నీ పేపర్లు వేయటం పూర్తిచేసుకుని, తల్లి బండిని లాగుతూ ఇంటింటికీ వెళ్ళేవాడు. ఇన్ని చేసినా తండ్రి రోజూ డిస్నీని మందలిస్తూండేవాడు. నీ వల్ల చిల్లి గవ్వరావటం లేదు ఏదైనా పనిచేసి సంపాదించుకురా అనేవాడు. పాపం, ఆ చిన్నారి డిస్నీ తల్లి పని పూర్తయిన తరువాత

ఒక మిఠాయి కొట్లో సాయంత్రం వరకు పనిచేసి ఇంతో అంతో సంపాదించి నాన్నకి ఇచ్చేవాడు.

అటువంటి పరిస్థితిలో డిస్నీ మనసులో ఒక ఆలోచన వచ్చింది "నేను రోజూ పెద్ద వాళ్ళింట్లో పేపరు వేస్తున్నాను. నేను అలా పేపరు ఎప్పుడు వేయించు కోగలుగుతాను? నేనూ అమ్మా రోజూ ఇంటింటికి వెళ్ళి పాలు అమ్ముతున్నాము. నేను అలా పాలు ఎప్పుడు కొనగలుగుతాను? నేను రోజూ మిఠాయి కొట్లో పనిచేస్తూ మా యజమానికి లాభాలు వచ్చేలా చేస్తున్నాను. నేను అలాంటి మిఠాయి కొట్టు ఎప్పుడు పెట్టగలుగుతాను" అదే అతని టర్నింగ్ పాయింట్.

ఈ ప్రశ్నలే అతన్ని మార్చివేశాయి. అతని జాతకాన్ని గిర్రున తిప్పాయి. సహజంగా అతనిలో ఉన్న జంతువుల పట్ల ప్రేమ, అతన్ని ఆర్టిస్టుగా మార్చింది. పిల్లలు బొమ్మలు, కుక్కలు ఇతర జంతువుల బొమ్మలు వేయసాగాడు. అలా బొమ్మలు వేస్తూ వాళ్ళకీ వీళ్ళకీ చూపించేవాడు. చాలామంది వెటకారం చేశారు. కానీ అతని అదృష్టం. ఒకసారి పిల్లల రెడీమేడ్ బట్టలు తయారు చేసే ఒక వ్యక్తి కంట ఆ బొమ్మలు పడ్డాయి. అంతే అతని దశ తిరిగింది. అతని బొమ్మలకు విపరీతమైన డిమాండ్ పెరిగింది. ఆ తరువాత ఒక పత్రికలో కార్టూనిస్టుగా చేరాడు. ఆ తరువాత వెనక్కి తిరిగి చూడలేదు.

అటునుంచి హాలీవుడ్ వెళ్ళాడు. అక్కడ "ఆలిస్ ఇన్ వండర్‌ల్యాండ్" (Alice in Wonderland) అనే చిత్రానికి బొమ్మలు గీశాడు. అది సూపర్ డూపర్ హిట్టయింది. ఆపైన మిక్కిమౌస్, ఇతర పాత్రలను సృష్టించాడు. ఆ పాత్రలకు హీరో ఇమేజ్ ఇచ్చాడు. 1938లో స్వంతంగా "స్నోలైట్" చిత్రం నిర్మించాడు. రెండేళ్ళపాటు కష్టపడి నిర్మించిన ఆ చిత్రం అతన్ని అమెరికాలో అతి ముఖ్యమైన వ్యక్తిని చేసింది.

ఒకానొక దశలో కాళ్ళకు చెప్పులు కూడా లేని మనిషి, ఆత్మ విశ్వాసంతో ఎదిగి లక్షలాదిమందికి ఉపాధి, కోట్లాది మందికి మానసిక ఆనందాన్ని కలిగించాడంటే ఆశ్చర్యం కలగకమానదు. కానీ ఇది మనందరికీ తెలిసిన నిజం.

1966 లో మరణించటానికి ముందు ఒక పత్రికా విలేఖరి "మీరు జీరో స్థాయి నుండి ఈ స్థాయికి రావటానికి సీక్రెట్ ఏమిటి?" అని అడిగాట్ట.

"మా అమ్మ తప్ప అందరూ నన్ను అడుగడుగునా అవమానించారు. నా చేత గాడిద చాకిరీ చేయించుకున్నారు. నా ఆలోచనలను చౌర్యం చేశారు. ఒక విధమైన దోపిడీకి గురయ్యాను, అవే నన్ను ఇంతవాడిని చేశాయి" అన్నాడు నవ్వుతూ.

"ఏదైనా రాజుకుంటేనే రాణిస్తుంది" అనే సామెత ఆటోమొబైల్ రంగంలో రాజాధిరాజుగా పేరు పొందిన హోండా విషయంలో అక్షరాలా జరిగింది. బాల్యంలో పేదరికం, అవమానాలు, అనారోగ్యంతో అష్టకష్టాలు అనుభవించిన సోషిరా హోండా ప్రపంచ ప్రఖ్యాతిగాంచిన వ్యక్తి అవుతాడని ఎవరూ ఊహించ లేదు. అతనే అనుకోలేదు.

ఈనాటి మోటారు సైకిళ్ళు, కార్ల ప్రపంచంలో "హోండా" కి ప్రత్యేక స్థానం ఉంది. హోండా మోటర్ సైకిలున్న వారికి, హోండా కారున్న వారికి ఒక హుందా ఉంటుంది అనుకుంటారు. అందులో నిజం కూడా ఉంది. జపాన్ దేశస్థుడైన హోండా కార్ల కంపెనీ అమెరికా, జర్మనీ, ఫ్రాన్స్, ఇంగ్లండ్, స్విట్జర్లాండు, బెల్జియం, ఆస్ట్రేలియా, కెనడా, ఇండియా, బ్రెజిల్, మెక్సికో, పెరూ, థాయిలాండు దేశాల్లో తిరుగులేని వ్యాపారం చేస్తొంది. ఈనాడు ప్రపంచమంతా 18,500 బ్రాంచిలతో, ఎనిమిది ఫ్యాక్టరీలతో కష్టమర్లకు అత్యంత ప్రీతి పాత్రమైంది.

కార్ల తయారీకి మూలస్థానమైన అమెరికా కంపెనీలు కూడా హోండా దెబ్బను తట్టుకోలేకపోయాయి. పది సంవత్సరాలపాటు మార్కెట్‌లో దూరలేకపోయాయి. అత్యంత ఖరీదైన ఫెర్రారీ, టోపాజ్ కార్లకు కూడా హోండా ఘాటైన జవాబిచ్చింది. దీటైన ప్రతిఘటన ఇచ్చింది. అటువంటి చరిత్ర సృష్టించిన హోండా జీవితం ఈనాటి యువతరానికి ఎంతో స్ఫూర్తినిస్తుందినటంలో సందేహంలేదు.

"నవ్విన నాప చేనే పండుతుంది" అంటారు పెద్దలు. హోండా విషయంలో అదే జరిగింది. జపాన్‌లోని ఒక చిన్న పల్లెటూరిలో 1906లో సోషిరో హోండా (Soichiro Honda) జన్మించాడు. తండ్రి వ్యవసాయ పనిముట్లు రిపేరు చేసే వృత్తిలో ఉండేవాడు. నాగళ్ళు, గునపాలు, పారలు లాంటి పనిముట్లు బాగుచేస్తూ, ఆ వచ్చిన ఆదాయంతో ఇల్లు గడిపేవాడు. అది ఇంటికి సరిపోయేది కాదు. ఇలాంటి వృత్తులు కడుపు నింపవనే భావనతో అతడు తన కొడుకుకి చదువు నేర్పించాలని అనుకున్నాడు.

పాఠశాలలో చదివే హోండా అన్నింటా వెనకే ఉండేవాడు. ఇటు చదువులో, అటు ఆట పాటల్లో ఆఖర్లో ఉండేవాడు. దానికి తోడు పొట్టిగా, పీలగా వేలెడంత మనిషిలా కనపడే వాడు. క్లాస్‌మేట్స్‌కూడా ఆట పట్టించటం, ఏడిపించటం, అతను తెచ్చుకున్న అన్నం పొట్లాలను మురికి కాలవలో పడేయటం వంటివి చేసేవారు. అన్నింటా వెనకే ఉన్నా హోండాకి తండ్రి నుంచి సంక్రమించిన మెకానిక్ బుర్ర బావుండేది. స్కూల్లో పాడైన పరికరాలను రిపేరు చెయ్యటం, టీచర్ల సైకిళ్ళు రిపేరు

చెయ్యటం వంటివి చేసేవాడు. దాంతో టీచర్లు ప్రేమించేవారు. వారు చేరదీసి చదువుకు సంబంధించిన ప్రాధాన్యాన్ని చెప్తూండేవారు.

టీచర్ల అభిమానంతో తనలోని ఇన్‌ఫీరియార్టీ కాంప్లెక్సుని కొంత వరకు పోగొట్టుకో గలిగాడు. అలాంటి టీచర్లు ఆనాడు లేకపోతే ఈనాడు ఈ కార్ల తయారీ ఉండేది కాదని తరువాత చెప్పాడు.

అతని జీవితంలో టర్నింగ్ పాయింటు ఒకటి జరిగింది. స్నేహితులు అతన్ని ఆట పట్టించటానికి చేసిన ఒక పన్నాగం అతనిలో మొండితనాన్ని లేపింది. అతన్ని హీరో చేసింది.

బాల్యంలో అతను స్విమ్మింగ్ నేర్చుకోవాలనుకుని తన క్లాస్‌మేట్లని అడిగాడు. వారు ఆటపట్టిద్దామని నిర్ణయించుకున్నారు. వారిలో ఒక సీనియర్ విద్యార్థి వచ్చి "స్విమ్మింగ్ నేర్చుకోవటం కష్టమే. కానీ "మెడకా" (Medaka) చేపను మింగి నీళ్ళలో దూకితే, ఈత దానికదే వస్తుంది. నువ్వు ఈత కొట్ట గలుగుతావు" అని చెప్పాడు. మెడకా అనే చేప పొడుగ్గా ఉంటుంది. అది కడుపులో ఎంతో అలజడి చెయ్యటమే కాకుండా, ఒక్కోసారి మనిషిని ఉక్కిరి బిక్కిరి చేసి మరణానికి దగ్గర చేయగలదు.

స్నేహితుడి మాటను నమ్మి హోండా పొడుగైన మెడకా చేపను పట్టుకుని, గుటుక్కున మింగేశాడు. మరుక్షణం నీళ్ళలో దూకేశాడు. ఈత మాట అలా ఉంచి, కడుపులో చేప నానా గందరగోళం చేస్తూంది. పొట్టలో నరాలు మెలికలు తిరిగి పోతున్నాయి. ఈత రాక నీళ్ళలో లోపలికి వెళ్ళిపోతున్నాడు. నీళ్ళు పొట్టలోకి వెళ్ళిపోతున్నాయి. కళ్ళు తిరుగుతున్నాయి. ప్రాణాలుపోయే పరిస్థితి వచ్చిందని గ్రహించిన హోండా, స్నేహితుల మోసం అర్థం చేసుకున్నాడు. మొండిధైర్యం తెచ్చుకున్నాడు. చేప చేసే హడావిడిని భరించాడు, ఆత్మ విశ్వాసంతో చేతులు కాళ్ళు బలంగా ఊపసాగాడు. అలా ఐదు నిమిషాలు చేశాకా నెమ్మదిగా ఒడ్డుకి వచ్చాడు!

అప్పటికే విషయం తెలుసుకుని ఒడ్డుకి వచ్చిన టీచర్లు, ఊరిపెద్దలు, అతన్ని పైకి తెచ్చారు. అతన్ని, స్నేహితుల్ని తీవ్రంగా మందలించి "నువ్వెలా బతికి బయట పడ్డావు నీకు ఈతరాదు, పైగా ఈ చేపను మింగి నీళ్ళలో మునిగిన గజ ఈతగాడు కూడా బాధ తాళలేడు. నువ్వు నిజంగా హీరోవే" అన్నారు.

అదే సంఘటన హోండాని హీరో చేసింది. అతన్ని స్నేహితులు, గ్రామస్థులు హీరోలా చూసేవారు. అలా ప్రారంభమైన అతని కొత్త జీవితం, చదువులో ముందుకి

సాగేలాచేసింది. ఇంజనీరింగు చదివాడు. అతని 30వ సంవత్సరంలో చక్రం స్పోక్స్ కొత్తగా తయారు చేసి ప్రశంసలు పొందాడు. అదే సంవత్సరం వాటిని పేటెంట్ చేశారు. ఆనాటి నుండి ప్రారంభమైన ఆ పరిశోధనల పర్వం నిర్విఘ్నంగా సాగింది. టొకైసీకీ అనే ఫాక్టరీ ప్రారంభించి పిస్టన్ రంగుల తయారీ చేయసాగాడు.

ఆదిలో ఆ రంగంలో కొన్ని ఇబ్బందులు ఎదురైనా అదరక, బెదరక ముందుకు సాగి చివరికి ఆటోమొబైల్ రంగంలో అత్యున్నత స్థాయికి ఎదిగాడు.

ఈనాటి యువతరం ఆయన చరిత్ర తప్పక చదవాలి. అలా అద్భుతాలు సాధించాలి.

ఈ అధ్యాయంలో నేను చర్చించిన హీరోలు కొందరే. ఇటువంటి హీరోలు అన్ని దేశాల్లో, అన్ని రాష్ట్రాల్లో, అన్ని గ్రామాల్లో కూడా ఉన్నారు. బిల్‌గేట్స్ నుండి మా ఊర్లో భిక్షమయ్య దాకా ఉన్నారు. వీరంతా జీవితాన్ని కొత్త కోణంలో ఆవిష్కరించుకున్నారు. నిరాశావాదాన్ని విడిచిపెట్టి, ఆశవహ దృక్పథంతో ముందుకు సాగారు.

నిజం చెప్పాలంటే మీరు కూడా కొన్ని విషయాల్లో అటువంటి విజయం సాధించారు. మీరు కలత చెందిన సందర్భాలు ఎన్నో ఉన్నాయి. మీరు వాటిని అధిగమించి ఈనాడు ఈ స్థాయికివచ్చారు. కానీ మీలాంటి సమస్యలున్న కొందరు పిరికివారు, భయపడిపోయారు, ప్రయత్నాలు విరమించుకున్నారు. అనారోగ్యం పాలయ్యారు ఆత్మహత్యలు కూడా చేసుకుని ఉండవచ్చు. దయచేసి మనసువిప్పి మీతో మీరు మాట్లాడుకోండి. మీరు విజయాలు సాధించారు. ఇంకా చెయ్యాలని అనుకోండి. మిమ్మల్ని మీరు అభివృద్ధి పరుచుకుని మీ కుటుంబంలో ఒక రికార్డు స్థాపించండి.

అందంకాదు - అందమైన మనసుండాలి

BEAUTIFUL

ఈమధ్య స్టూడెంట్స్‌కి పరీక్షల భయం పోయే చిట్కాలివ్వటానికి ఒక పాఠశాలకు వెళ్ళాను. కార్యక్రమానికి ముందు వెయిటింగ్ రూమ్‌లో కూర్చున్నాను. పిల్లలు గుంపులు గుంపులుగా వస్తున్నారు. వాళ్ళని అదుపు చేయటానికి ఇద్దరు టీచర్లు వున్నారు. మరో ఇద్దరు టీచర్లు ఒక పక్కన నిలబడి ఉన్నారు. ఒక టీచరు చక్కని బాపు గీసిన అమ్మాయిలా ఉన్నారు, మరొక టీచరు బాపు గీసే పక్కింటి లావుపాటి పిన్నిలాగ ఉన్నారు. అక్కడ కూర్చోటానికి వచ్చే దాదాపు ప్రతీ స్టూడెంట్ లావుపాటి టీచరుని పలకరించి, కాస్సేపు మాట్లాడుతున్నారు. ఆమె "వెళ్ళి కూర్చో చాలింక" అని గదమాయించినా నవ్వుతూ నమస్కారం పెట్టి వెళ్ళిపోతున్నారు. మొదటి టీచరునెవరూ పట్టించుకోవడం లేదు. పదిమందిలో ఒకరిద్దరు ఆవిడకి మొక్కుబడిగా నమస్కారం పెట్టిపోతున్నారు.

అది నాకు చాలా ఆశ్చర్యంగా అనిపించింది. అందం, చందం మాట అలా ఉంచి, కనీసం మర్యాదకైనా అందరూ పలకరించాలి కదా! పోనీ ఆవిడ మొహం చిర్రుబుర్రులాడుతూ ఉందా అంటే, అలా లేదే! చక్కగా నవ్వుతూనే ఉంది.

అప్పుడు నాకనిపించింది. అందం అవసరం లేదు. అందమైన మనసు చాలు అని.

ఒక వ్యక్తిని పదిమంది అభిమానించాలంటే అందం కాదు, అందమైన మనసు కావాలి. అందంగా ఉండటానికి సహజసిద్ధమైన రూపంతో పాటు, ఇప్పుడు క్రీములు, పేస్టులు, ప్లాస్టిక్ సర్జరీలు, తలవిగ్గులు, బ్యూటీపార్లర్‌లు ఉన్నాయి. వ్యాయామ శాలలు, ఎక్సర్‌సైజు సైకిళ్ళు, జిమ్‌లు ఉన్నాయి.

కానీ అందమైన మనసు ఉండటానికి కొన్ని మానసిక వ్యాయామాలు చేయాలి. ఇవి సాధన చేస్తే ప్రతి వ్యక్తీ అద్భుతాలు చేయవచ్చు. వారు సహజంగా అందంగా లేకపోయినా అందమైన జుట్టు లేకపోయినా, పలువరుస అందంగా లేకపోయినా వారు ఎందరికో ఆత్మీయులవ్వగలరు.

అటువంటి వ్యక్తులు మనదేశంలో ఎందరో ఉన్నారు. వారిలో గొప్ప గొప్ప శాస్త్రజ్ఞులు, రాజకీయ నాయకులు, క్రీడాకారిణులు, వ్యాపారవేత్తలు, టీచర్లు చివరకు సినిమా నటులు కూడా ఉన్నారు. దానికి కారణం వారు చేసిన మానసిక వ్యాయామమే. అదేమిటో పరిశీలించండి.

మానసిక వ్యాయామం

శరీరానికి ఎంత వ్యాయామం అవసరమో, మనసుకి కూడా అంత వ్యాయామం కావాలి. ఒక్కో సందర్భంలో శరీరానికి లేకపోయినా ఫరవాలేదు. కానీ మనసుకి ఎల్లవేళలా అవసరం. ఈకాలం మరీ అవసరం.

నేను చేసే కౌన్సిలింగులో, నాకు వచ్చే ఉత్తరాల్లో అధికశాతం మంది మానసిక వ్యాయామం లేకపోవటం వల్లనే ఎంతో ఇబ్బందిపడుతున్నారని తెలిసింది. సహజంగా పొరుగువారిని గౌరవించే సంస్కృతి మనది. దానిని అలుసుగా తీసుకుని, మొఘలు రాజులు, ఆంగ్లేయులు, డచ్, ఫ్రెంచివారు మనల్ని మరీ బానిసలు చేశారు. సహజంగా శాంతి కాముకులైన భారతీయులు, అన్నీ సహించారు. కానీ ఈనాటి యువతరానికి ఎటువంటి ఆంక్షలు, హద్దులు, నిరంకుశ పరిపాలన లేదు కాబట్టి తమని తాము తీర్చిదిద్దు కోవాలి.

అందం, ఆకర్షణలను దూరంగా పెట్టి, ఆత్మాభిమానం, ఆత్మవిశ్వాసం పెంచుకుని, అందరి ప్రశంసలు పొందాలి. దీనికి నవరత్నాల్లాంటి తొమ్మిది మార్గాలున్నాయి.

Believe in yourself (మిమ్మల్ని మీరు నమ్మండి)

Energise yourself (మీలో శక్తి నింపండి)

Adopt yourself (అవసరానికి తగ్గట్లు మారండి)

Understand yourself (మిమ్మల్ని మీరు అర్థం చేసుకోండి)

Teach yourself (కొత్త విషయాలు నేర్చుకోండి)

Improve yourself (నైపుణ్యం పెంచుకోవాలి)

Focus yourself (ఒకే లక్ష్యంపై దృష్టి సారించండి)

Umpire yourself (మీ (ఆట) తీరుని పరిశీలించండి)

Love yourself (మిమ్మల్ని మీరు ప్రేమించండి)

పై ఇంగ్లీషు వాక్యాల్లోని మొదటి అక్షరాలు కలిపితే వచ్చే పదం Beautiful. అంటే అందం, సౌందర్యం. ఏ వ్యక్తికైనా బాహ్య సౌందర్యం కన్నా అంతఃసౌందర్యం ముఖ్యం. అది ఉన్నవారిని ప్రజలు అభిమానిస్తారు. ఆదరిస్తారు. ఆదర్శంగా తీసుకుంటారు. అటువంటి వ్యక్తులు అన్నిదేశాల్లో ఉన్నారు. అన్ని రంగాల్లో ఉన్నారు. వారు చేసినదల్లా ఒక్కటే. ముందుగా వారు తమని తాము అభిమానించుకున్నారు. అపజయాలను అవకాశాలుగా మార్చుకున్నారు. ఆదర్శంగా నిలిచారు. ఆపైన అందరూ వారిని అభిమానించటం ప్రారంభించారు. ఆవిధంగా అందం అభిమానం పొందాలంటే ఆ బ్యూటిఫుల్ పీపుల్ ఎలా ఉంటారో చూద్దాం రండి.

Believe in yourself – మిమ్మల్ని మీరు నమ్మండి

ఇతరులు మిమ్మల్ని నమ్మటం, నమ్మకపోవటం గురించి ఆలోచించటం సమయం వృధా చేయటమే అవుతుంది. వాళ్ళు నమ్మినా, నమ్మకపోయినా, మిమ్మల్ని మీరు నమ్మండి. అద్భుతాలు చేయండి. ఆనక వాళ్ళు కూడా మీ అభిమానులై తీరుతారు. అలా సాధించిన వారు చరిత్రలో ఎందరో ఉన్నారు. గతంలో అలా విజయాలు సాధించిన హెలెన్ కెల్లర్, బ్రయిలీ, రూజ్వెల్ట్ గురించి మనకు తెలుసు. ఇటీవలి కాలంలో అలాంటి విజయాలు సాధించిన వారెందరో ఉన్నారు.

అహమ్మదాబాద్‌కి చెందిన 11 ఏళ్ళ మనోజ్ అనే అబ్బాయి పిక్నిక్‌కి వెళ్ళినపుడు, బస్సు ప్రమాదానికి లోనయింది. ఫలితంగా అతని రెండు చేతులు తెగిపోయాయి. ఆసుపత్రిలో రెండునెలలున్నాడు. చుట్టూ ఉన్న అందరూ అతనిమీద జాలిపడు తుండేవారు. రెండుచేతులూ లేనివాడు ఏం చెయ్యగలడు? చివరికి అన్నం కూడా ఎవరో ఒకరు తినిపించాలి అని వాపోతుండేవారు. ఆ సమయం లో అతనిలో ఒక మొండిధైర్యం ప్రవేశించింది. తనకున్న హాబీ పెయింటింగ్‌లో నిష్ణాతుడు కావాలను కున్నాడు. కానీ చేతులు లేవు, కాకపోతే ఆత్మవిశ్వాసం ఉంది. అదే అతన్ని మళ్ళీ పెయింటింగ్ పని చేపట్టేలా చేసింది. అయితే ఈసారి బ్రష్ పట్టుకున్నది చేత్తో కాదు నోటితో.

అలా ఐదేళ్ళు నిరంతరం పెయింటింగులు వేస్తూ, ఒక పక్క బాగా చదువుకుంటూ, ఇటీవలే ప్రభుత్వం అందిచ్చే ప్రతిష్ఠాత్మక "బాలశ్రీ" అవార్డు అందుకున్నాడు. ఆ అవార్డు, అతను వేసిన పెయింటింగు కి వచ్చింది. ఆ అవార్డునిచ్చిన జడ్జిలకు, ఆ పెయింటర్‌కు అంగ వైకల్యం ఉందని తెలియదు. అన్ని పెయింటింగుల్లో

అది అద్భుతం అనిపించింది వారికి. మనోజ్ ఇపుడు తన చేతుల గురించి ఆలోచించకుండా చేతల గురించి ఆలోచిస్తూ ఇటీవలే డిగ్రీలో చేరాడు.

నేను చదువుకునే రోజుల్లో ఒక తెలుగు టీచరుండేవారు. ఆయన గొంతెత్తి పద్యాలు పాడితే మొత్తం స్కూలంతా రీసౌండు వచ్చేది. పైగా ఆయన సంగీతంలోకూడా దిట్ట. దాంతో అందరూ శ్రద్ధగా వినేవారు. పక్కక్లాసు పిల్లలతోసహా. ఆయనకు మిగతా టీచర్లకన్నా ఎక్కువమంది అభిమానులుండేవారు. అయితే విషయం ఏమిటంటే ఆయనకి బాల్యంలో మశూచి సోకి అంధుడయ్యాడు. కళ్ళు కనపడకపోయినా, ఆయన ప్రపంచాన్ని మనోనేత్రంతో చూసి, మనకన్నా ఎక్కువ ఆనందం అనుభవించేవారు.

కాకినాడలో ఒక టీచరుండేవారు. ఆయనవద్ద చదువుకున్న వారిలో వేలాదిమంది ఈనాడు దేశవిదేశాల్లో ప్రతిష్ఠాత్మక పదవుల్లో ఉన్నారు. ఆయన పేరు చాలామందికి తెలియదు. కానీ ఆయన్ని "కుంటిమేష్టారు"గా చెప్పుకుంటారు.

ఏ విద్యార్థినైనా ఎక్కడ చదువుతున్నావు? అని అడిగితే "కుంటిమేష్టారిబడి" అని చెప్తే "అబ్బా ఎంత అదృష్టం" అనేవారు. తన బడి పేరుని కుంటిమేష్టారి బడిగా ప్రజలు మార్చేసారని ఆయనకు తెలిసి బాధపడలేదు, పైగా సంతోషించాడు. కారణమేమిటని అడిగితే "కాలు కుంటిదైనా, మనసు కాదుకదా, అందుకే నా బడిలో అంతమంది పోటీపడి చేరుతున్నారు. పైగా ఇలా ఎవరికైనా అంగవైకల్యం సోకితే నిరుత్సాహపడక నాలాగా పేరు తెచ్చుకోవచ్చు" అన్నారు నవ్వుతూ. కళ్ళు చెమర్చటం నావంతయింది.

Energise yourself – మీలో శక్తి నింపండి

మీ లక్ష్యాన్ని సాధించటానికి తగినంత శక్తి మీలో ఎల్లవేళలా ఉండాలి. లక్ష్యం సాధించిన తరువాత కూడా అది నిలుపుకోటానికి మీలో శక్తి ఉండాలి.

అహమ్మదాబాద్‌కి చెందిన యాహ్యా సపట్‌వాలాకి బాల్యంలోనే కళ్ళనరాలు దెబ్బతినటంతో అంధుడయ్యాడు. అయితే అతను నిరుత్సాహపడలేదు. తల్లిదండ్రుల ప్రోత్సాహంతో బాగా చదువుకుని లెక్చరర్ స్థాయికి ఎదిగాడు. డైట్‌హాల్‌లో లెక్చరర్‌గా పనిచేస్తున్నా, సపట్‌వాలాకి ఇంకా ఏదో సాధించాలనే తపన ఉండేది. తనని అంధుడిగా సమాజం చూడటం అతనికి నచ్చలేదు. తానుకూడా కళ్ళున్నవారు చేసే పనులు చెయ్యాలనీ, వీలైతే అంతకన్నా ఎక్కువ చెయ్యాలని అనుకున్నాడు. అనుకున్నదే తడవుగా

హిమాలయాల్లోని మనాలీలో ఎత్తైన శిఖరం బియాస్ కుంద్ ఎక్కాలను కున్నాడు. స్పోర్ట్స్ అథారిటీ వారిని ఒప్పించి జూన్ 2000వ సంవత్సరంలో 12వేల అడుగులు ఎక్కాడు. అక్కడి నుండి గ్లైడింగ్, సముద్రం దాటటం వంటి ఒళ్ళు జలదరించే కార్యక్రమాలు చేశాడు.

ఆ కార్యక్రమం తరువాత ఒక టెలివిజన్‌లో ఇంటర్వ్యూ జరిగింది. ఏంకర్ మాట్లాడుతూ, అంత ఎత్తుకి వెళ్తున్నప్పుడు భయం వెయ్యలేదా? అని అడిగింది.

భయమెందుకు? ఎంత ఎత్తు ఎక్కానో, తెలియటానికి కళ్ళు లేవుకదా! అది నా అదృష్టం. అయితే పదివేల అడుగులు దాటాకా, కొంత ఆక్సిజన్ తక్కువైనట్లు తెలిసింది. అది నేను పట్టించుకోలేదు. నేను మాత్రం ప్రతిక్షణం 'నాకు నేను శక్తినిచ్చు కున్నాను' అని సమాధానం చెప్పాడు సపట్‌వాలా.

సపట్‌వాలా వృత్తిరీత్యా టీచరు కావటం, అందునా జిల్లా డైట్‌లో లెక్చరర్ కావటం ఎంతో మేలు జరిగింది. డైట్‌లో సెకండరీ గ్రేడ్ టీచర్లకు శిక్షణ నిస్తారు. వారిలో అధిక శాతం గ్రామాల్లో, చిన్న పట్టణాల్లోని పాఠశాలల్లో పనిచేస్తారు. వారంతా తమ గురువు చేస్తున్న సాహస కృత్యాలను కళ్ళారా చూడటం వలన ఎంతో స్ఫూర్తి పొందారు.

"కళ్ళులేకపోయినా అంత అద్భుతం చేయగలిగినపుడు కళ్ళున్న వారు ఇంకా ఎన్ని అద్భుతాలు చేయగలరో ఆలోచించండి" అనే విషయాన్ని తమ తమ పాఠశాలల్లో బోధించసాగారు. ప్రతి సంవత్సరం కనీసం రెండొందలమంది టీచర్లు ఆ సందేశాన్ని వేలాది విద్యార్థులకు అందచేశారు. ఒక్క వ్యక్తిలోని అంగవైకల్యం, అందునా టీచరు అంగవైకల్యం అంతమందిని కదిలించింది. వారంతా చేయబోయే అద్భుత విన్యాసాలు మనం ముందు ముందు చూడబోతాం.

ప్రతికూల పరిస్థితిలో కూడా అనుక్షణం, ఎవరికివారు శక్తినిచ్చు కుంటూ ధైర్యంగా ముందుకు సాగటమే పాజిటివ్ థింకర్స్ కర్తవ్యం.

Adopt yourself – అవసరానికి తగ్గట్లు మారండి

సమస్యలొచ్చినపుడు వాటిని ఎదుర్కొని, తగిన పరిష్కారం వెతికేవారు సమర్థులు. జరగాల్సిన నష్టం జరిగాకా చేయగలిగేదేముంది? దాని గురించి కుంగి, కృశించి ఇంట్లోనే కూర్చునేవారు అసమర్థులు. వ్యాపారంలో నష్టం కావొచ్చు, తీవ్ర అనారోగ్యం కావచ్చు, సమాజంలో అవమానం కావచ్చు.... ఏదైనా ఫరవాలేదు. సిగ్గుతో, భయంతో,

అవమానంతో బయటకు రానివారు కొందరుంటారు. అటువంటి వారు ధైర్యంగా రావాలి.

ప్రజల తిరస్కార పురస్కారాలు తాత్కాలికం. వారు ఎవరికి ఎప్పుడు గొడుగుపడతారో లేదా గొడవ పడతారో వారికే తెలియదు. వాళ్ళని పక్కన పెడదాం.

1974లో డాక్టర్ ప్రదీప్‌కుమార్ మల్లిక్ అనే వైద్యుడు, లెప్రసీ రోగులకు ఎంతో సేవ చేసేవాడు. మిగతా డాక్టర్లు కూడా చెయ్యనివిధంగా ఆ రోగులతో తిని, తిరిగేవాడు. దురదృష్టవశాత్తూ ఒకనాడు పెద్ద ఆక్సిడెంట్‌కి గురయ్యి వెన్నెముక విరిగి, పొట్టకింద భాగం నుండి చచ్చుబడిపోయి, మంచంమీదే గడపాల్సి వచ్చింది.

రెండేళ్ళ తరువాత భార్య ప్రోత్సాహంతో చెన్నయ్‌లో మద్రాసు మెడికల్ కాలేజీలో పీజీ చదివి, వీల్‌చైర్‌లోనే కూర్చొని వైద్యం కొనసాగించాడు. అనేక సేవా కార్యక్రమాలు నిర్వహించాడు. 1997లో అంగవైకల్య సంఘానికి అంతర్జాతీయ చైర్మన్‌గా ఎన్నికయ్యి ప్రపంచంలో అనేక ప్రదేశాలు తిరిగి అంగవైకల్యంతో ఉన్న ఎందరికో ధైర్యం నూరిపోశాడు.

అతని చరిత్రని ప్రముఖ బెంగాలీ డైరెక్టర్ తపన్‌సిన్హా ఒక సినిమా తీశాడు. దాని పేరు వీల్‌చైర్. ఆ చిత్రంలో డాక్టర్ మల్లిక్ పాత్ర పోషించిన ప్రముఖ నటుడు సౌమిత్రాచటర్జీ మాట్లాడుతూ "ఈ పాత్ర నాలో చాలా ఆత్మవిశ్వాసాన్ని నింపింది. నేనిప్పుడు దేనికీ భయపడను. ఏది జరిగినా సంతోషంగా అంగీకరించటానికి సిద్ధంగా ఉన్నాను" అన్నాడు.

Understand yourself - మిమ్మల్ని మీరు అర్థం చేసుకోండి

జాక్ కేన్ ఫీల్డ్ అనే వ్యక్తి, పర్సనాలిటీ డెవలప్‌మెంట్ తరగతులు నిర్వహిస్తూ, తన సెమినార్లలో పాల్గొనేవారి అనుభవాలను ఒక పుస్తకంలో రాసుకునేవారు. 1989 కేన్ ఫీల్డ్, మార్క్ విక్టర్‌హేన్‌సేన్ అనే మరో ట్రైనర్‌ని కాలిఫోర్నియాలోని ఒక కాన్ఫరెన్స్‌లో కలిశాడు. ఇద్దరి మధ్య మాటలు కలిశాయి. ఇద్దరివద్ద చక్కని అనుభవాల సారం ఉంది. వాటిని ఒక పుస్తకంగా ప్రచురించాలనుకుని ఒక గొప్ప ప్రచురణ కర్తని కలిశారు.

అతను "ఈ వ్యాసాలు అద్భుతంగా ఉన్నాయి, హృదయాన్ని కలచి వేస్తున్నాయి. కానీ పుస్తకంగా వేస్తే ఎవ్వరూ కొనరు వెళ్ళిరండి" అని పంపేశాడు. మరో పబ్లిషర్‌ని కలిశారు "కళ్ళు చెమర్చే ఇటువంటి కథలు చదివి ప్రస్తుతం ఎవరూ కళ్ళ తడిపెట్టరు.

ప్రతీ ఇంట్లో ఇలాంటి కథలెన్నో ఉంటాయి" అని చెప్పి పంపేశాడు. ఆవిధంగా 33మంది పబ్లిషర్స్ "సారీ" చెప్పి పంపాకా, వారిద్దరికీ జ్ఞానోదయం అయింది. తమ ప్రతిభను ఇతరులు గుర్తించటానికి సిద్ధంగాలేరని తెలుసుకున్నారు. చివరికి తామే వేద్దామనుకుంటుండగా ఫ్లారిడాలోని ఒక చిన్న పబ్లిషరు ముందుకు వచ్చి ఆ పుస్తకం వేశాడు. దాని పేరే "చికెన్ సూప్ ఫర్ ది సోల్. అది సూపర్‌హిట్ అయింది. ఏడు మిలియన్ల కాపీలు అమ్ముడయ్యాయి. ఆ తరువాత పాతిక భాగాలు వచ్చాయి. 1995లో అమెరికాలోని బెస్ట్ సెల్లర్‌గా ఆ పుస్తకం ఎన్నికయింది.

ఎవరో వస్తారని, ఏదో చేస్తారని ఎదురుచూడటం కన్నా ఎవరికి వారే తమ ప్రతిభను గుర్తించి ముందుకు సాగడం అన్నివిధాల శ్రేయస్కరం.

ఆ విధంగా తమ ప్రతిభను గుర్తించి పిదప ఇతరులు గుర్తించేలా చేసుకున్నవారు మనదేశంలో ఎందరో ఉన్నారు. వారిలో శ్రీ చుక్కా రామయ్య ఒకరు. ఐ.ఐ.టి. రామయ్యగా మన రాష్ట్రంలోనే కాదు దేశవ్యాప్తంగా పేరు పొందారు.

బడిలో లెక్కలు చెప్పే మాస్టారు జాతీయస్థాయికి ఎదగటానికి కారణం, తనేమిటో తెలుసుకోవటమే.

Teach yourself – కొత్త విషయాలు నేర్చుకోండి

పాఠశాలలో చదివే విద్యార్థికి, కాలేజిలో జరిగే విషయాలు ఆశ్చర్యం కలిగిస్తాయి. కాలేజిలో చదివే అబ్బాయి శాస్త్ర పరిశోధనల గురించి ఎంతో ఆశ్చర్యంగా వింటాడు. ఆ సమయంలో అవి తాను చెయ్యగలడా? అని కూడా అనుకుంటున్నాడు. చదువు పూర్తయ్యాకా, ఇతరుల ప్రేరణతో కొంత స్వయంప్రేరణతో మిగతావి నేర్చుకుంటాడు. ఆపైన అంతకన్నా అద్భుతమైన పరిశోధనలు చేయ గలుగుతాడు. అంటే తనకి తానే టీచర్ అవుతాడు.

ఇక్కడ పురాణాల్లోని ఒక పాతకథ చదవండి.

ఒక అడవిలో ఒక ఏనుగు, కాకి ఎంతో స్నేహంగా ఉండేవి. కాకి, ఏనుగు నెత్తిమీద కూర్చొని, అక్కడ వాలిన పురుగుల్ని తింటూ, ఏనుగు చెవిని ప్రతిరోజూ శుభ్రం చేస్తూ ఉండేది. ఏనుగుకి కాకి మీద ప్రేమ రోజురోజుకీ పెరుగుతూండేది. గౌరవం కూడా అధికమయ్యేది. ఒకరోజు ఏనుగు "మిత్రమా! నువ్వెంత మంచిదానివి. భగవంతుడు నీకు ఎంత మంచి బుద్ధి ఇచ్చాడు. అందుకే పక్షిగా పుట్టావు. గాలిలో

హాయిగా ఎక్కడైనా తిరగగలవు. అడవులన్నీ చూడగలవు, సముద్రాలు దాటగలవు ఎంత అదృష్టం!" అని మెచ్చుకుంది మనస్ఫూర్తిగా. దానికి కాకి స్పందిస్తూ

"భలేదానివే! నువ్వు కూడా అదృష్టవంతురాలివే. భగవంతుడు నీకెంతో బలం ఇచ్చాడు. తెలివితేటలు ఇచ్చాడు. నిజం చెప్పాలంటే, నీకున్న శక్తికి నువ్వుకూడా నాలా గాలిలో ఎగరగలవు" అంది.

"నిజమా! ఎలాగా? చెప్పు?" అంది ఏనుగు సంతోషంగా.

"వెరి సింపుల్" అంటూ తన తోకలోని ఒక ఈకను పీకి "ఇది నోట కరచుకుని, నీరెండు చెవుల్ని వేగంతో ఊపితే నువ్వుకూడా ఎగరగలవు" అంది.

"అలాగా సంతోషం" అంటూ ఆ ఈకను నోట గట్టిగా అదిమిపట్టి, చెవులు వేగంగా ఊపటం ప్రారంభించింది. ఆశ్చర్యం! కొంత సేపటికి అది నెమ్మదిగా పైకి లేవటం ప్రారంభించింది. ఏనుగు ఆనందంతో చెవుల్ని ఇంకా వేగంగా ఊపసాగింది. క్షణాల్లో ఏనుగు పైకి ఎగిరి గాలిలో అడవంతా తిరిగింది. ఎక్కడెక్కడ కొబ్బరిచెట్లు ఉన్నాయో, ఎక్కడెక్కడ సెలయేళ్ళు ఉన్నాయో చూసుకుని మళ్ళీ వచ్చి బయలుదేరిన చోటే దిగింది.

"చూశావా! ఇంతకాలం నీ శక్తి నీకే తెలియలేదు, నాకన్నా బాగా ఎగిరావు" అంది కాకి అభినందిస్తూ.

"అంతా నీ దయ" అని కృతజ్ఞతలు చెప్పి "ఇదిగో నీ ఈక తీసుకో" అంటూ ఈకను తిరిగి ఇచ్చింది.

"పిచ్చి ఏనుగా! నువ్వెంత అమాయకురాలివి. ఈ ఈక నాకు పనికి రాదు. నిజం చెప్పాలంటే నీక్కూడా పనికిరాదు. నువ్వు గాలిలో ఎగరటానికి కారణం ఈ ఈక కాదు, నీ చెవులే. ఇదే మాటను నేను ముందే చెప్తే నువ్వు నమ్మవు, నమ్మలేవు. అసలు ప్రయత్నంకూడా చెయ్యవు, అందుకే ఈ ఈకలోనే శక్తి ఉన్నట్లు చెప్పాను. నిజానికి ఆ శక్తి నీదే" అని అసలు విషయం చెప్పింది.

స్వశక్తిమీద నమ్మకంలేనివారికి ప్రేరణ కలిగించి అద్భుతాలు చేయించవచ్చు అని చెప్పటానికి ఆనాడు మన ఋషులు చెప్పిన కథ ఇది. ఈనాడు కొంతమంది తామెన్నో అద్భుతాలు చేయగలిగికూడా, "నేను చెయ్యలేనేమో! నా వల్లకాదేమో? నాకు ఇతరులకున్నంత శక్తిసామర్థ్యాలు లేవు" అనుకుంటూ కాలయాపన చేస్తున్నారు. లేవండి. మీ నిండా ఉత్సాహాన్ని నింపండి. కాకి ఈకల్లాంటి పనికిమాలిన ఆధారాలు,

పనికిరాని మనుష్యుల మీద ఆధారపడటం ఈక్షణంనుంచి మానండి. మీలో ఉన్న శక్తిని తెలుసుకోండి.

Improve yourself - నైపుణ్యం పెంచుకోవాలి

నైపుణ్యం అనంతం. దానికి అంతం లేదు. తవ్వినకొద్దీ వచ్చే గనిలాంటిది. ఎంత నైపుణ్యం పెరిగితే అంత విశ్వాసం పెరుగుతుంది.

ఒక సినిమాకు వెళ్ళాలంటే టికెట్ కొనాలి. సర్కస్ చూడాలంటే టికెట్ కొనాలి. ఇంట్లో టెలీ ఛానెల్స్ చూడాలంటే డిష్ ఉండాలి. ఆరోగ్యం పాడయితే మందులు కొనాలి. కానీ నైపుణ్యం సాధించాలంటే ఏదీ కొనక్కర్లేదు, ఏదీ వాడనక్కర్లేదు. చేస్తున్న పనిని మరింత సమర్థంగా చేస్తే చాలు. చేస్తున్న పనిలో ఎప్పటి కప్పుడు కొత్తదనం చూపించాలి. తక్కువ సమయంలో ఎక్కువ పని చేయగలగాలి. ఆ రకమైన వైఖరి ఉండటం వలననే అడవినుండి ఆహారం ఇంటికి మోసుకెళ్ళే ఆనాటి ఆదిమానవుడు బండిచక్రం కనిపెట్టాడు. ఆ తర్వాత బండి నుండి నేటి కార్లదాకా నైపుణ్యం పెంచుకోవటం వల్లనే సాధ్యమైంది.

అమెరికాలో జె.సి. పెన్నీ అనే వ్యక్తి చాలా ప్రముఖుడు. డిపార్ట్‌మెంట్ మాల్స్‌కి ఆద్యుడులాంటి వ్యక్తి.

అతను ఒక మేనేజ్‌మెంట్ సమావేశంలో మాట్లాడుతూ "నైపుణ్యం అనేది ఇష్టాయిష్టాలను బట్టి ఉంటుంది. నాకు ఒక క్లర్కుని ఇవ్వండి. అతడికి నైపుణ్యం పెంచు కోవాలని కోరిక ఉంటే, అద్భుతంగా తయారుచేసి, స్వంత బిజినెస్ చేసేవాడిని ఇస్తాను. లేదా కేవలం ఉద్యోగం మాత్రమే చేసుకోవటానికి ఇష్టపడే క్లర్కుని ఇస్తే, తిరిగి మీకు వాడినే ఇవ్వగలుగుతాను" అన్నాడు. ఇందులోని అంతరార్థం తెలుసుకుంటే మనం కూడా పెన్నీ అంత ప్రముఖులు కావొచ్చు.

నేను ఎనిమిదవ తరగతి చదువుతున్న రోజుల్లో మా తరగతిలో హాఫ్ ఇయర్లీ లెక్కల పరీక్షలో అందరికీ తక్కువ మార్కులు వచ్చాయి. కారణం కొత్తగా వచ్చిన లెక్కల టీచర్‌కి సబ్జెక్టు తెలుసుకానీ చెప్పటం రాదు. అది కూడా ఒక కళ. హెడ్మాస్టరు ఆయన్ని పిలిచి వార్నింగ్ ఇచ్చారు. సెలవుల్లో ఆయన మేథమేజిక్ (Mathemagic) అనే పుస్తకం చదివాట్ట. ఆ తరువాత ఆయన తీరే మారిపోయింది. ఫైనల్లో మా సెక్షను వాళ్ళకి ఇతర సెక్షన్ల వారికన్నా లెక్కల్లో ఎక్కువ మార్కులు వచ్చాయి. దానికి కారణం ఆయన మాకు గణితం ఎంత గమ్మత్తయిన సబ్జక్టో చెప్తూ కొన్ని మేజిక్కులు

చేసి, ఆపైన పాఠం చెప్పాడు. సహజంగా పిల్లలకు మేజిక్ అంటే ఇష్టం కాబట్టి త్వరగా నేర్చుకోవటం జరిగింది. ఆయన చెప్పిన వాటిల్లో ఒక మేజిక్ చూడండి. ఇక్కడ 5 వృత్తాలున్నాయి. ఒక్కోవృత్తంలో ఏడేసి నంబర్లు ఉన్నాయి. వాటిలో నంబర్లు 1 నుండి 14 దాకా ఉన్నాయి.

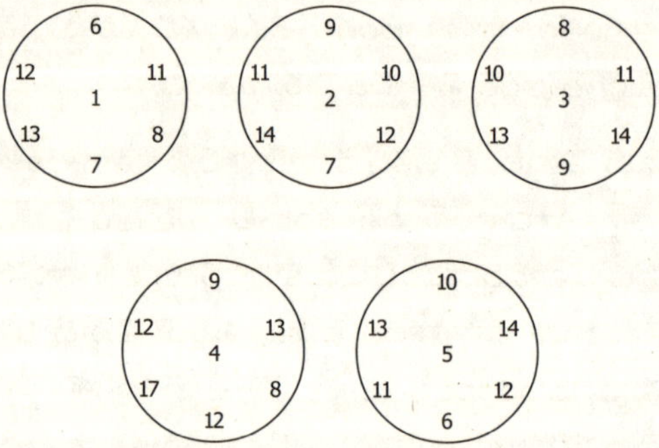

పై విధంగా బ్లాక్‌బోర్డుమీద రాసి, మాలో ఒకరిని పిల్చి ఏదో ఒక నంబరు మనసులోనే తలుచుకుని ఆ నంబరు ఏయే వృత్తాల్లో ఉందో ముట్టుకోమనేవాడు.

అలా ముట్టుకున్న మరుక్షణం ఆ నంబరు చెప్పి మమ్మల్ని ఆశ్చర్య పరిచాడు. తరువాత సీక్రెట్ చెప్తూ ఏయే వృత్తాలు ముట్టుకున్నాడో వాటి మధ్యలోని నంబర్లు మనసులో కూడు కుంటే చాలు. అదే వారు తలుచుకున్న నంబరు.

ఇలాంటి గమ్మత్తులెన్నో చేసి వాటి వెనుకనున్న మర్మం తెలిపి, మాచేత అలాంటి కొత్త కొత్త నంబర్లతో తయారు చేయించేవాడు. ఆ టీచర్ని మేమెవ్వరమూ ఇప్పటికీ మర్చి పోలేదు. నేను మెజీషియన్ అవ్వటానికి కూడా స్ఫూర్తినిచ్చారు.

ఇటువంటి గమ్మత్తులెన్నో నేర్చుకోవాలనుకుంటే నేను రాసిన ఐదు మేజిక్ పుస్తకాలు 1. స్కూలు మేజిక్, 2. స్టూడెంట్ మేజిక్, 3. సైన్సు మేజిక్, 4. సూపర్ మేజిక్ 5. మ్యాథ్స్ మేజిక్ చదవండి. (ప్రచురణ - ఎమెస్కో బుక్స్ - విజయవాడ-520 002)

Focus yourself - ఒకే లక్ష్యంపై దృష్టి సారించండి

మన శక్తినంతా కూడదీసుకుని ఒకే లక్ష్యం మీద ఫోకస్ చేయగలిగితే ఎటువంటి లక్ష్యాన్ని ఐనా చేరుకోవచ్చు. కానీ మధ్యలో అటూ ఇటూ మారటం వలన లక్ష్యం పలుచనైపోతుంది.

1960 ప్రాంతాల్లో రష్యా అమెరికా దేశాలు అంతరిక్ష పరిశోధనల్లో పోటీపడుతుండేవి. అమెరికా కొంత విశ్వాసం ఎక్కువయ్యి పరిశోధనలో పడి ఉండగా, రష్యా స్పుత్నిక్ ప్రయోగించటం, ఆ తరువాత ఒక కుక్క (లైకా)ని అంతరిక్షంలోకి పంపటం కూడా జరిగిపోయింది. ఆ తరువాత మానవుణ్ణికూడా పంపారు.

1968లో అప్పటి దేశాధ్యక్షుడు, అమెరికా శాస్త్రజ్ఞులతో "మీరు" మీ తెలివితేటలన్నీ ఫోకస్ చేసి సంవత్సరంలోగా చంద్రుడి మీదకు మనిషిని పంపి తీరాలి" అని ఆదేశించాడు. ఆ క్షణంలో అందరూ సరేనన్నా, ఆ పని అసాధ్యమని శాస్త్రజ్ఞులకు కూడా తెలుసు.

రాజకీయాల్లో కెన్నడీ ప్రత్యర్థులు ఆ ప్రకటన చూసి నవ్వుకున్నారు. కెన్నడీ మాత్రం తన పట్టు విడవక శాస్త్రజ్ఞుల్లో ఎంతో ప్రేరణ కలిగించారు. దాని ఫలితమే 1969 జూలై 16న, అపోలో 11 అంతరిక్షంలోకి దూసుకుపోయింది. కెన్నెడీ స్పేస్ సెంటర్ నుండి 2, 44, 930 మైళ్ళు నాలుగురోజుల్లో వెళ్ళి నీల్ ఆర్మ్‌స్ట్రాంగ్‌ని చంద్రుడిమీద అడుగుపెట్టేలా చేసింది.

కెన్నెడీ కలిగించిన ప్రేరణ, ఫోకస్ సిద్ధాంతం సైంటిస్టులను కార్యోన్ముఖుల్ని చేసింది. దురదృష్టమేమిటంటే ఆ సంఘటన జరిగే సమయానికి ఆయన లేరు.

ఏ వృత్తిలో ఉన్నవారైనా తమ వృత్తిపై ఫోకస్ రోజురోజుకి పెంచుకోవాలి. అందుకే 'To teach is to learn again" అంటారు అనుభవజ్ఞులు. అది ప్రొఫెషన్ (Profession) కాదు పేషన్ (Passion) కావాలి. అంటే అత్యంత ప్రియమైనది కావాలి.

కార్ల తయారీ పితామహుడు హెన్రీఫోర్డు చదువు గురించి చెప్తూ "ఎప్పుడైతే మనం కొత్త విషయాలు చదవటం లేదా తెలుసుకోవటం మానేశామో, మనం అక్కడే ఆగి పోతాం. అలాగే వృద్ధులైపోతాం. అలా కాకుండా మన వృత్తిపై ఫోకస్ పెంచు కుంటూ, మనసుని మాత్రం ఎప్పుడూ యవ్వనంలోనే ఉంచుకుందాం" అన్నాడు.

Umpire yourself – మీ (ఆట) తీరుని పరిశీలించండి

అబ్రహాం లింకన్ అమెరికా అధ్యక్షుడిగా ఉన్న సమయంలో ఆయన కార్యదర్శి రహస్యంగా మాట్లాడుతూ "సార్! ఫలానా వ్యక్తికి మనం కేబినెట్ హోదా ఇస్తే బావుంటుంది. దయచేసి ఆలోచించండి" అన్నాడు.

"ఛఛ వాడు పనికిరాడు, పైగా వాడి వాలకం నాకు నచ్చదు" అన్నాడు.

"సార్ అతని వాలకం అలా ఉండటానికి దేవుడు కారణం. అతనేం చెయ్యగలడు మీరే చెప్పండి" అన్నాడు.

"40 ఏళ్ళు దాటిన ఏ వ్యక్తి అయినా సరే తన వాలకం, వ్యవహారం, వ్యక్తిత్వం అందరినీ ఆకర్షించేలా చేసుకోకపోతే అతను అసమర్థుడే" అన్నాడు లింకన్ విశ్వాసంతో.

లింకన్ ఉద్దేశ్యంలో వాలకం అంటే అందం, ఒడ్డు, పొడుగూ కాదు. 40 ఏళ్ళకి ఒక వ్యక్తి సంపూర్ణ వ్యక్తిత్వం ఏర్పరచుకోవాలి. పిల్లచేష్టలు ఉండకూడదు. సమాజంలో తన వంతు బాధ్యత నిర్వహించేవిధంగా ప్రవర్తించాలి. అంటే తనలోని లోపాలను తెలుసుకుని వాటిని సరిదిద్దుకోవాలి.

బలహీనతలను బలాలుగా మార్చుకోవాలి. భయాలను, భ్రాంతులను అధిగమించాలి. వ్యక్తిత్వం వికసించాలి. ఆ వ్యక్తిని చూసినవారు, అతనిని అభిమానించాలి, అనుస రించాలి, ఆదరించాలి, ఆదర్శంగా తీసుకోవాలి. అతను మార్గదర్శి కావాలి. ఆవిధంగా విద్యార్థిదశనుండి వైఖరి మార్చుకున్నవారు అద్భుతాలు సాధించగలరు.

ఈ సందర్భంగా మహాత్మా గాంధీ జీవితచరిత్రలోని ఒక సంఘటన ఉపాధ్యాయులందరూ ఆదర్శంగా తీసుకోవాలి.

ఒక తల్లి, తన కొడుకుని గాంధీజీ వద్దకు తీసుకువచ్చి, ఆ అబ్బాయి ఎక్కువగా బెల్లం ముక్కలు తింటున్నాడనీ, ఆ అలవాటు మాన్పించమని కోరింది. ఎందుకంటే ఆరోజుల్లో పిల్లలకీ, పెద్దలకూ గాంధీజీ మాట అంటే అంత గురి ఉండేది. గాంధీజీ అంతా విని, ఒక నెల తరువాత రమ్మనీ, అప్పుడు చెప్తానని చెప్పారు.

నెల తరువాత తల్లి తన కొడుకుని తీసుకువెళ్ళింది. గాంధీజీ ఆ అబ్బాయిని దగ్గర కూర్చోపెట్టుకుని, బెల్లం అతిగా తింటే ఎంత ప్రమాదమో చెప్పారు. దాంతో ఆ అబ్బాయి ఆ క్షణంనుండే మానేస్తానని ప్రమాణం చేశాడు. అది చూసి సంతోషించిన తల్లి "అయ్యా! గాంధీగారు ఈ మాటని మీరు క్రిందటిసారి వచ్చినపుడే చెప్పి ఉండవచ్చుకదా! ఎందుకు చెప్పలేదు" అని అనుమానంగా అడిగింది.

"అప్పుడు ఈ మాట చెప్పే హక్కు నాకు లేదు. ఎందుకంటే అప్పుడు నేను కూడా తింటూండే వాడిని" అన్నారు కూల్‌గా.

మనమంతా ఇది పాటించడం మంచిది. ఎప్పటికప్పుడు మనల్ని మనం అంపైరింగ్ చేసుకోవాలి. నిజాయితీగా మార్పులు చేసుకుంటూ ఉండాలి. అలవాట్ల విషయంలో, వ్యసనాల విషయంలో జాగ్రత్త వహించాలి. ఇతరులకు చెప్పేముందు మనం వాటిని అక్షరాలా పాటిస్తున్నామా? లేదా? అనేది పిల్లలు తెలుసుకోటానికి ఎంతో సమయం అవసరం లేదు.

అంపైరింగ్ విషయంలో, నా సలహా ఒకటి. ఇద్దరుమిత్రులు, ఒకరినొకరు అంపైర్ చేసుకుంటూ సూచనలు ఇచ్చుకుంటే ఫలితం ఇంకా బావుంటుంది.

Love yourself – మిమ్మల్ని మీరు ప్రేమించండి

ఇది అన్నిటికన్నా అతి ముఖ్యమైన సుగుణం.

మిమ్మల్ని మీరు కాక ఎవరు ప్రేమించగలరు?

మిమ్మల్ని మీరే ప్రేమించుకోలేకపోతే ఇతరులు ఎలా ప్రేమించగలరు?

కాబట్టి ఈక్షణంనుండి మీరే మీ ఫ్యాన్‌గా మారిపోండి.

మీరు ఎలా ఉన్నా, కులం, జాతి, మతం, రంగు ఎలా ఉన్నా, మీరే గ్రేట్ అనుకోండి. అలా అనుకుని తమతోపాటు, తమ వారందరిలో ఆత్మవిశ్వాసం నింపిన మహనీయులెందరో ప్రపంచంలో ఉన్నారు.

స్వతహాగా చెవిటివాడైన బితోవెన్ అపారమైన ఆత్మవిశ్వాసంతో అంతర్జాతీయ ఖ్యాతినొందిన సంగీత విద్వాంసుడు. సింఫనీల రారాజుగా పేరు పొందటానికి కారణం తనని తాను ప్రేమించుకోవటం ద్వారా ప్రతిభను పెంచుకున్నాడు.

నల్లవారిని చిన్నచూపు చూస్తున్న తెల్లవారితో స్నేహం కలిపి, సమాజసేవకు చేయూతనందించి, నల్లవారిలో క్రమశిక్షణ, ఐకమత్యం కలిగించి మార్టిన్ లూథర్‌కింగ్ అందర్నీ అన్నద మ్ములుగా మెలిగేలా చేయటానికి కారణం అదే.

తెల్లవారి చెప్పుచేతల్లో ఉంటూ వారి దయాదాక్షిణ్యాలమీద ఆధార పడిన భారతీయుల్లో ప్రేరణ కలిగించి అహింసతో, ప్రేమతో స్వరాజ్యాన్ని సంపాదించడానికి కార్యోన్ముఖుల్ని చేసిన మహాత్మాగాంధీ చేసిన పని అదే.

బాక్సింగ్ పోటీల్లో అందర్నీ చిత్తుచేసి గ్రేటెస్ట్ అనిపించుకున్న మహమ్మద్ ఆలీ రిటైరయ్యాక పార్కిన్‌సన్ వ్యాధితో బాధపడు తుండగా అతని అభిమానులు సానుభూతి

చూపించినపుడు "నాకేం బాధలేదు. ఇన్నాళ్ళు మనుషులతో బాక్సింగ్ చేశాను. ఇపుడు ఈ వ్యాధితో చేస్తాను. నామీద నాకు విశ్వాసం ఉంది. దీంట్లోకూడా నేనే విజేతను" అన్నాడు విశ్వాసంగా. తనని తాను అంత ప్రేమించుకున్నాడు.

అయితే ఈ ప్రేమ అనేదానికి కొన్ని పరిధులు ఉండాలి. ఇటీవల ప్రపంచ సుందరి ఐశ్వర్యారాయ్ తాజ్‌మహల్ సందర్శించినపుడు కొందరు జర్నలిస్టులు "తాజ్‌మహల్ ఎలా ఉంది?" అని ప్రశ్నిస్తే "నాకన్నా అందంగానే ఉంది" అంది.

ఆమె అందంమీద ఎంతో నమ్మకం ఉన్నా అక్కడ ఆ డైలాగ్‌లో ఆమె అహంకారం తొంగిచూసింది. ఈమెను పదేళ్ళ తరువాత ఎవ్వరూ చూడరు. తాజ్‌మహల్ మరో వందేళ్ళ తరువాత కూడా ఇలాగే చూస్తారు.

మైండ్‌సెట్ కూడా మారాలి

ఈ మధ్యకాలంలో తెలుగువారిలో పర్సనాలిటీ డెవలప్‌మెంట్ గురించి తెలుసుకోవాలనే ఆసక్తి పెరిగింది. అనేక గ్రంథాలు వెలువడుతున్నాయి. అవి చదివిన వారు కాలానుగుణంగా మార్పులు చేసుకోవాలి. ఉదాహరణకి గతంలో టైమ్ మేనేజ్‌మెంటు గురించి ప్రతి పనికి కొంత సమయం కేటాయించాలని చెప్పేవారు. తరువాత పని అవసరాన్ని బట్టి, ప్రాముఖ్యతని బట్టి ప్రాధాన్యత నిస్తే చాలన్నారు. ఇపుడు సమయపాలనలో సమయస్ఫూర్తి కూడా ఉంటే విజయం సాధించడంతోపాటు వత్తిడి కూడా తగ్గించుకోవచ్చని మేనేజ్‌మెంట్ గురువులు అంటున్నారు.

సమయస్ఫూర్తి కూడా కావాలి

ఒక నగరానికి కేంద్రమంత్రి వస్తున్నాడని తెలిసి మునిసిపాలిటీ, పోలీసుశాఖలు చురుకుగా ఏర్పాట్లు చేయటం మొదలుపెట్టారట. రోడ్డు మీద ట్రాఫిక్ గీతలకు పెయింట్ వేసే పనిని ఒక కానిస్టేబుల్‌కి అప్పగించాడట ఒక ఆఫీసరు. దాదాపు ఒక కిలోమీటరు పొడవున్న రోడ్డుపై ఆ కానిస్టేబుల్ రాత్రి పదిగంటల నుండి బ్రష్‌తో పెయింట్ వేయడం ప్రారంభించాడు. మొదటి రెండు గంటలకి అర కిలోమీటరు పూర్తి చేసి, తరువాత కొంతసేపు రిలాక్స్ అయ్యాడు. ఈసారి నాలుగు గంటలు చేసినా పావు కిలోమీటరు పూర్తవలేదు. దాంతో ఆఫీసరుకి కోపం వచ్చింది.

“నీకు బుద్ధుందా? లేదా? తెల్లారితే మినిష్టరు వస్తున్నాడు. మొదటి రెండు గంటల పని తరువాత రిలాక్స్ అయితే తరువాత బాగా చేస్తావనుకుంటే ఇలా చేసావేమిటి?” అన్నాడు.

“దానికి కారణం ఉంది సార్! మొదటి అరకిలోమీటరు బ్రష్ చేసినపుడు, పెయింటు డబ్బా దగ్గరిలో ఉండేది. ఆపైన ప్రతిసారి బ్రష్‌ని డబ్బాలో ముంచుకురావడానికి అర కిలోమీటరు పరిగెత్తాల్సి వచ్చింది. అందుకే ఆలస్యమైంది” అన్నాట్ట అమాయకంగా. రెండు పనులకు మధ్య విశ్రాంతి తీసుకోవాలనే సమయపాలన సూత్రం పాటించారు కానీ, పెయింటు డబ్బాని తనతోపాటే తీసుకువెళ్ళవచ్చుననే ఆలోచన రాలేదు.

ఈ కాలం స్టూడెంట్స్ కూడా రాత్రి రెండు గంటలు చదవాలనే కూర్చుని మధ్యలో పదిసార్లు లేస్తారు. మంచినీళ్ళకనీ, టాయ్‌లెట్‌కనీ, డిక్షనరీకనీ, నోట్సుకనీ, చిరుతిళ్ళుకని... ఇలా లేచే బదులు అన్నీ ముందుగానే దగ్గర పెట్టుకుని గంట తరువాత 5 నిమిషాలు విరామం ఇచ్చి ఆ టైములో టాయ్‌లెట్ పనులు చూసుకుని మళ్ళీ గంట చదివితే అద్భుతంగా పనిచేస్తుంది. ఇలా చేస్తే పూర్తి సమయం సద్వినియోగం అవుతుంది. మధ్యలో పదిసార్లు లేస్తే మొత్తం అరగంట కూడా చదవలేం. చదివింది కూడా బుర్రకెక్కదు. దానికి తోడు సినిమా పాటలు కూడా వింటుంటే... ఇంక అంతే సంగతులు. చదువుకునే సమయంలో సాఫ్ట్ మ్యూజిక్ వింటే ఫరవాలేదు.

మెదడుకి పదును

అలాంటిదే మరో సంఘటన. ఒక భూస్వామి తన చెరుకుతోటని కొట్టమని ఒక కూలీకి పురమాయించాడు. రోజుకి వంద రూపాయలు ఇవ్వాలనే ఒప్పందం చేసుకున్నారు. మొదటి రోజు ఆ కూలీ 300 చెరకు గడలు కొట్టాడు. రెండవ రోజు 150, మూడవ రోజు 32 కొట్టాడు. దాంతో భూస్వామికి కోపం వచ్చి "ఏరా! దొంగవేషాలు వేస్తున్నావు? మొదటి రోజు 300 కొట్టి, మూడవరోజుకి 32కి తగ్గావు? నీకు రోజుకి వంద రూపాయలు ఇచ్చేది లేదు పో" అన్నాడు కోపంగా. దానికి కూలీ వణికిపోతూ-

"దొరా నన్ను నమ్మండి. నేనేమీ కావాలని తప్పు చేయలేదు. నిజానికి మొదటిరోజుకన్నా ఈరోజే ఎక్కువ కష్టపడ్డాను. చేతులు చూడండి ఎలా కాయలు కాసాయో" అన్నాడు చేతులు చూపిస్తూ.

"నేను నమ్మను. నువ్వు దొంగవి పో" అన్నాడు భూస్వామి.

అదే సమయంలో అటు వెళ్తూ ఆ సంభాషణ విన్న పూజారి, భూస్వామితో "చూడు నాయనా! నిజంగా ఇందులో అతని తప్పులేదు. అతను చేసిన తప్పల్లా ఒకటే. అతను ఎప్పటికప్పుడు తన కొడవలికి పదును పెట్టలేదు. మొదటి రోజు 300 గడలు నరికే సరికి దాని పదును తగ్గింది. మర్నాడు అతను పదును పెట్టవలసి ఉంది. అలాకాకుండా అదే కొడవలితో పనిచేయటంవల్ల పదును లేక పనితనం దెబ్బతిని ఇలా చేసాడు" అని చెప్పాడు.

కొన్ని కంపెనీల్లో పనులు పూర్తి చేయడానికి కొంతకాలం నిర్ణయిస్తారు. అయితే దాంతో పని పూర్తవుతుందనుకుంటే పొరపాటు పడినట్లే. ఎప్పటికప్పుడు తమ సిబ్బంది

మెదడుకి పదునుపెట్టే ప్రయత్నాలు చేస్తూ అవసరమైన శిక్షణ ఇప్పిస్తూ, అన్నీ అందుబాటులో ఉంచగలిగితే అనుకున్న సమయానికి పనికావొచ్చు. కాబట్టి సమయపాలనలో సమయం సందర్భాన్ని బట్టి మైండ్ సెట్ మార్చుకోవాల్సి ఉంటుందనే విషయం మర్చిపోకూడదు. అటువంటి శిక్షణ నిచ్చే నిష్ణాతులు ఇపుడు మనదేశంలో ఎందరో వున్నారు.

టేలర్ సూత్రం

తమ పనిలో శిక్షణ పొందటంతో పాటు పనిని అతి తక్కువ శ్రమతో, ఎక్కువ లాభంతో చేసుకోవాలంటే వారు ఎవరికివారు ప్లాను చేసుకోవాలి. ఇది కూడా సమయపాలనలో అంతర్భాగమే. నాకు తెలిసిన మిత్రుడు ముత్యాల వ్యాపారం చేస్తున్నాడు. అతని ఇల్లు బాలానగర్, వ్యాపారం నాంపల్లిలో ఉన్నాయి. మధ్య దూరం దాదాపు పది మైళ్ళు. అతను ముత్యాలు కొనడానికి రోజూ చార్మినార్ వెళ్ళాలి. అంటే నాంపల్లి వచ్చి డబ్బు తీసుకుని వెళ్ళాలి. అదొక నాలుగయిదు మైళ్ళు. రోజూ తిరుగుడికి రెండు గంటలు, పెట్రోలుకి ఏభై రూపాయలు అయ్యేవి. పైగా ఎంతో అలిసిపోయి, షాపులో ఎక్కువ సేపు కూర్చోలేక పోయేవాడు.

ఒకసారి నాతో అదే విషయం చెప్పినపుడు నేను "బాలానగర్ వదిలి నాంపల్లి, చార్మినార్ల మధ్యలో ఇల్లు తీసుకోమని" సలహా ఇచ్చాను. "నిజమే! ఈ ఆలోచన నాకెందుకు రాలేదు? బాలానగర్ ఇల్లు కూడా అద్దెకు తీసుకున్నదే, అదేదో మీరు చెప్పినట్లు తీసుకుంటే, సమయం, పెట్రోలు, ఆరోగ్యం అన్నీ కలిసొస్తాయి కదా" అన్నాడు. తరువాత అదే చేసాడు.

ఈ విషయం చెప్పడానికి కారణమేమంటే, మనం కూడా కొన్ని సందర్భాల్లో కొన్ని పనులకు మనకు తెలియకుండానే అతిగా శ్రమపడుతూ ఉంటాం. ఒకసారి తీరిగ్గా ఆలోచిస్తే అటువంటి శ్రమలు తగ్గించుకోవచ్చు. టేలర్ అనే ఒక పారిశ్రామికవేత్త ఒకసారి అటువంటి పనిచేసి ఒక చక్కని సూత్రం కనుగొన్నాడు. దానివల్ల సమయం, శ్రమ, ఆదాయం ఆదా చేసుకోవచ్చని నిరూపించాడు. అది పారిశ్రామికవేత్తల పాలిట వరం అయింది.

నిజానికి అది ఒక గొప్ప సూత్రం కాదు, వివేకమైన ఆలోచన మాత్రమే. అతని ఫ్యాక్టరీగేటు దాటి, లోపలకి వెళ్ళగానే మొదటి షెడ్డులో కర్మాగారం, ఆ వెనుక రెండో షెడ్డులో ముడిసరుకులు ఉండే స్టోరు, ఇంకా లోపలికి పోతే గోడవును ఉండేది. దాంట్లో పూర్తిగా తయారయిన ప్రొడక్టులు ఉండేవి. ఆ ప్రొడక్టులను తీసుకోడానికి

కస్టమర్లు, లారీలు లోపలి దాకా వచ్చేవి. లారీల దుమ్ము, ధ్వనికాలుష్యం, ఇటు ముడి సరుకులకు, అటు కార్మికులకు ఇబ్బంది కలిగించేవి. అపుడు టేలర్ ఆలోచించి, గేటు పక్కనే గోడవును కడితే, కాలుష్యం తగ్గడంతో పాటు లారీలు అటునుండి అటే వెళ్ళవచ్చు. దానివల్ల ఇంధనం కూడా ఆదా అవుతుందని అనుకుని అమలు పరిచాడు. అది ఆ రోజుల్లో ఒక అద్భుతమైన ఆలోచనగా అందరూ అతన్ని పొగిడారు. ఆనాటి పారిశ్రామిక విప్లవానికి ఇది కూడా దోహదపడింది.

మీరు విద్యార్థి కావొచ్చు, ఇల్లాలు కావొచ్చు, ఉద్యోగి కావొచ్చు లేదా వ్యాపారి కావొచ్చు. ఏదైనా ఈనాటి నుండి మీరు చేస్తున్న పనుల్లో ఎంత సమయం వృథా చేస్తున్నారో గుర్తించండి. మీ పనుల్ని ఒక ప్లాను ప్రకారం చేయండి. సమయం, ఆదాయం, ఆరోగ్యం కాపాడుకుంటే శ్రమ, అలసటలకు వీడ్కోలు పలికి ప్రతిక్షణం ప్రశాంతంగా ఉండవచ్చు.

తరాలు - అంతరాలు

నా చిన్నప్పుడు మా ఇంట్లో ఒక పెద్ద రేడియో ఉండేది. ఇంట్లో ఆరుగురు పిల్లలుండేవాళ్ళం. ఆ రేడియో మా అక్కయ్య ఆపరేట్ చేసేది. రేడియో పొద్దున్నే పెట్టడం భక్తిరంజని, వార్తలు అయిపోగానే ఆవిడే ఆపేయడం చేసేది. మిగతావారంతా రేడియో ముట్టుకోడానికి వీల్లేదని మా నాన్నగారు చెప్పడంతో అంతా అక్కయ్యే చేసేది. నిజానికి అది పెద్ద పనేంకాదు. ఆన్ చెయ్యడం, ఆఫ్ చెయ్యడం మూడేళ్ళ ఆఖరి తమ్ముడు కూడా చేయగలడు. కానీ భయంతో ముట్టుకునే వాళ్ళం కాదు. ఇది పాత కథ. ఈ మధ్య మా ఇంట్లో టీవీకి ఏదో రిపేరు వస్తే నేను మాన్యువల్ చూసి అడ్జస్ట్‌మెంట్ చేయబోతూండగా, మా అబ్బాయి పరిగెత్తుకొచ్చి "డాడీ... డాడీ... అది ముట్టుకోకండి. ఏదైనా ఉంటే నాకు చెప్పండి" అన్నాడు. "ఏం? ఎందుకు?" అని అడిగాను. "దాని సంగతి మీ పెద్దాళ్ళకు తెలీదు చూసుకుంటాగా" అన్నాడు.

ఎంత అన్యాయం? అప్పుడు చిన్నపిల్లలుగా ఉన్నప్పుడు రేడియో ముట్టుకోనివ్వలేదు. ఇప్పుడు ఇంత పెద్దయ్యాక, ఇంత చదువుకున్నాక కూడా టీవీ ముట్టుకోనివ్వడం లేదు పిల్లలు. ఈ తరం తల్లిదండ్రులందరికీ ఇదే బాధ. చిన్నప్పుడు మా తల్లిదండ్రులకు అన్ని విషయాల్లో ఎంత భయపడేవాళ్ళమో ఇప్పుడు పెద్దయ్యాక కూడా పిల్లలకు అన్ని విషయాల్లో భయపడాల్సివస్తుంది. లేకపోతే ఏ అఘాయిత్యం చేస్తారోననే భయం కూడా ఉంది. ఆ భయాన్ని అలుసుగా తీసుకుని ఎమోషనల్ "బ్లాక్ మెయిలింగ్" చేస్తున్న ప్రబుద్ధులు కూడా ఉన్నారు.

ప్రతిభావంతులు పాటించే సప్తపది

మనిషి మారాలంటే కోవే 7 సద్గుణాలు సూచించాడు. అవి చదివి పాటించినవారు కొత్త జీవితం అనుభవించగలరని అనేక ఉదాహరణలతో రాశాడు.

అవి ఇలా ఉంటాయి.

1. PROACTIVE
   (పని ప్రారంభించండి)

2. BEGIN WITH THE END
   (ప్రారంభంలో ఫలితం ఊహించండి)

3. FIRST THINGS FIRST
   (ప్రధమానికే ప్రాధాన్యత)

4. THINK WIN / WIN
   (గెలుపు గెలుపు)

5. SEEK FIRST TO UNDERSTAND
   THEN TO BE UNDERSTOOD
   (పరస్పర అవగాహన)

6. SYNERGIZE
   (ప్రజ్ఞల సమీకరణ)

7. SHARPEN THE SAW
   (ప్రతినిత్యం పదును)

1. పని ప్రారంభించండి (PROACTIVE)

సహజంగా మానవుడు పని చేయడానికి ముందు ఆలోచిస్తాడు. మంచిదే, ఆ ఆలోచన ఎక్కువయితే పని చేయడానికి సందేహిస్తాడు. విజయం సాధించగలనా?

లేదా? అనే మీమాంసలో పడి పోతాడు. ఈలోగా వెనుకనున్న వారు రంగప్రవేశం చేసి అది సాధించి చక్కా పోతారు. అందుచేత కోవే మొదటి గుణం 'పని ప్రారంభించండి' అంటాడు. ప్రోయాక్టివ్ అంటాడు అంటే రంగప్రవేశం చేయండి, మీనమేషాలు లెక్కిస్తూ కూర్చోవద్దు. కానీ చాలా మంది రియాక్టివ్ (REACTIVE) గా ఉంటారు. అంటే ప్రతికూలంగా స్పందిస్తారు. ఉదాహరణకు సోమరిగా ఉండే వ్యక్తికి బాగా పని చేయమని చెప్పినప్పుడు "నేను చెయ్యను, నేను ఇంతే" అని మొండి కేసి కూర్చుంటాడు. ప్రోయాక్టివ్ వారు "ఓకే నేను మారే ప్రయత్నం చేస్తాను" అని ప్రారంభిస్తారు. అదే విధంగా "ఇంతకన్నా వేరే మార్గం లేదు" అని రియాక్టివ్ వారు అంటే "ఆలోచిస్తే అనేక మార్గాలున్నాయి" అంటారు ప్రొయాక్షివ్ వారు. వీరు చొరవచేసి పనిలో దూకి బాధ్యతతో ఆ పని పూర్తి చేసి తీరుతారు.

మనం 21వ శతాబ్దంలో ఉన్నాం. మనలోని లోపాలను తెలుసుకుని, సరిదిద్దుకుని, మనల్ని మనం ప్రేరణ కలిగించుకోవలసిన సమయం ఇది. "నా వల్ల కాదు" "నేను చెయ్యలేను" "ఇది అసాధ్యం" అనే రియాక్టివ్ ఆలోచనల నుండి "నేను ప్రయత్నం చేస్తాను" "నేను చెయ్యగలను" "ఈ ప్రపంచంలో అసాధ్యమనేది లేదు" అని ప్రొయాక్టివ్ ఆలోచనలతో ముందుకు సాగుదాం.

2. ప్రారంభంలోనే ఫలితం ఊహించండి

(BEGIN WITH THE END)

ఇది విజయం సాధించాలనుకునేవారికి అద్భుతమైన చిట్కా. మనం మొదలుపెట్టే పని చివరికి ఎలా రూపుదిద్దుకుంటుందో ముందుగా ఊహించుకోగలిగితే, అవసరమైన మార్పులు, చేర్పులు ముందు చేసుకోవచ్చు అంటారు కోవే. వడ్రంగి తాను కొయ్యబోయే చెక్కను రెండుసార్లు కొలిచి ఒక్కసారి కోస్తాడు (Measure twice, cut once) కాబట్టి మనం కూడా ఆ రూలు పాటిస్తే గమ్యాన్ని చేరుకోవచ్చు.

మీరు ఒక కొత్త ఉద్యోగంలో చేరే ముందు, లేదా ఒక కొత్త ఆఫీసుకి ట్రాన్స్‌ఫర్ అయినపుడు, అక్కడ కొన్నాళ్ళు పనిచేసిన తరువాత, మరో ఊరుకి ట్రాన్స్‌ఫర్ అయిందను కోండి. మీకు ఇచ్చే ఫేర్‌వెల్ సభలో సభికులు ఎలా ప్రసంగించా లనుకుంటారో ఊహించుకోవాలి. అక్కడి ఉద్యోగులందరూ మిమ్మల్ని ప్రశంసిస్తూ పూలదండలతో ముంచెత్తాలా? లేదా మీకు ట్రాన్స్‌ఫర్ అయినందుకు పండుగ చేసుకోడానికి బయటకు పోయారా? ఊహించుకోవాలి. ప్రశంసించాలంటే మీరు మీ

ప్రవర్తనలో, వైఖరిలో తగిన మార్పులు, చేర్పులు చేసుకుని రంగంలోకి దూకాలి. ఇది ఉద్యోగులకే కాదు, అత్తవారింటికి వెళ్ళే అమ్మాయి, కొత్తగా కాలేజీలో చేరే స్టూడెంట్స్‌కి కూడా ఇది మంచి ఎక్సర్‌సైజు. అలాగే మన తరువాత తరం మన గురించి ఏం చెప్పుకోవాలో కూడా ఆలోచించమంటాడు కోవే. అందుకే ముందుగానే ఆలోచించి నలుగురు మెచ్చే పనులు చేయడం మనందరికీ మంచిది.

3. ప్రథమానికే ప్రాథాన్యత

(FIRST THINGS FIRST)

ఇది టైమ్ మేనేజిమెంటుకి సంబంధించిన చిట్కా. మనకెన్నో పనులుంటాయి. వాటిల్లో ముఖ్యమైన పనులను ముందుచేయాలనేది ఇందులోని సారాంశం. మనకున్న ఇరవై నాలుగు గంటల్లో 16 నుండి 18 గంటలు మనం రకరకాల పనులు చేస్తున్నాం. అందులో ముఖ్యమైనవి ఏవి? అవసరమైనవేవి? అనేది జాగ్రత్తలో ఆలోచించిచేస్తే విజయం సాధించవచ్చు. మీరైనా, నేనైనా, అమెరికా అధ్యక్షుడైనా, మన ప్రధాని అయినా, ఎవరికైనా ఉండేది 24 గంటలే. వాళ్ళు చేయగలిగినపుడు మనం ఎందుకు చెయ్యలేమని ప్రశ్నించుకోవాలి. దానికి కోవే మన పనులను 4 భాగాలుగా విభజించాలని అంటాడు.

1. అర్జంటు (Urgent) & ముఖ్యం (Important)
2. అర్జంటు కాదు (Not Urgent) & ముఖ్యం (Important)
3. అర్జంటు (Urgent) & ముఖ్యమైనవి కావు(Not Important)
4. అర్జంటుకాదు (Not Urgent) & ముఖ్యమైనవి కావు(Not Important)

	అర్జంటు	అర్జంటుకాదు
ముఖ్యం	1. ఆఫీసు చదువు ప్రమాదాలు అనారోగ్యం డెడ్‌లైన్స్	2. ఆరోగ్యం కాపాడుకోవడం ప్రణాళికలు వేయటం పబ్లిక్ రిలేషన్స్ కుటుంబంతో గడపటం ఏరోజు పని ఆ రోజు చేయటం
ముఖ్యం కాదు	3. మీటింగులు కొత్త స్కిల్స్ నేర్చుకోవడం పరిచయాలు జనరల్ నాలెడ్జి	4. టీవీలు సినిమాలు పనికిరాని కబుర్లు ఫోన్లో కబుర్లు

ఆఫీసుకి వెళ్ళడం, కాలేజికీ వెళ్ళడం ప్రమాదాలు, తీవ్ర అనారోగ్యం మొదటి కోవలోకి వస్తాయి.

ఆరోగ్యం కాపాడుకోవటం, పబ్లిక్ రిలేషన్స్, ప్లానింగ్ వగైరా రెండవకోవలోకి వస్తాయి.

ఫ్రెండ్స్‌ని బర్తడేకి గ్రీట్ చెయ్యడం, మీటింగులు, ఫోన్‌కాల్స్, మూడవకోవలోకి వస్తాయి.

ఇక చివరిగా అర్జంటు కాదు, ముఖ్యమైనవి కానివి ఏమిటో ఊహించే ఉంటారు. టీవీలు సినిమాలు, పనికిరాని కబుర్లు, తిరుగుళ్ళు అందులోకి వస్తాయి. కానీ చాలామంది వాటిని మొదటి కోవలోకి పెట్టడం వల్లనే చిక్కువస్తుంది.

4. గెలుపు గెలుపు (WIN/WIN)

మనుషుల మధ్య పరస్పరం సంబంధాలు పెంచు కోటానికి ఇది మంచి పద్ధతి. సహజంగా సంబంధాలు నాలుగు రకాలుగా ఉంటాయంటారు కోవే.

1. గెలుపు-ఓటమి : భార్యాభర్తల మధ్య సమస్యలు వచ్చాయనుకోండి. భర్తది పై చెయ్యి అయినపుడు అతను గెలుస్తాడు ఆవిడ ఓడిపోతుంది. సహజంగా పెళ్ళయిన మొదటి సంవత్సరం ఇలా ఉండవచ్చు

2. ఓటమి-గెలుపు : ఓడిపోయిన వారు ఊరుకోరు కదా రెండవ సంవత్సరం ఆవిడది పై చేయి అవుతుంది. భర్త ఓటమి పొందుతాడు ఆమెది గెలుపవుతుంది. అది భర్తలో అవమానభారాన్ని పెంచుతుంది. దానికితోడు అతని కుటుంబ సభ్యులు కూడా రెచ్చగొట్టడం జరుగుతుంది.

3. ఓటమి-ఓటమి : ఈసారి భర్త తిరగ బడతాడు. ఫలితం ఇద్దరూ ఓడిపోయి విడాకుల వరకు వెళ్తారు. అమెరికాలోని ఒక విడాకుల కేసులో జడ్జి భర్తని ఆస్తి అంతా అమ్మి భార్యకు సగం ఇవ్వమన్నారు. భర్త తన కారు, ఆస్తులు అన్నీ కలిపి 50 డాలర్లకు అమ్మి భార్యకు సగం అంటే 25 డాలర్లు ఇచ్చాడు. దాని వలన ఇద్దరూ నష్టపోయారు. కాని వారి మొండి వైఖరి అంతే.

4. గెలుపు-గెలుపు : ప్రశాంత జీవితం గడపాలంటే ఇది సరైన పద్ధతి. ఒకరినొకరు అర్థం చేసుకోవాలి. ఒకరినొకరు ఆదుకోవాలి. భార్యాభర్తలిద్దరు సర్దుకు పోగలిగితే, వారిపిల్లలు చదువుల్లో, ఆటపాటల్లో అభివృద్ధి సాధించగలుగుతారు. దానివలన ఇద్దరికీ లాభం చేకూరుతుంది. ఇల్లు, వ్యాపారం, ఉద్యోగం ఎక్కడున్నా ఈ సిద్ధాంతం విజయానికి దారి తీస్తుందనటంలో సందేహం లేదు. అంటే గెలుపు నాది..గెలుపు నీది. చివరకు గెలుపు మనది, మనందరిది అవుతుంది.

5. పరస్పర అవగాహన (SEEK FIRST TO UNDERSTAND)

ఈ గుణం లోని ముఖ్యమైన విషయం ఎదుటి వారిని అర్థం చేసుకోవాలి. ఆ పైన వారు మిమ్మల్ని అర్థంచేసుకునేలా ప్రవర్తించాలి. ఇది కొంచెం ఇబ్బంది కరమైనదే. సహజంగా కొంతమంది ఎదుటివారిని అర్థంచేసుకోకుండా తమ చరిత్ర చెప్పి విసిగిస్తూంటారు. దీనికి చక్కని ఉదాహరణ కీర్తిశేషులు జంధ్యాలగారు దర్శకత్వం వహించిన 'అహ నా పెళ్ళంట' చిత్రంలో నూతన్ ప్రసాద్ కేరక్టర్. కనపడిన ప్రతివారికీ తన "ఆటోబయోగ్రఫీ" చెప్పి మనశ్శాంతి లేకుండా చేస్తుంటాడు. అలా కాకుండా మనం ఎదుటి వారిని అర్థం చేసుకునే ప్రయత్నం చేయాలి. దానికి వారి మాటలను వినాలి. ఆ పైన మీరు చెప్పాలి. "శ్రోత కాని వాడు వక్త కాలేడు" అని పెద్దలు అందుకే అంటారు.

మీరు ఆఫీసులో బాస్ కావొచ్చు, ఇంట్లో భర్త, లేదా భార్యకావొచ్చు, ఇతరులు చెప్పినది వినండి, వారు చెప్పినది వినకుండా, మీరు చెప్పదలుచుకున్నది నాన్‌స్టాప్‌గా చెప్తే మీ మధ్య సంబంధ బాంధవ్యాలు దెబ్బతినే ప్రమాదంఉంది.

ఒకసారి ఢిల్లీలో ఒక తల్లి తన కొడుకుని స్కూలుకి పంపే ప్రయత్నంలో యూనిఫాం వేసి బూట్లు తొడిగి, బూటుతాళ్ళు బిగించింది. ఆ అబ్బాయి గట్టిగా అరిచాడు. బూట్లు తీసేయమన్నాడు వాడు స్కూలు ఎగ్గొట్టే డ్రామా ఆడుతున్నాడని, తిట్టి, కొట్టి బలవంతంగా రిక్షాలో కూర్చోపెట్టింది సగం దారిలో ఆ అబ్బాయి సృహ తప్పగా చూస్తే బూటులో ఉన్న ఒక తేలు అతన్ని కుట్టి కుట్టి చచ్చిపోయింది. ఆ అబ్బాయి మాట వినుంటే ఆ ప్రమాదం తప్పేది. సమయానికి సరైన చికిత్స అందక ఆ అబ్బాయి కూడా మరణించాడు.

6. ప్రజ్ఞల సమీకరణ (SYNERGISE)

ఇది చాలాముఖ్యమైనది. ఇంతకు ముందున్న ఐదు సూత్రాలను సమీకరించి ప్రవర్తించడం ఇందులోని విశేషం. ఎవరైనా విజయం సాధించాలంటే తమలో ఉన్న ప్రజ్ఞకు ఇతరుల ప్రజ్ఞను జతకలిపి చివరకు ఒక అద్భుత విజయాన్ని సాధించవచ్చు. ఉదాహరణకు ఒక అడవిలో కొన్ని ఆవులుండేవి. ఒక పెద్దపులి వచ్చి వాటిలో రోజూ ఒక దాన్ని చంపి తినేది. ఒకరోజు ఆవులన్నీ కలిసి, ఐకమత్యంగా ఉండాలని నిర్ణయించుకున్నాయి. పెద్ద పులి రాగానే ఒక్కసారిగా దానిమీద పడ్డాయి. దాంతో పులి తోక ముడిచి పారిపోయింది.

అదే విధంగా ఒక పుల్లను విరవమంటే పిల్లవాడు కూడా విరిచేయగలడు. కానీ పుల్లలకట్టగా చేసి విరవమంటే ఎంత బలవంతుడైనా విరచలేడు. దీనినే కోవే 1+1=3 అంటాడు. అంటే రెండు శక్తులు కలిస్తే మూడవ శక్తి వచ్చి చేరుతుంది. ఉదాహరణకు వంకాయలు పచ్చివి తినడం ఎవరి తరంకాదు. అలాగే వట్టికారం ఎవరు తినరు, వట్టి ఉప్పు ఎవరూ తినరు. ఈ మూడు కలిపి వండితే అద్భుతమైన వంకాయ కారంపెట్టిన కూర తయారవుతుంది. భార్యా భర్త కలిసి, పిల్లలను కనడం కూడా ఈ కోవలోకే వస్తుంది.

మీ ఆఫీసు, లేదా కుటుంబంలోని వ్యక్తుల్లో రకరకాల ప్రజ్ఞలుండవచ్చు. వాటిని సమీకరించి, ఐకమత్యంతో ఒకరికొకరు సహకరించుకుంటూ, ఒక అద్భుతకార్యం చేసి చూడవచ్చు. దీనికి అవసరమైన వనరులు మొదట తెలిపిన 5 సూత్రాల్లో ఉన్నాయి. చేతి ఐదువేళ్ళు కలిపితేనే పిడికిలి బిగించవచ్చుననే సత్యం కూడా గ్రహించాలి.

7. ప్రతినిత్యం పదును (SHARPEN THE SAW):

ఇది చివరిదైనా అతి ముఖ్యమైనది. జీవితంలో ఇంతకు ముందు చెప్పిన ఆరు సద్గుణాలు పాటించి విజయం సాధించిన తరువాత పని పూర్తయిందని అనుకోవచ్చు. వాటిని ఎప్పటికప్పుడు పదును పెట్టుకుంటూ ఉండాలి. లేదంటే పరిస్థితి మళ్ళీ మొదటికి రావడం ఖాయం. తోటలో చెట్లు కొట్టాలన్నా, ప్రతిసారి గొడ్డలికి పదునుపెట్టి తీరాల్సిందే.

మీరు ఏ పనిచేస్తున్నా పోటీ ప్రపంచంలో నిలబడాలంటే ప్రతినిత్యం మీ తెలివిని పదును పెట్టుకోవలసిన అవసరం ఉందని మర్చిపోకండి. కొత్త కొత్త విద్యలను నేర్చుకోవాలి. మీ స్థానాన్ని పదిలం చేసుకోవాలి. అంతేకాని ఉన్నదానితో సరిపుచ్చుకుందామంటే ఉన్నది కూడా ఊడే ప్రమాదం ఉంది. ఉదాహరణకు ప్రభుత్వ

ఉద్యోగం వస్తే సరిపోదు. వచ్చినవారు అది నిలబెట్టుకోవాలంటే ప్రస్తుతం హైటెక్ పద్ధతులు నేర్చుకోవాలి. కంప్యూటర్ నేర్చుకోవాలి. పవర్‌పాయింటు ప్రెజెంటేషన్ ఇచ్చి తీరాలని ఇపుడు ప్రభుత్వం చెప్తుంది. అవి నేర్చుకోవాలి.

ఇదే విషయాన్ని వేమన అందంగా ఎలా చెప్పాడో చూడండి.

అనగననగ రాగమతిశయిల్లుచునుండు
తినగ తినగ వేము తియ్యనుండు
సాధనమున పనులు సమకూరు ధరలోన
విశ్వదాభిరామ వినురవేమ

పై ఏడు సద్గుణాల్లో 1,2,3 వ్యక్తిగత విజయానికి తోడ్పడుతాయి. అవి తరువాత సద్గుణాలకు స్ఫూర్తినిస్తాయి. విజయానికి దారి చూపుతాయి.

4,5,6 సద్గుణాల భాగస్వామ్య విజయానికి దోహద పడతాయి. మొదటి మూడు సాధిస్తేనే కాని 4,5,6లు సాధించకూడదని రూలేమీ లేదు.

ఇక చివరగా ఏడవది, ప్రతి నిత్యం సాధన చేసినందువలన, అంతవరకు సాధించిన విజయాలను పునశ్చరణ చేసుకొనే అవకాశం ఉంది. అంటే ఏడవ సూత్రం మనల్ని ప్రతిక్షణం ప్రశాంతంగా ఉంచి నిత్య సంతోషాన్ని ప్రసాదిస్తుంది. మనం కోరుకున్న మార్పు లభిస్తుంది.

మనలో మార్పు రావడానికి కొన్ని రక్షణ తంత్రాలనబడే డిఫెన్స్ మెకానిజంలు అవసరం కావొచ్చు అవి ఎలా ఉంటాయో చూడండి.

మాటే మంత్రం

మనసులో మెదిలిన భావాలు "మాటలు"గా బయటకు వస్తాయి. ఆ మాటలే "రాతలు" అవుతాయి. ఆపైన "చేతలు" అవుతాయి. మనసులో మెదిలే భావాలకు తగిన శిక్షణ ఇవ్వగలిగితే ప్రతీవ్యక్తీ గొప్ప వక్త కాగలడు. నలుగురి అభిమానం పొందగలడు. అది కష్టమైన పనికాదు. దానికి కావలసిందల్లా తన భావాలను, వాస్తవాలతో సరిచూసుకుని, విశ్లేషించుకుంటే చాలు. దీనికి కొంచెం సమయం ఎవరికి వారే కేటాయించుకోవాలి. ఆవిధంగా చేసిననాడు తనని తాను అభివృద్ధి పరచుకుంటూ ఎదుటివారికి కూడా సహాయం చేయగలుగుతాడు. దీనికి కొన్ని ఉదాహరణలు చూడండి.

పనిచెయ్యటంలో ప్రశాంతత

ఒక దర్జీకి కుటుంబ సమస్యలు, ఆర్థిక ఇబ్బందులు అధికం కావటంతో ఆత్మహత్య చేసుకుందామనుకున్నాడు. ప్రయత్నం చేసి విఫలమయ్యాడు. ఆ తరువాత అతను డిప్రెషన్‌లోకి పోయాడు. మతి స్థిమితం తప్పింది. తనెవరో మర్చిపోయాడు. అది మర్చిపోవటంతో చిత్రమైన ఆనందాన్ని అనుభవించసాగాడు. "నేను దేవుణ్ణి" అని అనేవాడు, దాంతో ఇంట్లో వాళ్ళు పిచ్చాసుపత్రిలో వేశారు. అక్కడా అదే తంతు, డాక్టర్లు, నర్సులు ఎంత చెప్పినా వినేవాడు కాదు. నేను దేవుణ్ణి, నాకు ప్రసాదాలు పెట్టండి, హారతులివ్వండి అనేవాడు. వాళ్ళందరూ చెప్పి, చెప్పి విసుగెత్తిపోయారు. అతని అల్లరి భరించలేక మత్తు మాత్రలు మింగించి, పడుకోపెట్టేవారు. ఆ సమయంలో ఒక నర్సు అతనిని బాగుచేయాలని నిర్ణయించుకుంది. అతను తిరిగి తన దర్జీ పని చేసుకుని కుటుంబాన్ని పోషించాలంటే "చక్కని మాటలే చిట్కా" అని భావించింది. దానికో ప్లాన్ వేసింది.

మర్నాడే పళ్ళు, పువ్వులు తీసుకుని అతని బెడ్ వద్దకు వెళ్ళింది. "నువ్వు దేవుడివి ఈ మూర్ఖులంతా నిన్ను గుర్తించటం లేదు" అంటూ ప్రసాదం ఇచ్చి గణగణమని గంట మ్రోగించింది. దాంతో అతడు సంతోషంతో ఊగిపోతూ "సంతోషం నువ్వయినా గ్రహించావు. నీకేం కావాలో కోరుకో" అన్నాడు.

"దేవా! నీలాంటి దేవుళ్ళకు రాని విద్య అంటూ ఏదీ ఉండదట నిజమేనా?" అని అడిగింది.

"అవును నిజమే మాకు అన్ని విద్యలు తెలుసు" అన్నాడు గర్వంగా.

"దేవా! మన ఆసుపత్రిలో చాలా దుప్పట్లు చిరిగిపోయి ఉన్నాయి. తలగడ, గలేబులు కొత్తవి కుట్టాలి. మీ అద్భుత శక్తితో ఆ పని పూర్తి చెయ్యాలి. పక్క గదిలో కుట్టుమిషన్ ఉంది. మీరు దయచేసి ఈ చిన్న పనిచేయాలి" అంది వినయంగా.

"అదెంతపని?" అంటూ పని ప్రారంభించాడు. వారం రోజుల్లో అన్నీ కుట్టాడు. ఆపైన రోగుల బట్టలు, ఆసుపత్రిలో కర్టెన్లు అన్నీ కుట్టడం ప్రారంభించాడు. కొంత కాలానికి, అందరి పరిచయాలు, పొగడ్తలు అతన్ని మార్చాయి. తనెవరో తెలుసుకున్నాడు. పూర్తిగా నార్మల్ అయ్యాక డిశ్చార్జి అయ్యాడు. తన ఆలోచనా విధానం మార్చుకున్నాడు. ప్రశాంత జీవితం గడిపాడు.

మేధావులంతా పల్లెల్లో పెరిగినవారే!

ఎమ్సెట్ పరీక్షకు వెళ్తున్న ఒక అబ్బాయి వచ్చాడు. అతను తెలుగు మీడియంలో చదువుకున్నాడు. అదీ ఒక పల్లెటూరిలో, పైగా ఏజన్సీ ప్రాంతం. తాను పట్నం పిల్లలంత తెలివైన వాడిని కాననీ, తను రైలు చూడలేదనీ, ఫోనులో మాట్లాడలేదనీ, స్కూటరు ఎక్కలేదనీ, ఇంగ్లీషు మాట్లాడలేననీ, చివరకు టెలివిజన్ కూడా ముట్టుకోలేదనీ, తనలాంటి వాళ్ళకు ఎమ్సెట్లో ర్యాంకు రాదని, పరీక్షకు వెళ్ళటం వ్యర్థం అని చెప్పాడు. తల్లిదండ్రులు అతనిని ఎలాగైనా పరీక్షకు సిద్ధపడేలా ప్రోత్సహించమని, స్కూలు టీచర్లు అతను తెలివైన వాడని చాలాసార్లు అన్నారని కళ్ళనీళ్ళతో చెప్పారు. నేను ఆ అబ్బాయితో మాట్లాడాను.

"నీకు తప్పక ర్యాంకువస్తుంది. ఎందుకంటే నీకు టీవీ, స్కూటర్, ఫోన్లు లేవు. అవి ఏకాగ్రతను దెబ్బతీస్తాయి. పట్నం వాళ్ళకన్నా నువ్వెంతో అదృష్టవంతుడివి. వాళ్ళని ఇవన్నీ తప్పుదారి పట్టిస్తాయి. నీకాసమస్య లేదు. పరీక్ష రాయి" అన్నాను. అతనికి 71వ ర్యాంకు వచ్చింది.

రోల్మోడలింగ్ చెయ్యండి

షటిల్ బాడ్మింటన్ కోచ్, ద్రోణాచార్య అవార్డు గ్రహీత శ్రీ అరిఫ్ నా వద్దకు ఒక అబ్బాయిని తీసుకువచ్చాడు. అతను బాగానే ఆడతాడు. కానీ ప్రత్యర్థిని చూస్తే

జంకుతాడు. అవతలి వ్యక్తి ఆట తెలియకపోయినా "అతను బాగా ఆడతాడేమో" అని భయపడేవాడు. అతనితో నేను "నువ్వు ఆడుతున్నంతసేపూ పుల్లెల గోపీచంద్ అనుకో, కాన్ఫిడెంట్‌గా ఆడి ప్రత్యర్థిని చిత్తుచెయ్యి" అన్నాను. ఆ మాట మంత్రంలా పనిచేసింది. అతను ఇపుడు మంచి ప్లేయర్. అతని రోల్‌మోడల్ పుల్లెల గోపీచంద్.

ఎవరైనా కావొచ్చు

ప్రముఖ రచయిత, నాలుగు తరాలను తన రచనలతో ఉత్తేజపరిచిన డేల్ కార్నీ (DALE CARNEGIE) వద్దకు ఒక వ్యక్తి వచ్చి తనకు విపరీతమైన స్టేజిఫియర్ ఉందనీ, స్టేజి ఎక్కితే కాళ్ళు వణుకుతాయనీ, మైకు పట్టుకుంటే మైకం కమ్మేస్తుందని, ప్రేక్షకులను చూడగానే పై ప్రాణాలు పైనే పోతాయనీ, వాటినుండి విముక్తి పొందే మార్గం చెప్పమని కోరాడు. దానికి ఆయన "దానిదేముంది? నువ్వు స్టేజి ఎక్కుతూనే ఆడియన్స్ అంతా నీ దగ్గర అప్పుతీసుకున్న మనుషులు అనుకో, వారంతా తమ అప్పుని మాఫీ చెయ్యమని నిన్ను ప్రాధేయ పడటానికి వచ్చినవారనుకో" అన్నాడు.

ఆ మాట మంత్రంలా పనిచేసింది. ఆ తరువాత అతను గొప్ప వక్త అయ్యాడు.

ఆకాశమే హద్దు

పదహారేళ్ళ క్రితం అనుకుంటా. మా ఇంట్లో జరిగే ఒక భజన కార్యక్రమానికి చాలా మంది వచ్చేవారు. చకిలం రామమోహనరావు అనే కానిస్టేబిల్ కూడా వచ్చేవాడు. ఒక రోజు వాళ్ళ అబ్బాయిని తీసుకువచ్చాడు. "మావాడు బాగా చదివేలా నాలుగు మాటలు చెప్పండి" అని అడిగాడు. దానికి నేను "ఈ అబ్బాయి చురుకైనవాడు. నేను చెప్పాల్సిన అవసరం లేదు. ఒక రోజు ఈ అబ్బాయి నీకు బాస్ అవుతాడు" అని చెప్పి "ఏం బాబూ! ఏమంటావ్" అని అడిగాను. అతను కాన్ఫిడెంట్‌గా "ఓకే అంకుల్" అన్నాడు. ఈ రోజు ఆ అబ్బాయి ఐ.పి.ఎస్. ఆఫీసరు. ఒక కానిస్టేబుల్ కొడుకు అంత అధికారి కావటం, మన దేశంలో చాలా అరుదైన విషయం.

మంత్రాల్లో చాలారకాలున్నాయి

మంత్రాల్లో పెళ్ళి మంత్రాలు, చావు మంత్రాలు ఉన్నట్లుగానే మాటలు దీటైనవి కాకపోతే, ఫలితం తారుమారు అవుతుంది. అవి ఎలా ఉన్నాయో వాస్తవ సంఘటనలు చదవండి.

1987 అమెరికాలో ఫుట్‌బాల్ పోటీ జరుగుతుండగా, ఇద్దరు ఆటగాళ్ళు అకస్మాత్తుగా ఆట ఆపి వాంతులు చేసుకోవటం మొదలుపెట్టారు. అంతకు ముందే వారిద్దరూ విరామ సమయంలో తాగిన "కోకాకోలా" వికటించిందని, ఆర్గనైజర్లు భావించారు. ముందు జాగ్రత్త కొరకు మైకులో దయచేసి ప్రేక్షకులెవ్వరూ ఇక్కడ కోకా కోలా తాగకండి. బహుశః నిలవ సరుకై ఉంటుంది" అని ప్రకటించారు. అంతే మరుక్షణం ప్రేక్షకుల్లో అలజడి ప్రారంభమైంది. ఆ డ్రింకు తాగినవారు వాంతులు చేసుకోవటం ప్రారంభించారు. కొందరు కళ్ళుతిరిగి గ్యాలరీ నుండి కిందపడిపోయారు. క్షణాల్లో హాహాకారాలు ఏడుపులు ఎక్కువయ్యాయి. ఆట ఆగిపోయింది. అంబులెన్సులు వచ్చాయి. ఆసుపత్రులు నిండాయి. కొందరి పరిస్థితి విషమంగా అయింది.

ఆనక తెలిసిన రహస్యం ఏమిటంటే, ఆ డ్రింకుల్లో ఎటువంటి దోషం లేదట. ఆ ఆటగాళ్ళిద్దరూ వచ్చే ముందు ఒక రెస్టారెంటులో తిన్న "పిజ్జా" బాగా పులిసిన పిండితో చేసినదట.

సహజంగా మనం పాజిటివ్ విషయాలను తీసుకున్నంత తేలిగ్గా నెగెటివ్‌వి తీసుకోము. అందుచేత మనం మాట్లాడేటపుడు వీలైనంత వరకు నెగిటివ్‌నెస్ తగ్గించాలి.

చాలెంజి-ఛేంజి (Challenge-Change)

మాటలు మంత్రాల్లా పనిచేస్తాయని మనం తెలుసుకున్నాం. మీలో కొంత మందికి అది అనుభవం అయ్యే ఉంటుంది. సహజంగా పాజిటివ్ మాటలు, ఉత్తేజ పరుస్తాయనీ, నెగెటివ్ మాటలు నిరుత్సాహ పరుస్తాయని అనుకుంటాం. కానీ, సమాజంలో అతికొద్ది మంది నెగెటివ్ మాటల్ని కూడా ఛాలెంజిగా తీసుకుని తాము చేయలేమన్న పనిని చేసి చూపిస్తారు. చాలెంజిని ఛేంజి చేస్తారు. మా తమ్ముడు బి.వి. సత్య నగేష్ దీనికి చక్కని చిట్కా చెప్పాడు. Challenge ని తీసుకుని Change అవ్వాలంటే Challenge లోని మధ్యలో LLE అనే మూడక్షరాలు తీసెయ్యాలి. అవే Laziness, Lethargy, Ego. అంటే బద్ధకం, నిర్లిప్తత, అహంకారం వదిలేయాలి.

ఛాలెంజిని ఛాలెంజి చేసినవారిలో ఎందరో ఉన్నారు. "నువ్వెందుకూ పనికిరావు", "నీకీజన్మకి చదువురాదు", నువ్వుకూడా రాజకీయనాయకుడివి అయిపోదామని ఆశ పడుతున్నావా? నువ్వుకూడా ఫస్ట్ క్లాస్‌లో ప్రయాణిస్తావా? నీ బతుక్కి విమానం కూడానా? అని ఈసడింపులకు గురయినవారు అద్భుతాలు చేసి, అన్నవారి నోటిని, వారి చేతే మూయించారు. అలాంటివారిలో అబ్రహంలింకన్, గాంధీజీ, అంబేద్కర్,

అబ్దుల్ కలాం, అంజయ్య లాంటివారెందరో ఉన్నారు. మీలోకూడా అటువంటివారు ఉండి ఉండవచ్చు. మిమ్మల్ని హేళన చేసిన వారి నోళ్ళు ఈపాటికే మూయించి ఉంటారు. కీప్ ఇట్ అప్.

అవమానంకూడా ప్రేరణ కలిగిస్తుంది.

చాలెంజి, అవమానం, ఈ రెండూ మనిషిని రెచ్చగొడతాయి. వాటిని విని కుమిలి పోయేవాడు సామాన్యుడు, ఖండించేవాడు మధ్యముడు, చేసి చూపేవాడు అసమాన్యుడు. ఇలాంటివారు పురాణకాలం నుండి ఈ రోజుదాకా ఉన్నారు.

ధృవుడు బాలుడిగా ఉన్నప్పుడు రాజైన తన తండ్రి తొడమీద కూర్చోబోతున్నపుడు అతని సవతితల్లి "నీకా అర్హత లేదు దిగు" అంటుంది. అది అవమానంగా భావించి అడవులకు పోయి నారదుడు ఉపదేశించిన నారాయణ మంత్రం జపిస్తాడు. విష్ణుమూర్తి ప్రత్యక్షమయ్యి "నీకు రాజ్యమేం ఖర్మ నక్షత్రాలలో ఒకడిగా ఆజన్మాంతం వెలుగొందుతావు" అని ఆశీర్వదిస్తాడు.

"నీ కులవృత్తి చూసుకో, నీకు చదువులు ఎందుకు? పుట్టుకతో వచ్చే బుద్ధులు పుడకలతో కానీ పోవు" అని విమర్శలకు గురైన అంబేవడేకరు, తన టీచరైన అంబేద్కర్ మంచి మాటలతో చదువుకుని అంతర్జాతీయ ఖ్యాతి గాంచాడు. ఆ టీచరు మీద అభిమానంతో తన పేరుని అంబేద్కర్‌గా మార్చుకున్నాడు.

ఎన్టీరామారావుని ఒక మిత్రుడు, ఒక ప్రముఖ రాజకీయనాయకుడి వద్దకు తీసుకెళ్ళి "ఈయనకు MLC పదవి ఇస్తే గౌరవంగా ఉంటుంది" అన్నాట్ట. దానికి ఆయన భళ్లున నవ్వుతూ, ముఖానికి రంగువేసుకునే వాళ్ళందరికీ పదవులిస్తే అసెంబ్లీ, కౌన్సిళ్ళ పరువుపోతుంది" అన్నాట్ట. ఆ మాటలే ఆయన్ని పార్టీ పెట్టి 9 నెలల్లో విజయం సాధించేలా చేసింది.

కాబట్టి మనల్ని ఛాలెంజి చేసే వాళ్ళు ఎప్పుడూ కొందరుండాలనే భావన పెంచుకుందాం. అవి పాజిటివ్‌గా తీసుకుంటే స్ఫూర్తి కలిగిస్తాయి. మనం మాత్రం ఇతరులతో అలా మాట్లాడవద్దు.

అయితే... కానీ... అయినప్పటికీ

మనం మాట్లాడే మాటల్లో మూడు పదాలను మనకు తెలియకుండా వాడుతూంటాం. అవి "అయితే" "కానీ" "అయినప్పటికీ" ఈ మూడు పదాలు మనం

చెప్పే విషయంపై అపారమైన ప్రభావాన్ని చూపిస్తాయని తెలిస్తే మనకు ఆశ్చర్యం కలగక మానదు. రెండు వాక్యాలను పలుకుతూ, మధ్యలో చేర్చే ఆ పదం అర్థం మార్చగలదు. ఉదాహరణకి "అతను పేదవాడు–బాగా చదువుకోవాలనుకుంటున్నాడు" అనే వాక్యం తీసుకోండి.

అతను పేదవాడు

అయితే

బాగా చదువుకోవాలనుకుంటున్నాడు.

పై వాక్యంలో ఎటువంటి కమిట్‌మెంట్ లేదు. అతను బాగా చదువు కోవాలను కుంటున్నాడు. అయితే పేదవాడు. దీంట్లో రెండు విరుద్ధమైన స్టేట్‌మెంట్లు ఉన్నట్లుగా ఉంది.

అతను పేదవాడు

కానీ

బాగా చదవాలనుకుంటున్నాడు

అతను పేదవాడు, కానీ చదవాలనుకుంటున్నాడు. అంటే అవకాశాలు చాలా తక్కువ అనే అర్థం గోచరిస్తుంది. పేదవాడు చదువుకోవటం సామాన్యమైన విషయం కాదు అనే అర్థం స్ఫురించేలా ఉంది.

అతను పేదవాడు

అయినప్పటికీ

చదవాలనుకుంటున్నాడు.

ఇక్కడ ఒక విశ్వాసం ఉంది. అతను పేదరికాన్ని, సమస్యలను అధిగమించగలడనే సజెషన్ ఉంది. నిర్దిష్టమైన అభిప్రాయం వుంది.

పై మూడింటిలో మూడవది శక్తివంతమైనది. మన మాటల్లో అది అధికంగా చోటు చేసుకునేలా మదిలో మార్పులు చేసుకుందాం. ఉదాహరణకు ఈ క్రింది వాక్యాలు చదవండి. ఆ వాక్యాల మధ్యలో "అయినప్పటికీ" (Even though) అనేది పెట్టుకుంటే ఆత్మవిశ్వాసం ఆకాశాన్నంటడం ఖాయం.

1. నాకు నిద్ర ఎక్కువ __________ బాగా చదవాలనుకుంటున్నాను.

2. మా వాళ్లు లంచాలు తింటారు __________ నేను నిజాయితీగా ఉండాలనుకుంటున్నాను.

3. నాకు పరీక్షలంటే భయం __________ మంచి ర్యాంకులో పాసవ్వాలనుకుంటున్నాను.

4. నాకు వ్యసనాలున్నాయి__________ వాటి నుండి బయట పడాలనుకుంటూన్నను.

5. నేను పొట్టిగా ఉన్నాను__________ అద్భుతాలు చెయ్యాలనుకుంటున్నాను.

6. నాకు ఇంట్లో సహకారం లేదు__________ నేను నా పనులు విజయవంతంగా పూర్తి చేయాలనుకుంటూన్నను.

7. మా ఆఫీసులో ఎవరూ సరిగ్గా మాట్లాడరు__________ నేను మాట్లాడాలనుకుంటున్నాను.

8. నాకు ఏకాగ్రత లేదు__________ ఫస్టు ర్యాంకులో పాసవ్వాలి.

9. నాకు ఎప్పుడూ అనారోగ్యమే__________ అన్ని పనులు చేసుకుంటున్నాను.

10. నేనంటే ఎవరకీ ఇష్టం లేదు__________ వాళ్ళంటే నాకిష్టమే.

పై వాక్యాల మధ్యలో “అయినప్పటికీ” అనే పదం పెట్టండి. మీ మాటే మంత్రంలా పనిచేస్తుంది.

కమ్యూనికేషన్ టెక్నిక్స్

నేను ఇటీవల ఒక పెద్ద కంపెనీలో శిక్షణ ఇవ్వటానికి వెళ్ళాను. దాని యజమాని అంతర్జాతీయంగా పేరు ప్రతిష్ఠలు గల వ్యక్తి. ఆయన మాటల సందర్భంలో ఒక ఆసక్తి కరమైన విషయం తెలిపాడు. ఆయన ప్రతి సంవత్సరం వివిధ కాలేజీల్లో కేంపస్ ఇంటర్వ్యూలు నిర్వహించి ఐదారు వందల మందిని తీసుకుంటారట. సంవత్సరం తిరిగేలోగా వారిలో సగం మంది మాత్రమే మిగులుతున్నారట. కారణం అడిగితే ఐదు చెప్పాడు.

1. కొంత మంది చదువు మాత్రమే బాగా చదివి, బట్టీ పట్టేశారు. ప్రాక్టికల్ పనుల వద్ద పప్పులో కాలేశారు.
2. మంచి ర్యాంకులు వచ్చిన వారు, కమ్యూనికేషన్ల విషయంలో ఘోరంగా విఫలమయ్యారు. క్లయింట్లతో సరిగ్గా మాట్లాడలేకపోయారు.
3. పనిలో చేరిన తరువాత నేర్చుకోవటానికి శ్రద్ధ చూపలేదు. క్రియేటివిటీ (సృజనాత్మకత) మచ్చుకైనా కనపడలేదు.
4. కాలేజీల్లో సెలక్ట్ చేయటానికి వెళ్ళిన టీమ్ కావలసిన రీతిలో ఇంటర్వ్యూలు చేయలేకపోయారు. కొన్ని చోట్ల ప్రొఫెసర్లు తమకు కావలసిన వారిని సెలెక్ట్ చేయించుకున్నారు.
5. వేరే ఉద్యోగాలు లేదా పై చదువుల కొరకు వెళ్ళిపోయిన వారు అతి కొద్ది మంది ఉన్నారు.

అది ఒక ప్రైవేటు సంస్థ కాబట్టి వాళ్ళు పనిచెయ్యనివారిని, చెయ్యలేనివారిని తీసెయ్యగలిగారు. పైగా ఉద్యోగాలు ఇచ్చినపుడు కుల ప్రాతిపదికగానీ, రాజకీయ నాయకుల వత్తిడి కానీ లేదు. అత్యుత్తమం అనుకున్నవారిలో సగం మంది పనిచెయ్యలేకపోయారంటే, ఇక ప్రభుత్వ శాఖల్లో ఎంత మంది ఉంటారో ఆలోచించండి. వారు పనిచేసినా, చెయ్యకపోయినా, కమ్యూనికేట్ చేసినా, చేయలేకపోయినా, 58 ఏళ్ళ వయసు వచ్చే వరకు వారిని భరించాల్సిందేనా?

ప్రస్తుత పరిస్థితిలో అది సాధ్యమయ్యే సూచనలు లేవు. కానీ పత్రికలు పది కళ్ళతో ప్రభుత్వ ఉద్యోగుల పనితనాన్ని గమనిస్తున్నాయి. జనంలో ఎంతో ఎవేర్‌నెస్ వచ్చింది. తెలివితేటలు పెరిగాయి. ప్రశ్నించే నైజం పెరిగింది. కాబట్టి అందరితోపాటు, అలా పనిచెయ్యని ఆ కొందరు కూడా తమ మెదడుకి పదును పెట్టుకునే ప్రయత్నం చేయాలి. ఇపుడు ప్రతి సంస్థలో తమ ఉద్యోగులకు శిక్షణనిప్పిస్తున్నారు. అది సద్వినియోగం చేసుకోవలసిన అవసరం ఎంతైనా వుంది. శిక్షణ వలన తప్పక మార్పు వస్తుంది. పక్షులు, జంతువుల్లో కూడా శిక్షణ వలన మార్పు వస్తున్నప్పుడు మనుషుల్లో ఎందుకు రాదు? రామచిలుక కబుర్లు, నేర పరిశోధనలో శునకాలు చేసే పని శిక్షణవల్ల వచ్చిన మార్పే కదా!

కొత్త తరానికి శ్రద్ధ లేదా?

చాలా సంస్థల్లో ఈ మాట వింటూంటాం. కొత్తగా చేరిన వారికి పనిమీద శ్రద్ధ లేదనీ, వారికి సంపాదన ముఖ్యం అనీ, ఇతర వ్యాపకాలు ఎక్కువనీ అంటూంటారు. ఇది పూర్తిగా నిజం కాదు. సీనియర్ ఉద్యోగులు, కొత్తగా చేరిన జూనియర్లతో తగిన విధంగా కమ్యూనికేట్ చెయ్యకపోవటం చాలా సందర్భాల్లో జరుగుతుంది. సీనియర్లు సరిగ్గా చెప్పామనే అనుకుంటుంటారు. జూనియర్లు అర్థమయిందనే అనుకుంటారు. చివరకు పని జరగదు. పొరపాటు ఎక్కడ జరిగిందో ఇద్దరూ గుర్తించలేరు. నిజానికి సీనియర్ తన సెక్షన్‌లో చేరిన జూనియర్‌కి పని గురించి ముఖ్యమైన విషయాలు చెప్తాడు. అతి సూక్ష్మమైన విషయాలు విడిచిపెట్టవచ్చు. ఉదాహరణకి ఒక సీనియర్ ఉద్యోగి, జూనియర్‌కి బాధ్యతలు అప్పగిస్తూ ప్రెస్ మీట్ ఎలా ఏర్పాటు చెయ్యాలో ఇలా చెప్పి వెళ్ళాడు.

"మనం అడపాతడపా ప్రెస్ కాన్ఫరెన్సులు పెడుతుంటాం. పై అధికారి చెప్పినపుడు, ముఖ్యమైన పత్రికల వారికి ఫోన్ చేసి పిలవాలి. వచ్చిన వారికి కాఫీ, టీ లాంటివి ఇచ్చి విషయం చెప్పాలి. అధికారి మాట్లాడిన తరువాత, ఆ వార్త ప్రెస్ రిలీజ్ కాపీలు అందరికీ ఇవ్వాలి. సాయంత్రం ఒకసారి పత్రిక వాళ్ళకు ఫోన్ చేసి గుర్తు చెయ్యాలి, అంతే" అని చెప్పాడు.

పైన చెప్పినది నూటికి నూరు శాతం అక్షరాలా కరక్టే. కానీ కనపడని కష్టాలు ఉన్నాయి. పత్రికల్లో ముఖ్యమైన వారంటే ఎవరు? దానికి సంబంధించిన లిస్టు ఏమైనా ఉందా? ఆ పత్రికలవారికి ఫోన్ చేసి ఎవరితో మాట్లాడాలి? ఎలా మాట్లాడాలి? మీటింగులో మైకు అవసరం ఉందా? ఫోటోగ్రాఫర్ కావాలా? సరే, వారంతా వచ్చిన

తరువాత కూర్చోబెట్టి కాఫీ, టీలు ఇవ్వాలి. వాటితో పాటు బిస్కెట్లు వగైరాలు కూడా ఇవ్వాలా? ఫలహారాలు పెట్టాలా? అధికారి వచ్చి మాట్లాడేలోగా ఈ వ్యక్తి పత్రికలతో ఏం మాట్లాడాలి? అసలు విషయం ఈయన చెప్పెయ్యవచ్చా? లేదా అధికారే చెప్పాలా? ఇది చాలా ముఖ్యమైన విషయం. ఇక్కడ ఎంతో తెలివితేటలు, సమయస్ఫూర్తి, లౌక్యం కావాలి. ఎందుకంటే కొందరు జర్నలిస్టులకు సమయం ఉండదు. కాబట్టి వాళ్ళు తొందర పెడ్తారు. "ఆయన వచ్చేదాకా ఆగలేం, ఆ చెప్పేదేదో మీరే చెప్పెయ్యండి ఆ ప్రెస్ రిలీజ్ ఇచ్చేయండి" అంటారు. ఒక వేళా అలా ఇచ్చేస్తే కొంప మునుగుతుంది. ట్రాన్స్‌ఫర్ తప్పదు. అదే విధంగా ప్రెస్ నోట్ తయారుచెయ్యటంలో ఎంతో నేర్పు కావాలి. సీనియర్ ఆ విషయాన్ని స్పష్టంగా జూనియర్‌కి నేర్పించాలి.

ప్రెస్ రిలీజ్‌లో ముఖ్యమైన వివరాలు అన్నీ ఉండాలి. ఏమిటి? ఎవరు? ఎందుకు? ఎప్పుడు? ఎలా? ఎక్కడ? అనే ఆరు పాయింట్లు ఉండాలి. దానికి సంబంధించిన గణాంకాల వివరాలు పట్టికలు అవసరాన్ని బట్టి ఇవ్వాలి. ప్రెస్‌వారు వచ్చినపుడు మీటింగు ఏమిటి? అనే విషయం మాత్రమే జూనియర్ చెప్పాలి. మిగతా విషయాలు తెలిసినా చెప్పకూడదు. అవన్నీ వచ్చే అధికారో, మంత్రో చెప్పుకుంటారు. ఎందుకంటే అవి ముందే చెప్పేస్తే వారి ప్రసంగంలో పస కనపడదు. అదే విధంగా తయారు చేసిన "ప్రెస్ రిలీజ్" కూడా ఆఖరి నిమిషందాకా అత్యంత రహస్యంగా దాచి ఉంచాలి. తెలిపిన, మర్నాడు ఆ పత్రిక డాబుగా వేస్తుంది. మిగతా పత్రికలు తెల్లమొహం వేస్తాయి. మర్నాడు ప్రెస్ మీట్‌లో పస ఉండదు. పైగా మిగతా పత్రికలవారు అలుగుతారు. అది పై వారిని ఇబ్బందిలో పడేస్తుంది. కాబట్టి ఒక్కసారి ఒక జూనియర్ చేసిన చిన్న తప్పిదం, పెద్ద సమస్యకు దారితీయవచ్చు.

సీనియర్లు, తమ జూనియర్లకు చేసే కమ్యూనికేషన్, ట్రాన్స్‌ఫర్ అయినప్పుడు ఇచ్చే అప్పగింతలు, నోటితో చెప్పటం కన్నా లిఖిత పూర్వకంగా ఇవ్వడం అన్ని విధాలా ఇరు పక్షాలకు శ్రేయస్కరం.

రిచర్డ్ డెన్నీ అనే మేనేజిమెంట్ కన్సల్టెంటు ఈ విషయం ప్రస్తావిస్తూ ఒక సెక్షన్‌లో పనిచేసే ఉద్యోగికి ట్రాన్స్‌ఫర్ అయినపుడు, కొత్తగా చేరిన ఉద్యోగికి పనులన్నీ అప్పగించిన తరువాత ఇలా చెప్పాడు.

"నీకు ఏది అర్థం కాలేదో అది అడుగు, చెప్తాను. నీకు గందరగోళంగా అనిపిస్తే చెప్పు, స్పష్టంగా అర్థమయ్యేలా చెప్తాను. భయమేస్తే చెప్పు, ధైర్యం వచ్చేలాగా చెప్తాను. నేచెప్పినదాంట్లో ఏదైనా తప్పుగా అనిపిస్తే చెప్పు. అది రైటని రుజువు చేసే ప్రయత్నం చెయ్యను. అవసరమైతే దిద్దుకుంటాను. బాధ కలిగిస్తే నీలో నువ్వే బాధ పడకు. అది

నాకు చెప్పు, పరిష్కరిస్తాను. నేను మైండ్ రీడర్‌ని కాదు, మెజీషియన్ని కాదు కాబట్టి ఉన్న విషయం ఉన్నట్లు చెప్పు. నువ్వు నాకన్నా బాగా చేసి మెప్పు పొందే ప్రయత్నం చేయటానికి సలహాలు ఇవ్వటానికి సిద్ధంగా ఉన్నాను".

ఈ విధంగా పై అధికారులు కింద అధికారులకు, సీనియర్లు కొత్తగా చేరిన జూనియర్లకు చెప్పగలిగితే ఆ కార్యాలయంలో మంచి సంబంధ బాంధవ్యాలు నెలకొనటం ఖాయమని, పనికి నామం పెట్టే వాళ్ళు, పనిరాదని కూర్చునేవాళ్ళు ఉండరని రిచర్డ్ డెన్నీ అభిప్రాయం. అందరికి పని వచ్చు. అయితే చెప్పి చేయించుకోవాలి.

అందుకనే, "మాటేమంత్రం" అని నేనంటాను. మంచి మాటలతో ప్రేరణను కలిగించవచ్చు. ఎదుటివారిలో దాగి ఉన్న ప్రతిభను వెలికి తీయవచ్చు. పదునుపెట్టవచ్చు. వారిని నైపుణ్యం కలవారిగా తీర్చిదిద్దవచ్చు. మంచి మాటలు ఎంతో ప్రభావాన్ని కలిగించగలవు. మంచిమాటలను తేలికగా అంచనా వేయకండి. మంచి మాటలను చెప్పటం సాధన చేస్తూ ఉండండి. ఉత్సాహం ఉరకలు వేస్తుంది. మీ మంచి మాటలు ఎదుటివారిని మంత్రముగ్ధుల్ని చేస్తాయి. అందుకనే "మాటేమంత్రం" అనే మాట మీ నోట మరోసారి అనండి...

మనసారా అనండి. అనుకుంటూ అమలుపరచండి. ఇలా అనుకుంటూ ఉండటమే మననం చేసుకోవటం. మననం చేసుకున్న మాట మంత్రం అవుతుంది. మంత్రపూరితమైన మాట మంచి మాటగా మనసులపై మనసున్న మంచి మనుషులపై, చాలాసార్లు మంచి మనసులేనివారిపైన కూడా తన ప్రభావాన్ని చూపుతుంది.

కమ్యూనికేషన్స్‌లో '9C' టెక్నిక్

ఈనాటి సమాజంలో ఏ వ్యక్తి రాణించాలన్నా 9C కమ్యూనికేషన్స్‌కి పెద్దపీట వేయకతప్పదు. ఆ సంస్థకి ఆర్థికంగా వనరులు ఆ సంస్థ వెనుక రాజకీయ బలమున్న పెద్ద మనుషులున్నా సంస్థలో జరిగే కమ్యూనికేషన్స్ సరిగ్గా లేకపోతే అది కుప్పకూలుతుంది.

అంతర్జాతీయ మార్కెట్‌లో పేరు ప్రతిష్ఠలున్న కొన్ని సంస్థలు, తమ మార్కెట్ సిబ్బందికి కమ్యూనికేషన్స్‌లో తగిన శిక్షణ ఇవ్వకపోవటం వలన మూతబడ్డాయి. అదే విధంగా కొన్ని విద్యా సంస్థలు, రాజకీయ పార్టీలు, కమ్యూనికేషన్ రంగాన్ని నిర్లక్ష్యం చేసినందువలన కనుమరుగయ్యాయి.

ఒక సంస్థ విజయం సాధించినపుడు సమాజంలో బాధ్యత పెరుగుతుంది. ఆ సమయంలో కమ్యూనికేషన్స్ అవసరం కూడా పెగుతుంది. కారణమేమంటే ఆ సంస్థ విజయాన్ని సహించలేని వారుంటారు. వారు చేసే మంచి పనులను చూసి అసూయ చెందే వారుంటారు. వారందరినీ ఒక కంట కనిపెట్టాలి. అటువంటి వారి సమాచారాన్ని తెలుసుకుంటూ ఉండాలి. తగిన సమయంలో తగిన విధంగా పాఠం చెప్పాలి. ఉదాహరణకి ఒక అధికారి లేదా నాయకుడు చక్కని పాలన అందిస్తున్నాడు. అది అందరికీ రుచించదు. ముఖ్యంగా ప్రత్యర్థులకు అది నచ్చదు. ఏదో ఒక రకంగా ఆయన స్థానాన్ని కదిలించాలనుకుంటారు. దానికి పావులు కదుపుతుంటారు. అటువంటి సమయంలో అది గుర్తించి కట్టుదిట్టమైన కమ్యూనికేషన్ పద్ధతిపై అవగాహన ఉండాలి. దాన్ని బట్టి అతను తగిన విధంగా చర్యలు చేపట్టవచ్చు.

కట్టుదిట్టమైన కమ్యూనికేషన్స్‌కి “9సి” టెక్నిక్ అనే పద్ధతి ఉంది. అమెరికన్ మేనేజిమెంట్ అసోసియేషన్ వారు తమ సభ్యుల కొరకు ఇది రూపొందించారు. వాణిజ్య సంస్థలు ఉపయోగిస్తున్నాయి. ప్రతీ శాఖకూ ఇది చాలా అవసరం.

“9సి టెక్నిక్”

1. Cause (కారణం)
2. Capacity (అర్హత)
3. Context (సందర్భం)
4. Content (విషయం)
5. Channel (మార్గం)
6. Clarity (స్పష్టత)
7. Co-operation (సహకారం)
8. Credibelity (నిజాయితీ)
9. Commonsense (ఇంగిత జ్ఞానం).

పై తొమ్మిది ‘C’లను తగిన విధంగా ఆచరించినపుడు ఏ సంస్థకైనా విజయం లభిస్తుంది.

1. Cause (కారణం)

ఒక విషయంలో సమాచార సేకరణ చేసేటపుడు తగిన కారణం ఉండాలి. ఉదాహరణకి ఒక కాలేజీలో మాదక ద్రవ్యాల వాడకం జరుగుతుందని తెలిసినపుడు

అధ్యాపకులు దానికి సంబంధించిన సమాచారం సేకరించాలి. నగరంలో ఒక ప్రాంతంలో అంటువ్యాధులు ప్రబలుతున్నాయని తెలిసినప్పుడు అధికారగణం కదిలి కారణాలు సేకరించాలి.

2. Capacity (అర్హత)

కమ్యూనికేషన్‌లో ఇది చాలా ముఖ్యమైనది. ఎవరు ఎవరికి సమాచారం అందచేయాలి? సహజంగా పైవారు క్రిందివారికి చెప్పాలి. (Downward communication) అంటారు. అది నిజమే. కాని క్రింది వారు కూడా పై వారికి చెప్పినవి కొన్ని సందర్భాల్లో వినాలి (Upward communication). కొన్ని శాఖలలో శక్తివంతమైన సమాచారం క్రింది స్థాయివారే సేకరిస్తూంటారు. వారు పై వారికి చెప్పకపోయినా, చెప్పినా పైవారు వినకపోయినా, పట్టించుకోకపోయినా సంస్థకు నష్టం వాటిల్లుతుంది.

ఉదాహరణకు ఒక పాఠశాలలో టీచరు చెప్తున్న పాఠాలు అర్థం కానపుడు, స్టూడెంట్ మాత్రమే అది చెప్పగలుగుతాడు. అతను టీచర్‌కి, టీచర్ హెడ్‌మాస్టర్‌కి, అతను చైర్‌మన్‌కి చెప్పాలి. చైర్‌మెన్ తగిన నిర్ణయం తీసుకొని, క్రిందికి ఆదేశాలు ఇవ్వాలి.

3. Context (సందర్భం)

మీరు అందించే సమాచారం సందర్భాను సారంగా ఉండాలి. ఒక విషయం గురించి పరిశోధన జరుగుతున్న సమయంలో దానికి సంబంధించిన సమాచారం మాత్రమే అందించాలి. సందర్భం వివరాలు, అర్థం లేని సమాచారం అసలు విషయాన్ని పక్కదోవ పట్టించే ప్రమాదం ఉంది.

4. Content (విషయం)

ఇది కమ్యూనికేషన్స్‌కి గుండె లాంటిది. మీరు అందించే సమాచారంలో విషయం ఉండాలి. ఎదుటి వ్యక్తికి పనికి వచ్చే సమాచారం ఉండాలి. అసలు ఏం జరిగింది? ఎలా జరిగింది? ఎప్పుడు జరిగింది వంటి విషయాలతో పాటు పరిష్కారం ఏమిటి? వంటి సూచనలు అందించగలగాలి. అలా అందించ గలిగే విధంగా ప్రతి వ్యక్తి తనకు తాను శిక్షణనిచ్చుకోవాలి. కొన్ని సంస్థల్లో క్రింది స్థాయి ఉద్యోగులు, తమపై అధికార్లకు చక్కని సమాచారం అందించి వారి స్థాయిని పెంచుకుంటారు. మరికొంత మంది తప్పుడు సమాచారం ఇచ్చి పరువు తీస్తారు.

ఉదాహరణకు రిపబ్లిక్‌డే ప్రసంగానికి వెళ్ళినప్పుడు భారత స్వాతంత్ర్యం సమాచారం చెప్పాలి. అంతేతప్ప చెరుకుతోటలో చీడను గురించికాదు.

5. Channel (మార్గం)

ఒక విషయం చెప్పటానికి ఒక పద్ధతి, మార్గం ఉంటాయి. ఎవరు ఎవరికి చెప్పాలి? అనేది చాలా ముఖ్యం. ఒక అట్టడుగు స్థాయి ఉద్యోగి తన సమస్యను డైరెక్టుగా ముఖ్యమంత్రికి చెప్పకూడదు. ముందు తన పైస్థాయి ఉద్యోగికి చెప్పాలి. దానికి అతను తగిన విచారణ చేసి ఆపై అధికారికి పంపాలి. ఆపైన... ఆపైన వారికి అలా ఉండటం వలన సమాచారం సక్రమ పద్ధతిలో చేరుతుంది. (Through proper channel). అలా కాకుండా పక్కదారిలో, అడ్డదారిలో ప్రయత్నిస్తే మొత్తానికే మోసం జరగవచ్చు.

6. Clarity (స్పష్టత)

తెలియచేసే విషయంలో స్పష్టత చాలా అవసరం. చిన్న చిన్న పదాలతో, అవతలి వ్యక్తికి, అర్థమయ్యే భాషలో ఉండాలి. ఇక్కడ భాషా పాండిత్యం అవసరం లేదు. క్లిష్టమైన పదాలు వాడకూడదు. చెప్పే విషయంలో సారాంశం స్పష్టంగా ఉండాలి. ఏమిటి? ఎవరు? ఎందుకు? అనే వివరాలు ఖచ్చితంగా ఉండాలి. అప్పుడు పై అధికారులు ఎప్పుడు? ఎలా? అనేవి ఆలోచించగలరు.

7. Cooperation (సహకారం)

సమాచార పరంపరలో ఇది వెన్నెముకలాంటిది. సమాచారంలో కట్టుకథలు, ఊహాగానాలు ఉండకూడదు. ఒక సంస్థలో పనిచేసే ఉద్యోగులు సంస్థ అభివృద్ధికై పాటు పడుతున్నప్పుడు ఒకరినొకరు నమ్మాలి. ఒకరి నుండి మరొకరికి అందించే సమాచారంలో నిజాయితీ ఉండాలి. ఇతరులకు పేరు వస్తుందని తప్పుడు సమాచారం అందించకూడదు. దానివలన చివరకు సంస్థ అప్రతిష్టపాలు కాకతప్పదు.

8. Credibility (విశ్వసనీయత)

మీరు అందచేసే సమాచారంలో నిబద్ధత చాలా అవసరం. లేదా ఎదుటివారు నమ్మరు. చిన్నతనంలో "నాన్నా... పులి" కథ వినే ఉంటారు. ఒక రైతు అడవిలో కట్టెలు కొట్టుకుంటూ పనిచేసుకుంటూండగా, దగ్గర్లో ఆడుకుంటున్న పదేళ్ళ కొడుకు

తండ్రిని తమాషా పట్టించటానికి “నాన్నా... పులి, నాన్నా పులి..” అని అరుస్తాడు. అది విన్న తండ్రి పరుగుపరుగున గొడ్డలి తీసుకుని వస్తాడు. అప్పుడు కొడుకు నవ్వుతూ ‘ఊరికే అన్నాను’ అన్నాట్ట. అమ్మయ్య! అని తండ్రి మళ్ళీ పనిలోకి వెళ్ళాడు. ఇలా రెండు సార్లు చేశాడు. తండ్రి వచ్చివెళ్ళాడు. మూడవసారి నిజంగా పులి వచ్చింది. “నాన్నా పులి...” అన్నాడు కొడుకు. సరదాగా అన్నాడని తండ్రి తన పని చేసుకుంటూ ఉండిపోయాడు. చివరకు ఆ పులి, పిల్లవాడిని తిని చక్కాపోయింది. కాబట్టి మీరు అందించే సమాచారంలో నిబద్ధత అవసరం.

9. Commonsense (ఇంగిత జ్ఞానం)

ఇది ఆఖరి పాయింటే అయినా అతి ముఖ్యమైనది. మీరు పనిచేసే సంస్థకు సంబంధించిన సమాచారం మీకు బాగా తెలిసుండాలి. మీరు పనిచేసే సెక్షన్ తప్ప మిగతా వాటి గురించి తెలియదు అంటే బావుండదు. బయటి వ్యక్తులు నన్ను నా శాఖలోకి ఫలానా పని గురించి అడిగినపుడు ‘ఏమో’ నాకు తెలియదు. అన్నాననుకోండి. లేదా, పలానా సెక్షన్ ఎవరు చూస్తున్నారు? అని అడిగారనుకోండి. “నాకేం తెలుసు, నా గొడవేదో నాది” అన్నాననుకోండి- బావుండదు. కొన్ని శాఖల్లో పనిచేసే వారికి అక్కౌంటబిలిటీ ఉండాలి. అది అవసరం. అప్పుడే మనం చక్కని కమ్యూనికేటర్స్ కాగలుగుతాం.

చెప్పటం ఒక కళే... కానీ

ఒక పెద్దాయనకి గుండె సమస్య వచ్చింది. డాక్టర్ని కలిశాడు. డాక్టరు మందులిచ్చి తీసుకోవలసిన జాగ్రత్తలు చెప్పాడు. తన మాటలతో ఎటువంటి రోగాన్నయినా క్షణాల్లో మాయం చేయగలననే నమ్మకం ఆయనకుంది. పేషెంట్లకీ ఉంది. పెద్దాయన ఇంటికెళ్ళి డాక్టరు చెప్పినట్లుగా విశ్రాంతి తీసుకుంటూండగా టెలిగ్రాం వచ్చింది. అతని భార్య తీసుకుని చదివింది. ఆయనకు పదిలక్షలు లాటరీలో వచ్చాయని సందేశం. ఆ విషయం ఆయనకు చెప్తే గుండె ఆగిపోవటం ఖాయం అని భయపడి డాక్టరు గార్ని వెంటనే రమ్మని కబురు పంపింది.

డాక్టరుగారికి తాను చక్కని కమ్యునికేటర్నని గొప్ప నమ్మకం. విషయం అర్థం చేసుకున్నాడు. “మీరేం భయపడకండి. నేనే అంచెలంచెలుగా చెప్తాను” అని ఇంటివారికి ధైర్యం చెప్పి పెద్దాయన గదిలోకి వెళ్ళాడు.

“నమస్తే... ఎలా ఉన్నారు?”

"మీ దయవలన బావున్నాను డాక్టరుగారు. ఈ సమయంలో ఇలా వచ్చారేమిటి?"

"ఏంలేదు..ఇటువైపు ఏదో పని ఉంటే వచ్చాను... బైదివే ఊరికే అడుగుతున్నాను... మీకు లాటరీ టికెట్లు కొనే అలవాటుందా?"

"ఏదోలెండి.... సరదాగా నెలనెలా వందరూపాయల టికెట్లు కొంటాను"

"ఎప్పుడైనా పెద్ద బహుమతి వచ్చిందా?"

"భలేవారే! మనకెందుకు వస్తుంది? ఏదో చిన్న చిన్న బహుమతులు వచ్చాయి"

"అలాగా! ఇప్పుడు మీ దగ్గర కొత్త టికెట్లు ఏమైనా ఉన్నాయా?"

"ఏవో ఒకటి రెండు ఉన్నట్లున్నాయి డాక్టర్"

"అలాగా! ఇప్పుడు వాటిల్లో ఒకదానికి లక్ష రూపాయలు వచ్చాయనుకోండి. అహ ఊరికే అడుగుతున్నాను. ఆ డబ్బుతో ఏం చేస్తారు?"

"నాకెందుకు వస్తుంది డాక్టర్?"

"వచ్చిందనుకోండి. ఏం చేస్తారు?"

"ఏముంది? ఈ వైద్యానికి కొన్ని అప్పులు చేశాను. అవి తీర్చేసి మిగతాది మా ఆవిడకి ఇస్తాను"

"రెండు లక్షలు వస్తే?"

"డాక్టరు గారూ మీరు ఇంత తీరిగ్గా ఉన్నారు. వేరే పని లేదా?"

"అదలా ఉంచండి. రెండు లక్షలు వస్తే ఏం చేస్తారు?"

"ఏం చేస్తాను. ఇల్లు రిపేర్ చేయించి, పైన ఒక గది వేయిస్తాను. అబ్బాయి చదువుకోటానికి పనికి వస్తుంది."

"ఒకవేళ ఐదు లక్షలు వస్తే?"

"అప్పులు తీర్చి, ఇల్లు బాగు చేయించి, గదివేసి, అమ్మాయి పెళ్ళి ఘనంగా చేస్తాను."

"వెరీ గుడ్... ఇప్పుడు పదిలక్షలు వస్తే?"

"సగం మీకిస్తాను" అన్నాడు చికాకుగా.

అంతే! డాక్టరు గుండె ఆగి మరణించాడు. కాబట్టి కమ్యూనికేట్ చెయ్యగలమనుకున్న వారంతా కమ్యూనికేటర్లు కాదు.

బాడీ లాంగ్వేజ్

First impression is the best impression అంటారు అనుభవజ్ఞులు.

ఫస్ట్ ఇంప్రెషన్ ఎవ్వరికైనా ఒక్కసారే అవకాశం వస్తుంది. ఆ క్షణంలో ఎటువంటి అభిప్రాయం ముద్రపడితే, అదే కొనసాగుతుంది. అందుచేత మనం కొత్తవారిని కలిసినపుడు, కరచాలనం చేసినపుడు మన గురించి ఎదుటివారు గుర్తించే శాస్త్రం బాడీ లాంగ్వేజ్. ఈ మధ్య సామాన్య ప్రజానీకానికి కూడా అందుబాటులో వచ్చింది.

కరచాలనం చేసే ఆచారం అనాది నుండి వస్తున్నదే. పూర్వం ఆదిమ నివాసులు కూడా కరచాలనం చేసుకునేవారు. అయితే కరచాలనం చేసే ముందు, రెండు చేతులూ పైకెత్తి ఖాళీగా చూపిస్తూ, 'నా వద్ద ఆయుధాలు లేవు' అనే సంకేతం ఇచ్చి తరువాత కరచాలనం చేసుకునేవారు. కరచాలనం అంటే మనం షేక్ హ్యాండ్ ఇవ్వటంలో కూడా చాలా అర్థాలున్నాయి.

ఇలా చాలా అర్థాలున్నాయనే కాబోలు మన పెద్దలు దూరంగా నిలబడి ఒక నమస్కారం పెట్టమన్నారు. అయితే ఆ నమస్కారాల్లో కూడా బాడీలాంగ్వేజ్ ఉంది. అతిగా వంగి పోతే అతి వినయం, బిగుసుకుపోయి పెడితే అఫీషియల్ నమస్కారం, 'నమస్తే' అంటూ చెయ్యి ఎత్తకుండా పెడితే అహంకారం, చెయ్యి ఎత్తీ ఎత్తనట్లుగా 'నమస్తే' అంటే తప్పనిసరి నమస్కారం ఇలా ఉన్నాయి.

ఈ బాడీ లాంగ్వేజ్ అనే మాట ఈ మధ్య కాలం వచ్చింది కానీ, మన దేశంలో శరీర సంకేతాలకు అర్థాలు అనాది కాలం నుండి ఉన్నాయి. ఉదాహరణకు మనందరికీ తెలిసిన సంకేతాలు గమనించండి.

మీసం మెలేస్తే "నేను బలవంతుణ్ణి, నన్నెవరూ ఏమీ చెయ్యలేరు" అనే ఆత్మవిశ్వాసాన్ని సూచిస్తుంది.

తొడ కొట్టి పిలిస్తే "బస్తీ మే సవాల్! రండి నాతో ఎవరు పోటీకి వస్తారో రండి" అని అర్థం.

నాలుక బయటకు పెట్టి కళ్ళు చికిలిస్తూ వెక్కిరిస్తే "నువ్వు నాకు నచ్చలేదు, నీ వ్యవహారం బాగా లేదు" అని అర్థం.

కన్ను కొడితే "నిన్ను నేను అభిమానిస్తున్నాను" అని అర్థం. ఇది పురుషుడు, స్త్రీ లేదా స్త్రీ పురుషుడు విషయంలోనే. ఒక వేళ పురుషుడు మరో పురుషుడికి కన్ను కొడితే "నువ్వు మాటడకు, నేనో తమాషా చేయబోతున్నాను" అని అర్థం.

ఎదుటివారు మాట్లాడుతుండగా, మనం ఆవలిస్తే అది వినసొంపుగా లేనట్లు, లేదా నిద్ర వస్తుందని సంకేతం.

ఎదుటివారు మాట్లాడుతూ నేల చూపులు చూసినా చేతులు నలుపుకుంటున్నా, భయపడుతున్నట్లు సంకేతం.

బొటన వేలు నోటి దగ్గర పెట్టుకుని చూపిస్తే దాహం అని, చిటికెన వేలు చూపిస్తే టాయ్‌లెట్ అనేవి పిల్లలకు కూడా తెలుసు.

ఇటువంటివి మన దేశంలో ఎన్నో ఉన్నాయి. ఆ ముద్రలు మన జీవితంలో భాగమయి పోయాయి. కానీ ఒక్కోసారి ఒక్కో ముద్రకి ఒక్కో దేశంలో ఒక్కో అర్థం వుంటుందని తెలిస్తే ఆశ్చర్యం కలగకమానదు. ఒక్క చోట మంచిని సూచించే ముద్ర మరో చోట చెడుని సూచిస్తుంది.

మనం నవ్వేటపుడు, మన కళ్ళు కూడా నవ్వుతాయని చాలా మందికి తెలియదు. మీకు అనుమానం ఉంటే, నవ్వు మొహం ఉన్న ఒక ఫోటో తీసుకోండి. సావిత్రి, ఐశ్వర్యారాయ్, సౌందర్య, అక్కినేని, రాజేంద్రప్రసాద్ లేదా నరేష్‌ల ఫోటో తీసుకుని వాళ్ళ కళ్ళు మాత్రమే కనపడేలాగ పేపరుతో పైన, క్రింద మూసి చూడండి. కళ్ళు ఎలా నవ్వుతాయో మీకే తెలుస్తుంది. కాబట్టి మనతో నవ్వుతూ పొగుడుతూ మాట్లాడే వారి కళ్ళు కూడా చూడండి. అది నిజమో కాదో సునాయాసంగా పట్టేయవచ్చు.

నువ్వే బాస్

షేక్ హ్యాండ్ చేసే సమయంలో మీ బొటనవేలు గ్రిప్ పైకి వచ్చేలా చూసుకోవాలి. బొటనవేలు తమకు తెలియకుండానే క్రిందకు చూపే వారు ఇన్ఫీరియార్టీ కాంప్లెక్స్ చూపటంతో పాటు మిగతా వేళ్ళను వాళ్ళ చేతిలోకి వదిలేస్తారు. ఇది "నువ్వేంచెప్తే అది వింటాను" అనే అర్థం సూచిస్తుంది.

కరక్టు కరచాలనం

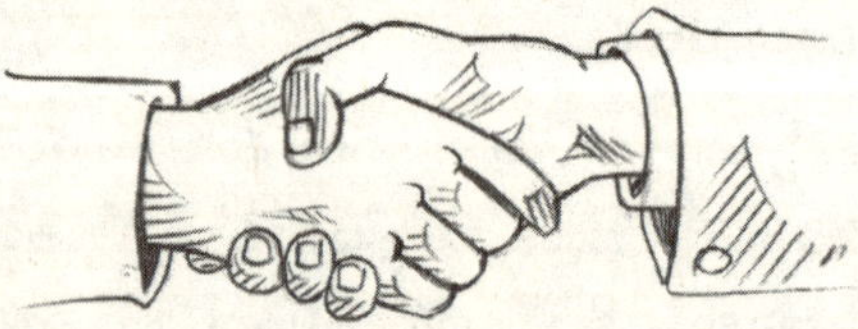

ఇది సరైన షేక్హ్యాండు. ఇందులో అధికారం లేదు. సమాన హోదా ఉంది. 'నువ్వూ నేనూ సమానం'

ఈ విధంగా కరచాలనం చేసుకునేవారి స్నేహంలో ఎటువంటి స్వార్థం ఉండదు. పైగా ఒకరినొకరు అభిమానించుకుంటారు.

అతి వినయం-అతి ప్రేమ

కొంత మంది షేక్హేండు ఇచ్చేటపుడు రెండో చేతిని కూడా ఉపయోగిస్తారు. అది అతి వినయం లేదా అతి ప్రేమని సూచిస్తుంది. "నాకు తప్పక మీరు సహాయం చెయ్యాలి, మీరు తప్ప నాకెవరూ లేరు, మీరే కాదంటే నాకు గోదారే గతి" అని ప్రాథేయపడే వారు ఇలా రెండు చేతులూ ఉపయోగిస్తారు.

"లేదా మీరు బాగుండాలి. మీరు సంతోషంగా ఉండాలి" అనే అభిప్రాయాన్ని సూచించినపుడు కూడా ఇలా చేస్తారు. ఆ సమయంలో రెండవ వ్యక్తి కూడా తన రెండవ చేతిని కలిపితే అది ఆత్మీయ బంధంని సూచిస్తుంది.

సున్నితం సుమా!

కరచాలనం చేస్తే ఇంత సున్నితంగా ఉండాలి. ఆ స్నేహం దీర్ఘకాలం కొనసాగుతుంది. ఎదుటి వారి చేతిని ఒక సున్నిత వస్తువుని తాకుతున్నట్లుగా తాకాలి. బాగా పండిన మామిడి పండు, ఒక గాజు గ్లాసు, ఒక చేపను ఎంత సున్నితంగా పట్టుకుంటామో అలా తాకితే మీరు వ్యాపారంలో విజయం సాధించినట్లే.

ఘటోత్కచుడి షేక్‌హేండ్

మనం ఎదుటివారి చేతిని గట్టిగా కావాలని నొక్కి షేక్‌హేండ్ ఇవ్వటం వలన ఎదుటివారు మనగురించి తప్పుగా అనుకునే ప్రమాదం వుంది. అలా గట్టిగా నొక్కటం అనేది అహంకారాన్ని సూచిస్తుంది. ఈ వ్యక్తి నన్ను డామినేట్ చేస్తాడేమో అనే భయం వారిలో కలగవచ్చు. ఆ తరువాత మీరెప్పుడైనా కలసినపుడు దూరంగా నిలబడి నమస్కారం పెట్టవచ్చు. సహజంగా కొందరు పోలీసులు, మిలటరీలో పనిచేసినవారు, బాక్సర్లు ఇలా గట్టిగా నొక్కటంలో ఒక ఆనందం పొందుతారు. కానీ అది సత్ఫలితాలను ఇవ్వదు.

జారుడు వ్యవహారం!

మరి కొంత మంది షేక్ హ్యాండ్ ఇచ్చేటపుడు చాలా సున్నితంగా వేళ్ళను మాత్రం తగిలించి వెనిక్కి తీసేసు కుంటారు. అంటే ఆ "స్నేహం తాత్కాలికమైనదే, శాశ్వతంగా ఉండదు" అనే సందేశం ఇచ్చినట్టే. సహజంగా ఒక సంప్రదాయ కుటుంబంలో పెరిగిన స్త్రీలకు ఎవరైనా మగవారు షేక్ హేండ్ ఇస్తే ఇలాగే ఉంటుంది. ఈ మధ్య కల్చర్‌లో ఇది బాగా ముదురుతోంది.

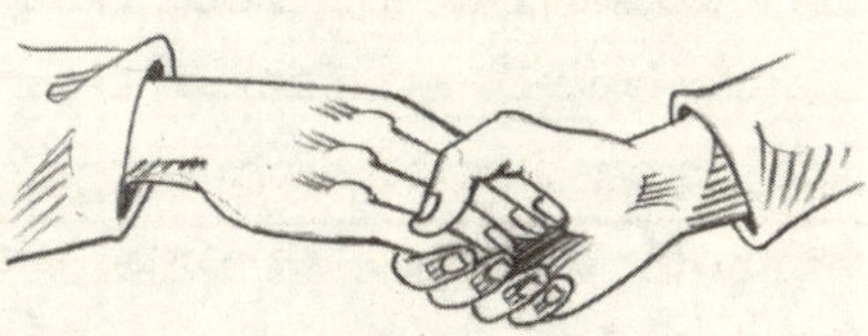

ఫర్మ్‌గ్రిప్

దీనిని ఫర్మ్ గ్రిప్ (FIRM GRIP) అంటారు. ఈ విధంగా మీకు ఎవరైనా షేక్‌హ్యాండ్ ఇస్తే "మిమ్మల్ని నేను నమ్ముతున్నాను, మీరు కూడా నన్ను నమ్మండి" అని అర్థం. నొక్కే సమయంలో సున్నితంగా ఉండాలి. అదే గట్టిగా బాధకలిగేలా నొక్కితే "నిన్ను నా కంట్రోల్లోకి తీసుకుంటున్నాను. నేనేం చెప్పినా నువ్వు వింటావు" అనే అర్థం కూడా సూచిస్తుంది.

బాగానే ఉందే!

చాలా మంది సంభాషణ సమయంలో, ఈ విధంగా బొటనవేలి మీద గడ్డం ఆనించి, చూపుడువేలిని బుగ్గమీద పెట్టుకుంటారు. దీని అర్థం వారు శ్రద్ధగా విని ఒక నిర్ణయానికి రావటానికి సిద్ధంగా ఉన్నారని. అదే విధంగా ఎదుటి వారు వీరిని "ఇంతకీ మీరేమంటారు?" అని అడిగినప్పుడు కూడా ఇలాగే ఉంటారు.

ఎంత అబద్ధం!

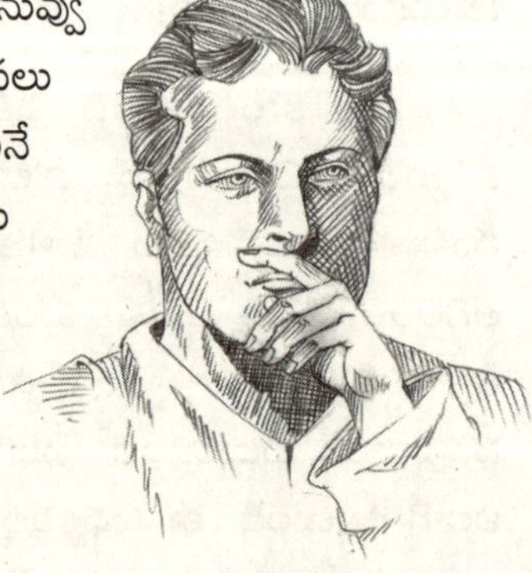

"ఓరి అసాధ్యుడా! ఎన్ని కోతలు కోస్తున్నావ్! నువ్వు చెప్పేవన్నీ అబద్దాలే" అనుకోవటంతో పాటు "అసలు ఇంత ధైర్యంగా ఎలా చెప్పగలుగు తున్నావు?" అనే ఆశ్చర్యంతో మిళితమైంది ఈ చూపు. పెదాలు మీదుగా చూపుడు వేలిని ముక్కుకింద ఉంచితే ఇదే అర్థం. ఒక్కొక్కసారి మనం అబద్దాలు చెప్పేటప్పుడు కూడా ఇలా పెదాలకడ్డంగా వేళ్ళు పెట్టుకోవటం జరుగుతుంది.

ఇప్పుడేం చెయ్యాలి?

గడ్డాన్ని చూపుడు వేలు, బొటనవేలితో నొక్కుతూ, ఆ చేతి మీద ఆనుకుని ఉంటే, "ఈ వ్యక్తిని ఎలా వదిలించుకోవాలి? అతన్ని నొప్పించకుండా "నో" ఎలా చెప్పాలి?" అని ఆలోచిస్తున్నట్లు అర్థం. ఇలా ఉన్నవారికి గుడ్‌గర్ల్ సిండ్రోమ్ (Good Girld Syndrome) ఉన్నట్లు అర్థం. అంటే అతి మొహమాటంతో ఉన్నవారి కామన్ ఫోజు ఇది.

అవునా... నిజమేనా?

ఒక సంస్థ ఏజంటు లేదా మార్కెటింగ్ ఎగ్జిక్యూటివ్ వచ్చి తన ప్రొడక్టు గురించి చెప్పిన తరువాత, విన్న వ్యక్తి చేత్తో తన గడ్డం చర్మాన్ని ముందుకు లాగి వదులుతున్నాడు. అంటే "దీని వలన నాకు నిజంగా లాభాలుంటాయా? వీళ్ళు చెప్పినట్లుగా లక్షలు గడించవచ్చా? ఏదైనా కొంచెం ఆలోచిస్తేనే కానీ నిర్ణయం తీసుకోను" అని అనుకుంటు న్నాడు. ఇతడు మనకు గ్యారంటీ క్లయింటు.

మాయగాడిలా ఉన్నాడే!

గడ్డం కింద వేళ్ళు, బుగ్గమీద వేలు ఉంచి, తీవ్రంగా చూస్తుంటే "వీడు చెప్పేది నాకంతగా నమ్మబుద్ధి కావటం లేదు. వీడేదో మాయమాటలు చెప్పి నాకు ఆ వస్తువులు అంటకట్టాలని చూస్తున్నాడు ఏదో ఒక వంకతో పంపేయటం మంచిది" అనుకుంటున్నాడు. ఇటువంటి వారికి మనం చెప్పే విషయం మరింత స్పష్టంగా, అర్థమయ్యేవిధంగా చెప్పే ప్రయత్నం చెయ్యాలి.

ఇంకా ఎంతసేపు ఈ శిక్ష?

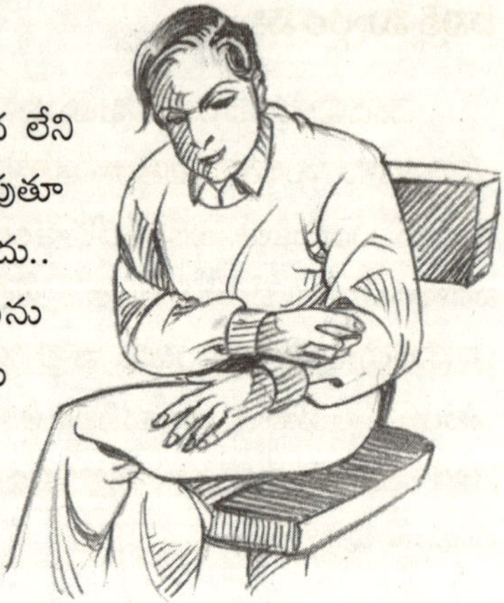

తల వంచుకుని ఈ విధంగా, చొక్కామీద లేని దారాలను పీకుతున్నట్లుగా నటిస్తూ, చొక్కా నలుపుతూ ఉంటే, "మీరు చెప్తున్నది నాకు అంతగా నచ్చలేదు.. నేను అడగాలనుకున్నది అడిగితే మీరేమనుకుంటారో" అని ఆలోచిస్తున్నట్లు. ఇలాంటివారు కుర్చీకి అల్లిన వైర్ల సందులో వేళ్ళు దూర్చి తీస్తుంటారు. ఎప్పుడు లేచిపోదామా అనుకుంటారు.

ఒప్పుకుంటే తప్పేంటి?

ఇలా తల పక్కకు వాల్చితే "మీరు చెప్పినది బాగానే ఉంది. దీని వలన నాకు లాభం లేకపోయినా, నష్టం మాత్రం రాదు" అని అర్థం. ఇది పాజిటివ్ సిగ్నల్ కింద లెక్క. అయితే నిర్ణయాలు తీసుకోటానికి కొంత సమయం తీసుకుంటారు.

ఎంత వరకు నిజం?

గడ్డం కింద బొటనవేలు ఉంచి, మిగతా వేళ్ళను ముక్కు, పెదాల మీద ఉంచుకుని ఉంటే, ఎదుటివారు చెప్పిన విషయాన్ని విశ్లేషణ చేస్తున్నట్లు అర్థం. వారు చెప్పిన విషయంలోని నిజానిజాలను అంచనా వేస్తున్నారన్నమాట.

దీనికి మార్గం ఏమిటి?

మెడమీద చెయ్యి పెట్టుకుని రుద్దుతూం జరిగినదాని గురించి అతిగా ఆలోచిస్తున్నట్లు అర్థ "అసలు ఎందుకిలా జరిగింది? ఇందులోంచి బయ పడాలంటే ఏం చేయాలి?" అనే ఆలోచనతో ఉన్నే ఆ సమయంలో తలకిందకు వాలి ఉంటుంది. కొం సేపయిన తరువాత, తలకుడివైపుకి తిప్పి ఎడమచే మెడ రుద్దుకుంటారు. ఒక విధమైన అశాం సందిగ్ధావస్థలో ఇలా ప్రవర్తిస్తుంది శరీరం.

ఎంత దారుణం?

'ఎంత అన్యాయం! ఇలా జరుగుతుందని కలలో కూడా ఊహించలేదు. నమ్మిన వాళ్ళు కూడా ఇలా మోసం చేస్తారా?' అని ఆశ్చర్యపోతున్నాడు. ఇలా పెదాలను వేళ్ళతో సగంమూసి బొటవేలితో బుగ్గ నొక్కుకుంటూంటే, ఎదుటివారు మనం ఎమోషన్‌కి గురయ్యామని సునాయాసంగా గుర్తిస్తారు.

అరెరే! ఎందుకిలా జరిగింది

"అయ్యో! ఇలా ఎందుకు జరిగింది?"

"అంతా నా ఖర్మ"

"ఛ ఛ... ఈ మధ్య అన్నీ మర్చిపోతున్నాను"

"అరెరె... ఎంత పొరపాటు జరిగింది"

.... ఇలాంటి డైలాగులు చెప్పేటపుడు ఇలా నుదిటిమీద చెయ్యిపెట్టడం జరుగుతుంది. ఇలా చేసినందువలన ఎదుటివ్యక్తి మనం బాగా వత్తిడికి గురయ్యామని గ్రహిస్తాడు.

ఇది ఆలోచించాల్సిన విషయమే!

మనం మాట్లాడుతున్నపుడు వింటున్నవారు ఒక కన్ను నలుపుకుంటే, మనం చెప్పేది అంగీకరించటానికి సిద్ధంగా ఉన్నారు కానీ, కొంచెం ఆలోచనలో పడ్డారని అర్థం. ఇది అంగీకరించి నందువలన ఏయే లాభాలు ఉన్నాయి? నష్టాలు ఉన్నాయి? అనేవి అంచనా వేసుకుంటున్నపుడు కన్ను నలపటం కానీ లేదా కంటి కింద భాగంలో వేలు పెట్టి చర్మాన్ని కదపడంగానీ చేస్తారు.

వద్దని ఎలా చెప్పాలి?

ఎదుటివారు చెప్పినది ఇబ్బందిగా అనిపించటానికి, అంగీకరించటానికి ఇష్టం లేకపోయినా తలపక్కకు తిప్పి, కాలరుని వేలితో లాగుతారు. గొంతు వద్ద కొంచెం గాలి కావాలని శరీరం కూడా కోరుతుంది. అదే వేలిని కాలరు కింద పెట్టి కాలరు ఎగరేస్తే విజయం సాధించినట్లు సంకేతం.

చెప్పు... చెప్పు కథలు!

రెండు జేబుల్లో చేతులు పెట్టి, బొటనవేళ్ళను మాత్రం పైకి పెట్టి ఉంచితే ఆత్మవిశ్వాసం ఎక్కువ. ఎదుటివారు చెప్పింది వినవచ్చు. లేదా వింటున్నట్లు నటించవచ్చు. జూనియర్లు చెప్పేటపుడు సీనియర్లు, మార్కెటింగ్ వ్యక్తి చెప్తున్నప్పుడు కస్టమర్ ఇలా ఉంటే డీల్ సెటిలవ్వటానికి కొంచెం టైమ్ పడుతుంది.

తరువాత ఏమవుతుంది?

టీవీ సీరియల్స్, సినిమాలు చూసే సమయంలో టెన్షనుగా ఉన్నప్పుడు ఇలా చిటికిన వేలు నోట్లో పెట్టుకుంటారు. అలాగే ఏదైనా ఆశ్చర్యకరమైన విషయం లేదా జుగుప్సాకరమైన విషయం విన్నా నోట్లోకి వేలు వెళ్తుంది. టెన్షన్‌గా ఉంటే గోళ్ళు కొరకటం చేస్తారు. మరీ టెన్షనుగా ఉంటే రక్తం వచ్చినా తెలియనంతగా కొరుక్కుంటారు.

ఏదైనా జరుగుతుందేమో!

అభద్రతాభావం ఉన్నావారు ఎవరితోనైనా మాట్లాడేటపుడు ఇలా ఒక పుస్తకం లేదా హ్యాండుబ్యాగు, లేదా ఏదో ఒక వస్తువుని ఇలా గుండెలకదుముకుని మాట్లాడుతారు.

ఇన్‌ఫీరియార్టీ కాంప్లెక్సు ఉన్నవారు ఇలా చేస్తుంటారు. మగవారిలో కూడా ఈ రకమైన అలవాటు ఉంటుంది. వారు నిర్ణయం తీసుకోటానికి జంకుతారు. అన్ని విషయాల్లో గుంభనగా ఉంటారు.

మీరు చెప్పేదోదో చెప్పండి

ఇది చాలా మొండిఘటం. ఎదుటివారు చెప్పేవి వింటున్నట్లుగా నటిస్తుంటారు. వీరిలో రెండు రకాలుంటారు. ఒకరు బాస్ భయంతో వింటారు. మరొకరు చెప్పింది వింటున్నట్లుగా కన్పిస్తారు. పరిస్థితిని బట్టి అర్థం చేసుకోవాలి.

మీరే ఆదర్శం

ఎడమ చేతిని కుడిచేత్తో పట్టుకుని మాట్లాడే వారు, ఇతరుల నిర్ణయాలను శిరసావహిస్తారు. తమ కన్నా పెద్దలంటే గౌరవం చాలా ఉంటుంది. వీరిని బాల్యంలో పెద్దలు, ఈ విధంగా చేతిని పట్టుకుని నడిపించటం అలవాటు చేయటం వలన పెద్దయ్యాక, తమ చేతిని తామే పట్టుకుని ఇతరుల మాట వింటారని అర్థం.

అయితే ఏంటి?

ఇది పాజిటివ్ సిగ్నల్. కానీ ఇలా నిలబడటంలో ఆత్మవిశ్వాసంతో పాటు అహం కూడా తొంగిచూస్తుంది. అంటే "నాకేం తక్కువ" అనే సుపీరియార్టీ కాంప్లెక్సు ఉంటుంది. కానీ ఇటువంటి వారే త్వరగా ఎదిటివారి మాటల్ని నమ్ముతారు. పొగడ్తలంటే ఇష్టపడతారు.

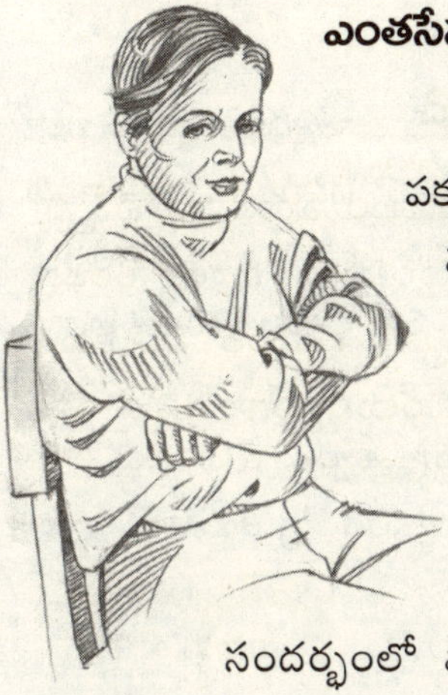

ఎంతసేపు వినాలో, ఏమిటో?

ఎదురుగా ఒక వ్యక్తి కూర్చుని మాట్లాడుతున్నపుడు పక్కకు తిరిగి వారి కళ్ళకేసి చూడకుండా దిక్కులు చూస్తూ మాట్లాడే వారిలో స్వీయగౌరవం, ఆత్మవిశ్వాసం లేనట్లు గ్రహించ వచ్చు. లేదా మనమంటే ఇష్టం లేక పోవచ్చు. లేదా గిల్టీగా ఫీలవుతూ ఉండవచ్చు. మాట్లాడే విషయాన్ని బట్టి అది అన్వయింపచేసుకోవచ్చు. సహజంగా తప్పుచేసినవారు కళ్ళకేసి చూసికా అటూ ఇటూ చూస్తూ మాట్లాడు తుంటారు. ఒక్కో సందర్భంలో వారి మాటలకు పొంతన ఉండదు. ఎందుకంటే మాట్లాడటంతోపాటు వారి మనసు కూడా తీవ్రంగా ఆలోచిస్తుంటుంది.

ఇది బాగా ఆలోచించాల్సిన విషయమే

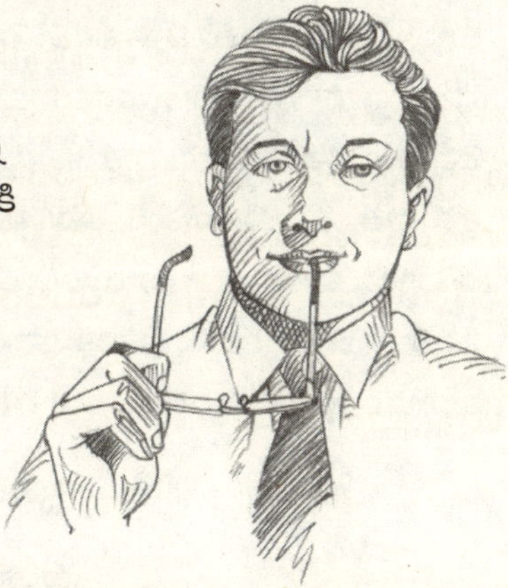

ఈ విధంగా నోట్లో కళ్లజోడు లేదా పెన్ను పెట్టుకుని ఆలోచిస్తుంటే, వారు కొంచెం ఒత్తిడికి లోనయినట్లే. "ఇదెలా చెయ్యాలి? దీన్ని ఎలా అధిగమించాలి? ఎవర్ని కలిస్తే పని జరుగుతుంది?" అని తీవ్రంగా ఆలోచిస్తుంటారు. ఇలాంటి వాళ్ళ కళ్ళజోళ్ళు, పెన్నులు, పెన్సిళ్ళమీద చాలా కొరుకుళ్ళు ఉంటాయి.

అయితే ఏం చెయ్యమంటావ్?

కాలుమీద కాలు వేసుకుని, కుర్చీలో వెనక్కి వాలి కూర్చుంటే ఆత్మవిశ్వాసం అధికమని అర్థం. ఆ సమయంలో రెండు చేతులను తల వెనుకపెట్టుకుని వింటూంటే "నువ్వు చెప్పే కథలన్నీ నమ్ముతున్నానని అనుకోకు. నీ సంగతి నాకు బాగా తెలుసు. నీకు ఎలా పాఠం చెప్పాలో నాకు తెలుసు" అన్నట్లు అర్థం. ఎవరైనా ఇలా కూర్చుంటే చెప్పాలనిపించేవి కూడా చెప్పబుద్ధి కాదు.

మళ్ళీ కలుద్దాం

ఎదుటివారు మాట్లాడుతున్నపుడు ఇలా చూపుడు వేలితో చెవికింద నొక్కుతూంటే ఎదుటివారిని నమ్మడానికి సంకోచిస్తున్నారని అర్థం. ఆ సమయంలో చెప్పే సమాధానాలు కూడా అలాగే ఉంటాయి. "చూద్దాం", "ఆలోచిద్దాం" "మళ్ళీ చెప్తాను" అనే అర్థం సూచిస్తాయి. ఇటువంటి వారు ఒక పట్టాన ఎవర్నీ త్వరగా నమ్మరు.

చాలా బాగుంది

కుర్చీ హేండిల్ మీద ఒక కాలు వేసుకుని ఇలా కూర్చునేవారు ఎంతో విశ్వాసంతో ఉన్నవారికిందలెక్క. "నువ్వు నా సామ్రాజ్యంలోకి వచ్చావు. ఏం చెప్పుకుంటావో చెప్పుకో. నాకు ఇష్టమైన నిర్ణయం తరువాత తీసుకుంటాను" అనే అహం ఉండేవారు కూడా ఇలా కూర్చుంటారు. లేదా సరదాగా ఇంట్లో కబుర్లు చెప్పుకునేవారు కూడా ఇలా కంఫర్టబుల్ ఉందని కూర్చోవచ్చు.

సో... వ్వాట్?

కుర్చీలో మామూలుగా కూర్చునే విధంగా కాకుండా రివర్సులో కూర్చుని, హెడ్‌రెస్ట్‌పై చేతులు ఆన్చుకుని ఉంటే "అధికార దర్పం, అహంకారం, నన్నెవరూ ఆపలేరు నా ఇష్టం" అనే భావం స్ఫురిస్తుంది.

కాలేజి స్టూడెంట్స్ ఇలా కూర్చుంటే అది సరదా కావొచ్చు, క్యాజువల్ కావొచ్చు. కానీ ఒక ఇన్సూరెన్సు ఏజెంటు లేదా మార్కెటింగ్ వ్యక్తి వెళ్ళినపుడు ఎవరైనా ఇలా కూర్చుంటే కాస్త మొండిఘటమేనని గుర్తించాలి. అప్పుడు కమ్యూనికేషన్‌లో స్థాయి పెంచాలి. వారికి అర్థమయ్యే మరిన్ని వివరాలు ఇవ్వాలి.

బావుంది చెప్పండి

ఇలా కూర్చుంటే కంఫర్టబుల్‌గా ఉన్నట్లే. ఎదుటివారు చెప్పేది చాలా శ్రద్ధగా వింటున్నారని అర్థం. వారు చెప్పే విషయంలో నిజానిజాలు గురించి ఆలోచించక అంతా మనస్ఫూర్తిగా వింటున్నారు. కాళ్ళుకూడా దగ్గరికి ఉండటం వలన అహంకారం లేదని తెలుస్తుంది. వీళ్ళు మనం చెప్పింది తు.చ. తప్పక పాటిస్తారు. అయితే చిక్కేమిటంటే, అంతకన్నా బాగా మరెవరైనా చెప్తే వారి మాటకు విలువిస్తారు.

ఎందుకొచ్చిన తలనొప్పి

పదే పదే టై సర్దుకుంటూ ఎడమవైపుకి చూస్తుంటే "ఈ వ్యక్తి చెప్పే దాంట్లో కొంత నిజం ఉండే ఉంటుంది. కానీ కొంత బెట్టు చూపించటం అవసరం. లేదా నన్ను ఎక్స్‌ప్లాయిట్ చేస్తాడేమో" అని అనుకున్నట్లు అర్థం. ఇటువంటివారు టై సర్దుకుంటున్నప్పుడు చిన్నగా దగ్గుతారు కూడా.

ఓకే... ఓకే

ఎదుటి వ్యక్తితో ఇలా మాట్లాడేవారు మూడు రకాలుగా ఉంటారు.

1. ఎదుటివారు బాగా ఆత్మీయులు కావటంతో ఇలా ఫ్రీగా ఉంటారు.
2. ఎదుటివారికి పెద్దగా గౌరవం ఇవ్వాల్సిన అవసరం లేదు అనుకునే అధికారదర్పం గలవారు.
3. ఎదుటివారు చెప్పే విషయంపై ఆసక్తి లేక "నువ్వింక వెళ్ళవచ్చు" అనే సిగ్నల్ ఇచ్చేవారు ఇలా కూర్చుంటారు.

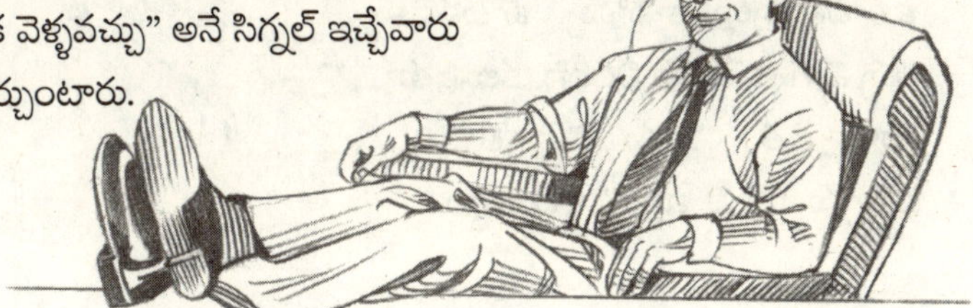

జీ హుజూర్

ఇలా కూర్చున్నవారిలో ఇన్ఫీరియార్టీ కాంప్లెక్సు అధికంగా ఉంటుంది. లేదా ఎదుటివారికి భయపడుతూ నైనా ఉండాలి. "మీరు ఆజ్ఞాపించండి, చెయ్యటానికి సిద్ధంగా ఉన్నాను" అన్నట్లుగా లేవటానికి రెడీగా ఉంటారు. ఇలా కూర్చోవటం మంచిది కాదు. ఎదుటివారికి త్వరగా చులకన అయిపోయే ప్రమాదం ఉంది.

ఇప్పుడెలా?

"గొప్ప చిక్కులో పడ్డానే, తొందరపడి నిర్ణయం తీసుకున్నాను. ఇప్పుడు వద్దంటే ఏమవుతుందో" అనుకునేవారు ఇలా రెండు చేతులవేళ్ళను ఒడిసి పట్టుకొని గట్టిగా నొక్కుతారు. మధ్యమధ్యలో నిట్టూర్పులు కూడా ఉంటాయి. సహజంగా ఆత్మవిశ్వాసం లేనివారు, స్వంత నిర్ణయాలు తీసుకోలేనివారు ఇలా చేస్తుంటారు.

అర్థం చేసుకోండి

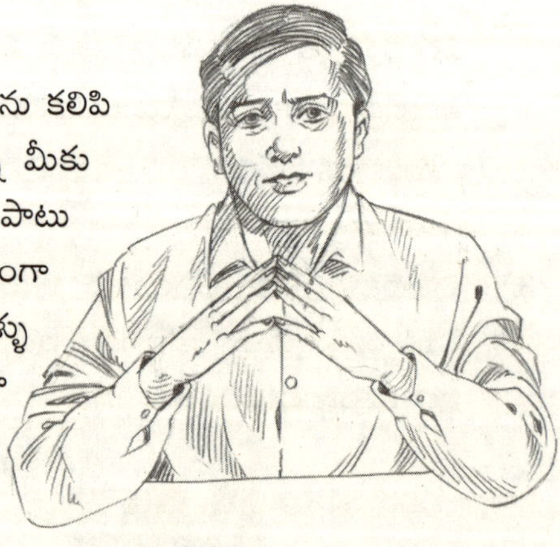

ఇలా రెండు చేతుల ముని వేళ్ళను కలిపి మాట్లాడుతూంటే, "ఒక విషయాన్ని మీకు స్పష్టంగా చెప్తున్నాను" అనే అర్థంతో పాటు "ఇప్పుడేం చెయ్యాలి?" అని ప్రశాంతంగా ఆలోచిస్తున్నట్లు కావొచ్చు. బొటనవేళ్ళు తప్ప మిగతా వేళ్ళను విడదీసి, కలుపుతూ మాట్లాడితే, "నేను చెప్పాల్సింది చెప్పాను ఇక నీ ఇష్టం" అని అర్థం.

అద్భుతం!

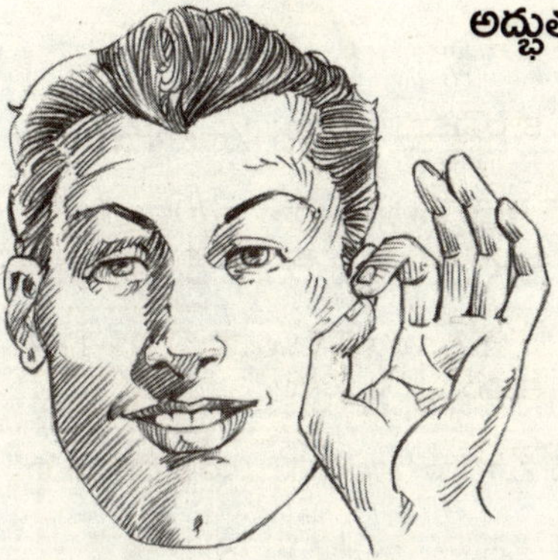

ఉదాహరణకు బొటనవేలు, చూపుడు వేలు కలిపి వృత్తంలా చూపిస్తే అమెరికాలో 'అద్భుతం' అని అర్థం. ఫ్రాన్స్ దేశంలో 'నువ్వు చేసిన పని వృధా' అని అర్థం. మన దేశంలో 'వెరీ గుడ్ బాగుంది' అని అర్థం. కానీ గ్రీకు దేశంలో దీనిని చాలా బూతుగా భావిస్తారు.

ఓస్ ఇంతేనా?

"ఈ మాత్రం దానికి ఇంత రహస్యంగా ఎందుకు ఇక్కడిదాకా తీసుకొచ్చావ్! మీటింగు అంటే ఏంటో ఎలావుంటుందోనని భయపడ్డాను. ఇదేనా! ఇది ముందే చెప్పొచ్చుకదా! ఎంత టెన్షన్ పడ్డానో!" అనేవారి బాడీలాంగ్వేజి (కొంత మంది తమ ప్రొడక్టు గురించి చెప్పకుండా తీసుకెళ్ళటం జరుగుతుంది). ఇలా వుంటుంది.

ఇంకేంటి సంగతులు?

ఇద్దరు ఫ్రెండ్స్ కలిసి రెస్టారెంట్‌లో నిలబడి కాఫీ తాగుతున్నప్పుడు ఆ కప్పులు రెండూ తగులుకున్నట్లుగా నిలబడితే ఒకరిమాట ఒకరు వినడానికి సిద్ధంగా ఉన్నారని అర్థం. ఆ కప్పుల మధ్య ఎడం ఒక అడుగుదూరం ఉంటే అందులో ఒకరు బాస్ అయ్యుండవచ్చు. కొత్తగా పరిచయం అయినవారు కావొచ్చు. పెద్దగా ఇష్టం లేకపోయి వుండవచ్చు.

నువ్వింక వెళ్ళవచ్చు

ముగ్గురు వ్యక్తులు నిలబడి మాట్లాడుకుంటు న్నప్పుడు ఒక వ్యక్తి చెప్పిన మాట, మిగతా ఇద్దరికీ నచ్చనప్పుడు వాళ్ళిద్దరు తమ రెండు చేతుల్ని కలిపి తమ శరీరానికి ఆన్చి ఉంచుతారు. ఆ సమయంలో వారిద్దరు ఒకరినొకరు చూసుకుంటూ ఉంటారు. చెప్పేవాడికేసి చూడరు. అంటే 'నువ్వింక వెళ్ళవచ్చు' అని అర్థం.

దొందూ దొందే

చేతులు కట్టుకుని మాట్లాడటంలో రెండు పద్ధతులున్నాయి. అవి భయం లేదా బెట్టు చేయటం. ఇద్దరు వ్యక్తులు ఇలా మాట్లాడుకుంటూంటే వారిద్దరి మధ్య సంభాషణ సజావుగా కొనసాగటంలేదని తెలుస్తుంది. దానికితోడు ఇద్దరూ కాళ్ళు క్రాస్ చేసి నిలబడితే ఒకరినొకరు అంగీకరించటానికి ఇష్టంగా లేరని అర్థం. అటువంటి సమయంలో ఒక వ్యక్తి మామూలుగా నిలబడితే రెండవ వ్యక్తిలో మార్పు వస్తుంది.

చాలా సంతోషం

ఈ ఇద్దరి వ్యక్తుల మధ్య ఎంతో సఖ్యత ఉంది. అభిమానం ఉంది. ఒకరిమాట మరొకరు వినటానికి ఆసక్తి, చక్కని ఆత్మీయత ఉంది. వారిద్దరి మధ్య దూరం పెరిగితే వేరే అర్థం వస్తుంది. ఇద్దరి మధ్య ఇప్పుడు రెండు అడుగుల దూరంలోపే ఉంది. అంతకుమించి పెరిగితే తేడా వచ్చినట్లే.

ఏం మనుషులో ఏమిటో

ముగ్గురు ఒక సోఫాలో కూర్చున్నప్పుడు మధ్యవ్యక్తి కాలుమీద కాలు వేసుకుని ఒక వ్యక్తితో మాట్లాడు తుంటే, వారితో మాట్లాడటం ఇష్టం అనే భావన సూచిస్తుంది. ఒకవేళ ఆ వ్యక్తికూడా తనకాలు మీద కాలు వేసుకుని వారివైపుకి చూస్తూ మాట్లాడితే వారిద్దరి మధ్య చక్కని స్నేహం ఉన్నట్లే. అయితే మరోపక్క కూర్చున్న వ్యక్తి మాత్రం ధుమధుమలాడిపోతూ ఉంటాడు. అతని మనసులో వేరే ఆలోచనలు రావు వీళ్ళిద్దరినీ తిట్టుకోవడంతప్ప. పోనీ అక్కడినుంచి లేచి వెళ్ళొచ్చుకదా! వెళ్ళడు.

మొండిఘటం

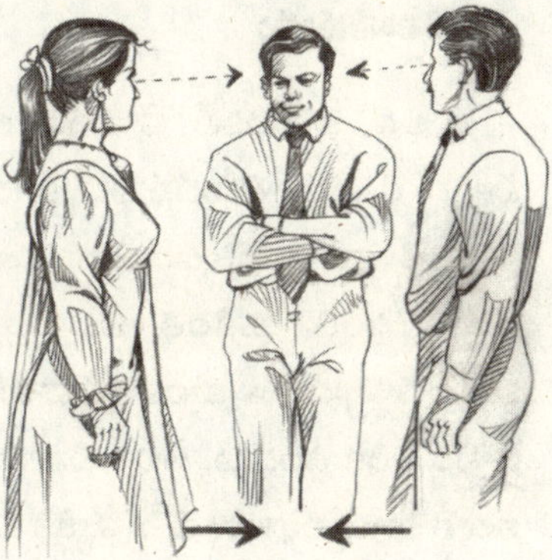

ముగ్గురు వ్యక్తులు మాట్లాడుకుంటున్నప్పుడు మధ్యలోని వ్యక్తికి సహజంగా కొంత ప్రాముఖ్యత ఉంటుంది. కానీ అతను వారిద్దరి మాటల్ని వింటూ చేతులు ముడుచుకుని ఉంటే, వారిపట్ల నిర్లక్ష్యం వ్యక్త పరుస్తున్నట్లు అర్థం. వాళ్ళిద్దరు అతనికింద పనిచేసేవారు కావొచ్చు. ఆయన ప్రిన్సిపాల్, వీళ్ళిద్దరూ స్టూడెంట్స్ కావొచ్చు. చివరకు ఈ చర్చల ఫలితం సున్నా అవుతుంది.

కాస్తందుకో... దరఖాస్తు అందుకో

ఒక కార్యాలయానికి వెళ్ళి మనం ఒక దరఖాస్తుని ఇచ్చినప్పుడు అది టేబిల్ మీద ఉంచే పద్ధతిని బట్టి ఎదుటివారు స్పందిస్తారని తెలిస్తే ఆశ్చర్యం కలుగుతుంది. టేబిల్ మధ్య ఒక గీత చూడండి. అది రెండు భాగాలు అనుకోకండి. అంటే టేబిల్ టెన్నిస్‌లో లాగ. ఇచ్చే వ్యక్తి తన భాగంలోనే దరఖాస్తు ఉంచితే పని జరిగే అవకాశం తక్కువ. మధ్య గీతపై పెడితే చర్చించవచ్చు. బాస్ ఉన్న భాగంలోకి చొచ్చుకువెళ్తే తక్షణ అటెన్షన్ ఉంటుంది. అది తీసుకుంటారు.

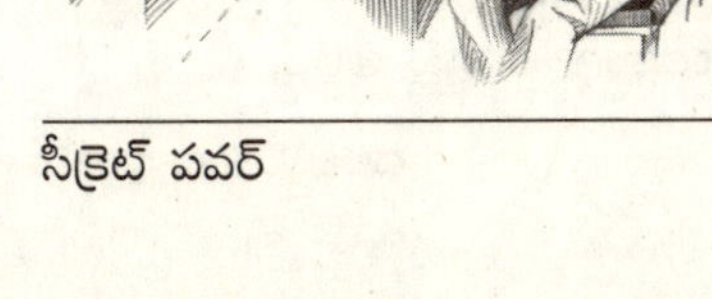

నా గొడవేదో నాది

ఒక మార్కెటింగ్ మేనేజరు లేదా ఆఫీసరు ఇలా కూర్చుని చదివితే, అతను ఓపెన్‌మైండ్‌తో చదువుతున్నట్లు లెక్క. మనదేశంలో, బ్రిటీషు, ఆస్ట్రేలియాల్లో అధికశాతం మంది ఇలాగే కూర్చుంటారు. (కాళ్ళనొప్పులు, కీళ్ళ నొప్పులు, భారీకాయం ఉన్నవారు తప్ప) ఇలా కూర్చోవటంలో ఒక సొంపు ఉంది. పక్కవారికి కాలు తగలదు. తనకు ఉన్నంత స్థలంలోనే ఒద్దికగా కూర్చుంటారు. ఇటువంటివారితో లావాదేవీలు జరపాలనే కోరిక కొత్తవారికి కలుగుతుంది.

చండశాసనుడు

అది అమెరికన్ పొజిషన్ అంటారు. ఒక కాలుని పూర్తిగా రెండవకాలిమీదన ఆన్చి కూర్చుంటారు. ఆ పొజిషన్ 4 అంకె ఆకారంలో ఉంటుంది. ఇలా కూర్చోవటంలో దర్పం ఉంది. ఒకింత అహం ఉంటుంది. ఇలా కూర్చున్నప్పుడు ఆ కాలు పక్కవారికి తగులుతుందన్న జ్ఞానం వీరికి ఉండదు. ఇలాంటివారు సభలో కూర్చున్నా ఇలాగే కూర్చుంటారు. చెప్పే వ్యక్తికి వీళ్ళని చూస్తే చికాకుగా వుంటుంది. మార్కెటింగ్‌లో ఉన్నవారు దయచేసి వంటరిగా ఉన్నప్పుడు తప్ప ఎప్పుడూ ఇలా కూర్చోవద్దు.

హోదా... హుందా

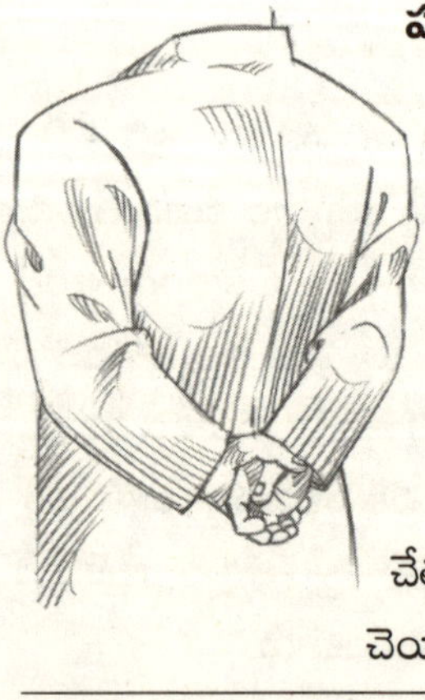

రెండు చేతుల్ని వెనక్కి పెట్టుకుని తల పైకెత్తి ఠీవిగా నిలబడటం రాజుల లక్షణం. ఇలా నిలబడటం వలన ఎంతో గుండె ధైర్యంగా, నిబ్బరంగా ఉన్నట్లు ఎదుటివారికి అనిపిస్తుంది. ఆందోళనగా ఉన్నవారు ఇలా నిలబడి అటూ ఇటూ పచార్లు చేస్తే ధైర్యం వస్తుంది.

అయితే ఇలా నిలబడ్డవాళ్ళ మనోభావాలు వెనకనున్న చేతుల పొజిషన్ చూస్తే తెలుస్తుంది. పైన చూపించినట్లు చేతిలో చెయ్యి వేసుకుంటే కాన్ఫిడెంటుగా ఉన్నట్లే అర్థం.

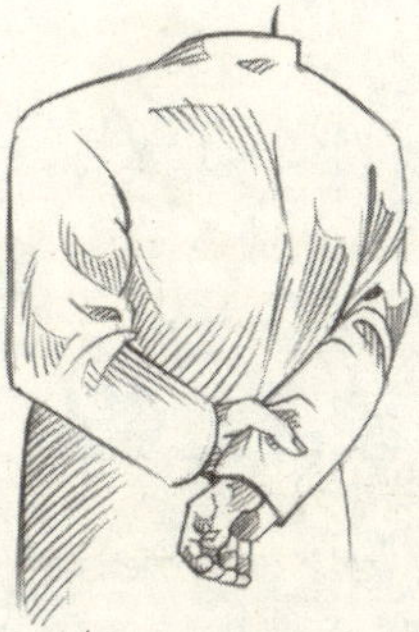

ఎడమచేతితో కుడిచేతి ముంజేతి భాగంలో పట్టుకుని ఉంటే అర్థం మారిపోతుంది. ఇక్కడ వారు నెర్వస్‌గా ఫీల్ అవుతున్నారు. తమకుతాము ధైర్యం చెప్పుకుంటున్నట్లు అర్థం. అలా పట్టుకోకపోతే నిరాశకు గురవుతారు. ఒత్తిడి బాగా ఉన్నప్పుడు ఇలా చేయటం మంచిది.

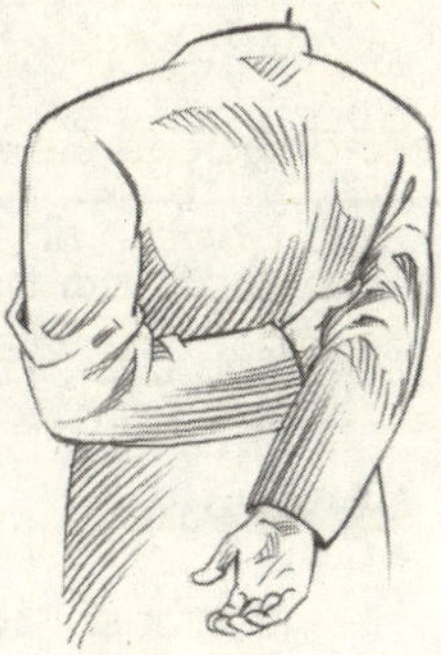

ఎడమచేతితో కుడిచేతి మోచేతి పైభాగంలో పట్టుకుంటే టెన్షను పెరిగినట్లే. మెటర్నిటీ వార్డులో బయట వెయిట్ చేస్తున్న భర్త, బిజినెస్ ఇవ్వబోతున్న కంపెనీ యజమాని గది బయట వెయిట్ చేస్తున్న మార్కెటింగ్ ఎగ్జిక్యూటివ్‌లు ఇలాగే పట్టుకుంటారు.

థమ్స్ అప్

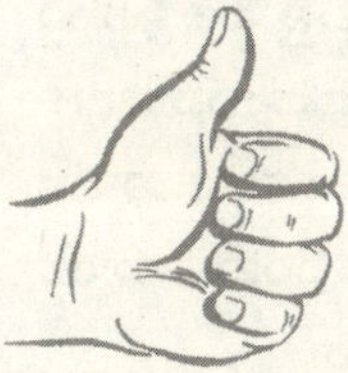

పిడికిలి బిగించి బొటనవేలిని పైకి లేపి ఉంచితే (థమ్స్ అప్) నేను విజయం సాధిస్తున్నాని ఆఫ్రికాలో తప్ప అన్ని దేశాల్లో భావిస్తారు. అదే వేలు తల్లకిందులు చేస్తే ఓడిపోయినట్లు భావిస్తారు. కానీ ఆఫ్రికాలో అక్షరాలా దీనికి వ్యతిరేకంగా ఉంటుంది.

విజయం మాదే

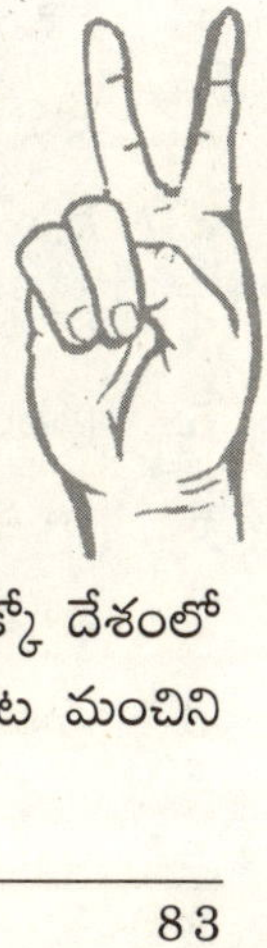

కుడిచేతి రెండు వేళ్ళను విడివిడిగా ఉంచి V ఆకారంలో చూపిస్తే విజయం అని అర్థం. రెండు వేళ్ళు దగ్గరగా ఉంచి చూపిస్తే బహిర్భూమికి వెళ్ళాలని అర్థం. వేళ్ళు చూపినపుడు అరచెయ్యి ప్రేక్షకుల వైపు కాక మనవైపు ఉంటే "నాది కాదు విజయం నీదే" అనే అర్థం ఆఫ్రికా దేశంలో ఉంది. అంటే లొంగిపోతున్నట్లు సంకేతం.

ఇటువంటివి మన దేశంలో ఎన్నో ఉన్నాయి. ఆ ముద్రలు మన జీవితంలో భాగమయిపోయాయి. కానీ ఒక్కోసారి ఒక్కో ముద్రకి ఒక్కో దేశంలో ఒక్కో అర్థం వుంటుందని తెలిస్తే ఆశ్చర్యం కలగక మానదు. ఒకచోట మంచిని సూచించే ముద్ర మరో చోట చెడుని సూచిస్తుంది.

పబ్లిక్ స్పీకింగ్

ప్రపంచంలో అధికశాతంమందికున్న భయాల్లో "పబ్లిక్ స్పీకింగ్" చాలా ముఖ్యమైనదని తెలిస్తే ఆశ్చర్యం కలగక మానదు. అయితే, అన్ని భయాలకన్నా అత్యంత వేగంగా పరిష్కరించుకునేది కూడా ఇదేనని తెలిస్తే ఇంకాస్త ఆశ్చర్యం కలుగుతుంది. ఇది అక్షరాలా నిజం. కొద్దిపాటి శిక్షణ, కొంత ధైర్యం ఉంటే వేదికలెక్కి వీరవిహారం చేయవచ్చు.

అష్టకష్టాలు

నలుగురిలో సరదాగా కబుర్లు చెప్పే మనిషి అదే నలుగురు కింద కూర్చుని ఉండగా, తాను వేదిక మీద ఎక్కి మాట్లాడమంటే ఎందుకు భయపడాలి? ఆలోచించండి. ఇదొక చిత్రమైన జబ్బు. దీని గురించి లోతుగా ఆలోచిస్తే స్టేజి ఫియర్ నుండి బయటపడవచ్చు. అలా బయట పడినవాళ్ళలో నేను ఒకడిని. సహజంగా స్టేజి ఫియర్ ఉన్నా వారు కొన్ని ఉచ్చుల్లో ఇరుక్కుంటారు. అవి తమకు తాము సృష్టించుకున్న ఉచ్చులని, వారు మొదటి సారి వేదిక మీద మాట్లాడే వరకు నమ్మరు. ఒక్కసారి వేదికనెక్కితే చాలు, మొత్తం సమస్యలు పరిష్కారమవుతాయి.

ఇపుడు ఆ ఉచ్చులనే భ్రమలు ఎలా ఉంటాయో చూద్దాం.

1. నేనెప్పుడూ స్టేజి మీద మాట్లాడలేదు.
2. నేను ఫలాన వ్యక్తిలాగ మాట్లాడలేను.
3. నేను మాట్లాడితే ప్రజలు నవ్వుతారేమో?
4. నా తర్వాత ఎవరైనా బాగా మాట్లాడితే, నేను తేలిపోతానేమో?
5. ప్రసంగ పాఠం మర్చిపోతానేమో?
6. నా తప్పులు పట్టడానికి కొందరు ప్రత్యేకంగా ఉంటారేమో?
7. నా మాటలో తప్పులొస్తాయేమో? తిట్లు వస్తాయేమో?
8. మైకు చూస్తే దడ పుడుతుందేమో?

పై ఎనిమిది కష్టాలను "అష్టకష్టాలు" అంటారు. అయితే ఈ కష్టాలన్నింటి జన్మస్థానం మనిషి మనస్సే. దాన్ని జాగ్రత్తగా మచ్చిక చేసుకుంటే అంతా ఆనందమే. ఇపుడు అష్టకష్టాలను విశ్లేషిద్దాం.

1. నేనెప్పుడూ స్టేజిమీద మాట్లాడలేదు

ఇపుడు మాట్లాడబోతున్నారు. ఇంక ఎంత కాలం ఇలా మాట్లాడకుండా ఉంటారు? వెయ్యి మైళ్ళ ప్రయాణానికైనా ఒక్క అడుగు ముందువెయ్యాలి. కాబట్టి ఇప్పుడొచ్చిన అవకాశం జారవిడువకండి. ఒక్కోసారి మాట్లాడితే ఆ అనుభవంవలన ఎంతో నేర్చుకోవచ్చు. కమాన్... గెట్ రడీ.

2. నేను ఫలానా వ్యక్తిలాగ మాట్లాడలేను

ఆ ఫలానా వ్యక్తి కూడా మొదటి ప్రసంగంతోనే ప్రజలను ఆకట్టుకోలేదు. ఆయన కూడా ప్రారంభంలో మీలాగే అనుకుని ఉండవచ్చు. ఆ మాటకొస్తే ఉపన్యాస కేసరిగా పేరు పొందిన బ్రిటీషు ప్రధాన మంత్రి విన్స్టన్ చర్చిల్ కూడా ప్రారంభంలో కంగారు పడేవాడు. పైగా ఆయనకు నత్తి కూడా ఉండేది.

3. నేను మాట్లాడితే ప్రజలు నవ్వుతారేమో?

ఎందుకు నవ్వుతారు? అని మిమ్మల్ని మీరు ప్రశ్నించుకోండి. మీరు అందించే వివరాల్లో తప్పులుంటే కదా, నవ్వటానికి. కాబట్టి ఆ ఆలోచన వదిలేయండి. అర్ధం లేకుండా వారు నవ్వితే చివరకు వారే నవ్వులపాలు కావటం తప్పదు. ప్రతివారికీ ఇలా భయపడితే వారు నిజంగా నవ్వుతారు.

4. నా తర్వాత ఎవరైనా బాగా మాట్లాడితే తేలిపోతానేమో?

మీకా భయం అక్కర్లేదు. వారి కన్నా మీరు ఇంకా బాగా మాట్లాడగలరు. నిజం చెప్పాలంటే ఇలాంటి భయం ఉండటం ఎంత సీనియర్కైనా మంచిది. దాని వలన ఎప్పటికప్పుడు వివరాలు సేకరించి బాగా మాట్లాడి, ప్రజలకు మీ ప్రసంగం మాత్రమే గుర్తుండిపోయేలా తయారు చేసుకోవచ్చు. దాని వివరాలు ముందున్నాయి.

5. ప్రసంగ పాఠం మర్చిపోతానేమో?

మర్చిపోరు. ఎందుకంటే ఆ పాఠం మీ ముందే ఉంటుంది. అవసరమైనపుడు ఆ పాఠం చూసినా తప్పులేదు. ముఖ్యంగా గణాంక వివరాలు ఇచ్చేటపుడు, పేపరు

చూసి చెప్పినందువలన ప్రేక్షకులకు నమ్మకం పెరుగుతుంది. చూడకుండా చెప్తే కాకుల లెక్కలు అనుకోవచ్చు. అదే విధంగా, ప్రసంగ పాఠంలోని ముఖ్యమైన పాయింట్లు చిన్న పేపరు మీద రాసుకుని వెళ్ళవచ్చు. తప్పులేదు. అదేమీ పరీక్షల్లో కాపీ కొట్టే స్లిప్ కాదు.

6. నా తప్పులు పట్టడానికి కొందరు ప్రత్యేకంగా ఉంటారేమో?

మంచిదే. అలాంటివారు ఉన్నా, లేకపోయినా ఉన్నారని అనుకుంటే చాలా మంచిది. వారు తప్పులు పడతారనే భయంతో మనం ప్రసంగ పాఠం మరింత వ్యూహంతో తయారు చేసుకోవచ్చు, ఎవరైనా తప్పుపడితే, దానికి ఎలా సమాధానం చెప్పాలో కూడా మనసులో అనుకోవచ్చు. నిజం చెప్పాలంటే కొందరు సీనియర్ పొలిటీషియన్స్ అలాగే చేస్తారు. ముందు కావాలని చిన్న సమాచారం ఇచ్చి ఆ తరువాత అసలు సంగతి బయటపెట్టి, విమర్శించిన వారి నోరు మూసుకునేలా చేస్తారు.

7. నా మాటల్లో తప్పులొస్తాయేమో, తిట్లు వస్తాయేమో?

రావు. అసలే టెన్షన్‌తో ఉంటే ఇంక తప్పులు, తిట్లు ఎక్కడ వస్తాయి. మీకా భయం అక్కర్లేదు. మీకున్నది కేవలం మాట్లాడలేనేమోననే వత్తిడి మాత్రమే. మనం బయట స్నేహితులతో సరదాగా మాట్లాడే భాషలో దొర్లే, కొన్ని అభ్యంతరకర పదాలు ఇంట్లో మాట్లాడినపుడు ఎలా రావో, స్టేజిమీద కూడా అంతే. అది మనకు తెలియకుండా జరిగే ఆటోమేటిక్ మెకానిజం.

8. మైకు చూస్తే దడ పుడుతుందేమో?

అది మీ భ్రమ మాత్రమే. మాట్లాడగా మాట్లాడగా, కొన్నాళ్ళకు మీరు మైకాసురులు కావటం తథ్యం. కొన్నాళ్ళకు మైకుకి మిమ్మల్ని చూస్తే దడ పుట్టవచ్చు. ఇలాంటి నెగెటివ్ ఆలోచనలను మనసు నుండి తీసివేయండి. మనకు అలవాటు లేని కొత్త పనులు ప్రారంభించేముందు మనసు ఇలాంటి చికాకులు కల్గిస్తూ ఉంటుంది. ఇలాంటివి మనం రేషనల్‌గా ఆలోచించాలి.

ప్రసంగం బావుండాలంటే కొంత సిద్ధం కావాలి. దానినే 4 "p" లు అంటారు. Proper Preparation Perfects Presentation. ఏ కార్యక్రమానికైనా ఇది తప్పదు.

ఇక మీ ప్రసంగం బావుండాలంటే, సభారంజకంగా ఉండాలంటే మీ ప్రసంగం అనే వంటలో ఈ దినుసులు ఉండాలి. ఇవి ఆరు ఉంటాయి.

1. Stories (సందర్భానుసారం పిట్టకథలు)
2. Purpose (ధ్యేయం ఏమిటి?)
3. Examples (అవసరమైనప్పుడు తగిన ఉదాహరణలు)
4. Effective Presentation (వివరాలు బాగా చెప్పగలగాలి)
5. Confidence (విశ్వాసం)
6. Humour (ఇది తాలింపులాంటిది. సున్నిత హాస్యం ఉండాలి)

ఈపై ఆరు పదాల మొదటి అక్షరాలు కలిపితే వచ్చేదే SPEECH ! అంటే ప్రసంగం. ఇవి జాగ్రత్తగా పాటించి, ప్రసంగం ప్రారంభించండి. భయపడుతూ కూర్చుంటే ఆ భయం అలాగే కొనసాగుతుంది.

ఈ ప్రపంచంలో ఎవ్వరూ కూడా గొప్ప స్పీకర్స్‌గా జన్మించలేదు. సాధనతో ఆత్మవిశ్వాసంతో అది అభ్యసించారు. ఇది సత్యం. అవి ఎలాగో ఇప్పుడు పరిశీలిద్దాం.

1. సందర్భానుసారం పిట్టకథలు

మన ప్రసంగానికి ఇది చాలా అవసరం. పూర్వంరోజుల్లో హరికథలు, బుర్రకథలు ప్రజాదరణ పొందటానికి ముఖ్యకారణం ఈ పిట్టకథలే. చెప్పే కథ మాత్రం సందర్భోచితంగా ఉండాలి. ఉదాహరణకు ఒక కవి గారి సన్మానం చేస్తున్నప్పుడు కవిత్వానికి సంబంధించిన విషయాలు చెప్పాలి తప్ప, జపాన్‌లో గైషాల జీవన విధానం, కంపూచియాలో యుద్ధంలాంటివి చెప్పకూడదు. నాకు తెలిసిన మిత్రుడు సంబంధంలేని నాలుగు విషయాలు చెప్పి తరువాత అసలు విషయానికి వచ్చేవాడు. ఆ విషయానికి, చెప్పిన నాల్గింటికీ ఏ కోణంలోనూ సంబంధం ఉండేది కాదు. ఎందుకు చెప్పాడో తెలియదు. పోనీ మెంటల్‌గా ఏదైనా సమస్య ఉందా? అంటే అదీ లేదు. కొందరంతే.

2. ధ్యేయం ఏమిటి?

ప్రసంగానికి వెన్నెముక ఇదే. మనం మాట్లాడే విషయం వారికి అర్థం అవ్వాలంటే ధ్యేయం స్పష్టంగా ఉండాలి. ఉదాహరణకి ఎల్.ఐ.సి. గురించి మాట్లాడాలంటే, సంస్థ ఎందుకు స్థాపించారు? సంస్థ ఎవరికి, ఎలా సహాయపడుతుంది? పాలసీ తీసుకోవటం వలన ఎటువంటి లాభాలున్నాయి? ప్రభుత్వరంగంలో ఇంతవరకు ఒక్క విమర్శ కూడా రాకుండా ఫండ్స్ డైవర్ట్ చెయ్యకుండా ప్రజల యోగక్షేమాలే తమ లక్ష్యంగా ఎలా భావిస్తుందో చెప్పాలి. ఇన్సూరెన్సు తీసుకోవటంవలన ఎన్ని విధాలుగా లాభం ఉందో చెప్పటంవలన ఇరుపక్షాలకు లాభం.

3. తగిన ఉదాహరణలు

ఉదాహరణలు మన ప్రసంగాన్ని ఎంతో బలపరుస్తాయి. అవసరమైతే ప్రేక్షకులు అవి పరీక్షించుకునే అవకాశం ఉంటుంది. ఉదాహరణకు బొంబాయిలో సాఫ్ట్‌వేర్ ఇంజనీరుగా పనిచేస్తున్న శ్రీ వి.కె.రావు ఏమ్‌వే ద్వారా ప్రతి నెలా లక్షలు సంపాదిస్తున్నారు. ఇప్పుడు ఉద్యోగం వదిలేశాడు. ఇంజనీరుగా కడుపులో చల్ల కదలకుండా సంపాదిస్తున్న శ్రీ పసుమర్తి రాము క్వాంటం ద్వారా లక్షలు గడిస్తున్నారు. తిరుపతిలో కండక్టరుగా పనిచేసే ఫలానా వ్యక్తి అది వదిలి ఇపుడు ఈ రంగంలో గడిపేస్తున్నారు. అద్దె ఇంటి నుండి స్వంత ఇంటికి మారారు... ఇలా ఖచ్చితమైన రిఫరెన్సులు ఇవ్వటంవలన మన ప్రసంగం వారి మనసుపై ముద్రవేస్తుంది.

4. వివరాలు బాగా చెప్పగలగాలి

ప్రసంగంలో ప్రజల్ని ఆకట్టుకునేది ఇదే. చెప్పే విషయం ఛార్టుల ద్వారా కానీ, బోర్డు మీద బొమ్మలతోకానీ, వీలుంటే ఓవర్‌హెడ్ ప్రొజెక్టర్ (OHP) అవకాశముంటే పవర్‌పాయింట్ ప్రెజంటేషన్ ఇవ్వాలి. మనం మాట్లాడేదానికన్నా నాలుగురెట్ల సందేశాన్ని బొమ్మల ద్వారా అందించవచ్చు. మన ప్రసంగపాఠం లేదా మన సంస్థ వివరాలున్న కరపత్రాలు ప్రేక్షకులకు ఇవ్వగలిగితే ఇంకామంచిది. వారు ఇంటికెళ్ళి కూడా చదువుకుని తగిన నిర్ణయం తీసుకుంటారు. వివరాల్లో అంకెలు స్పష్టంగా ఉండాలి. వీలైనంత సింపుల్‌గా చెప్పగలగాలి. పెద్ద పెద్ద వివరాలు వద్దు.

5. విశ్వాసం

మనం ప్రసంగించే విషయం కృత్రిమంగా ఉండకూడదు. ముందు మనకు విశ్వాసం ఉండాలి. అంతేతప్ప "చెప్పేవాడికి వినేవాడు లోకువ" అనే పద్ధతిలో చెప్పుకుపోకూడదు. చెప్పే విషయంపై మనకు సంపూర్ణ అవగాహన ఉండాలి. ఉదాహరణకు ఇన్సూరెన్సు గురించి మాట్లాడమని ఒక LIC ఏజెంటుని అడిగినప్పుడు అతని మాటల్లో విశ్వాసం ధ్వనించాలి. అతను ఒక పాలసీ తీసుకుని ఉండాలి. అతను పాలసీ తీసుకోకుండా మాట్లాడితే పస ఉండదు. కాబట్టి ఏ విషయం గురించి మాట్లాడాలన్నా కొంత స్టడీ చేయాలి.

ఈమధ్య ఆంధ్రప్రదేశ్ టూరిజం శాఖవారు ఒక వినూత్న ప్రయోగం చేశారు. అదేమంటే మన రాష్ట్రాన్ని సందర్శించే టూరిస్టులు మొదట కలిసేది ఆటో డ్రైవర్లను.

వారి ప్రవర్తన బావుంటే టూరిస్టులు మళ్ళీ వస్తారు. ఆ విషయం ఆటోడ్రైవర్లకు చెప్పాలని నన్నడిగారు.

నేను ఇంతవరకు ఎగ్జిక్యూటివ్‌లు, టీచర్లు, స్టూడెంట్లు, పోలీసులు, LIC తదితర ఇన్సూరెన్సువాళ్ళకు ఎన్నో శిక్షణా కార్యక్రమాలు, సెమినార్లు వర్క్‌షాపులు నిర్వహించాను. అనేక విషయాలపై ప్రసంగాలు చేశాను. ఇలా ఆటోడ్రైవర్లకు శిక్షణ ఇవ్వటం నాకు కొత్త విషయం. భాష మారాలి, ఉదాహరణలు మార్చాలి. మూడురోజులు స్టడీ చేశాను. రంగురంగుల బొమ్మలతో పవర్‌పాయింట్ ప్రెజెంటేషన్ చేశాను. ఆ ప్రదర్శన సూపర్‌హిట్ అయింది. ఆ విషయం స్వయంగా ఆ శాఖామంత్రి తెలిపారు. నేను ఆటోవారికి చెప్పిన విషయంలో ముఖ్యమైనది సింగపూర్ టాక్సీ డ్రైవర్ల ప్రవర్తన. సింగపూర్ చిన్న దేశం. ఒక చివరనుండి రెండో చివరకు 100 కిలోమీటర్ల లోపే. అక్కడ పంటలు లేవు.

పరిశ్రమలు లేవు. మొత్తం ఆదాయం టూరిజం మీదనే. సరదాగా షాపింగ్‌కి వచ్చే విదేశీయులను టాక్సీ డ్రైవర్లు ఎంతో మర్యాదగా చూస్తారు. మోసం ఉండదు. బిల్లు 15.50 డాలర్లు అయితే 15 డాలర్లే తీసుకుంటారు. పై చిల్లర తీసుకోరు. "ప్లీజ్ విజిట్ ఎగైన్" అంటారు. ఆ మాట మళ్ళీ వెళ్ళేలా చేస్తుంది. వాళ్ళు వెళ్తేనే వీరికి బిజినెస్. వారు ఒక్కసారి మోసం చేస్తే మళ్ళీ ఎవ్వరూ ఆ దేశం వెళ్ళరు. కాబట్టి మన రాష్ట్రాన్ని కూడా అలా చేద్దాం అని చెప్పాను. దానికి సంబంధించిన బొమ్మలతో పాటు, ఆరోగ్యం, వ్యసనాలు, పిల్లల్ని పెంచటం లాంటి విషయాలు చెప్పటంతో వాళ్ళు శ్రద్ధగా విన్నారు. మనం ఏది చెయ్యాలన్నా మొట్టమొదట ఆ విషయం కమ్యూనికేట్ చెయ్యగలను అనే విశ్వాసం బాగా ఉండాలి.

6. సున్నిత హాస్యం

జంధ్యాలగారు అన్నట్లుగా హాస్యం అనేది చక్కని వంటకంలో ఉప్పులాంటిది. ఉప్పులేని కూర ఎంత చప్పగా ఉంటుందో సున్నిత హాస్యం లేని ప్రసంగం కూడా అలాగే ఉంటుంది. అంటే జోక్ చెప్తున్నట్లుగా చెప్పకూడదు. అది ప్రసంగంలో భాగమైపోవాలి. ఒకసారి నేను కమ్యూనికేషన్స్ గురించి జుడీషియల్ అకాడమీలో మాట్లాడుతూ "మనం మాట్లాడే మాట ప్రాంతాన్ని బట్టి అర్థం మారుతుంది. ఉదాహరణకు ఒక నిర్మాత తన కొత్త సినిమా వాల్‌పోస్టర్లు ప్రెస్ నుండి వచ్చాక చూశాడు. అవి అంతగా నచ్చలేదు. కాస్సేపు ఆలోచించి సహాయకులతో "సరే ఏం చేస్తాం! అంటించండి" అన్నాట్ట. సహాయకులు క్షణం ఆలోచించకుండా చెంగున రంగంలోకి

దూకి వాటిని తగలబెట్టారు. అంటించండి అంటే అతికించండి అని ఆయన ఉద్దేశ్యం" అని ముగించాను. హాలు నవ్వులతో దద్దరిల్లింది. మెసేజ్ నాటుకుపోయింది.

మీ ప్రసంగం ప్రొఫెషనల్‌గా ఉండాలి.

ప్రసంగం ఇచ్చేటప్పుడు మనం ప్రొఫెషనల్‌గా ఉండాలి. అంటే మన ఎదురుగా ఉన్నవారు తెలిసినవారైనా, తెలియకపోయినా మనకు అనవసరం. ఆ హాల్లో అంతా చీకటిగా ఉంది. ఎవ్వరూ కనపడటంలేదు అనుకోవాలి. లేదా డేలికార్నీ చెప్పినట్లుగా వాళ్ళంతా మన దగ్గర అప్పు తీసుకున్నవాళ్ళు అనుకోవాలి. వాళ్ళంటే మనకు భయం ఉండదు. మనం తీసుకుంటే తప్ప.

రేపు ప్రసంగం ఉందనగా రెండుమూడుసార్లు అద్దం ముందు రిహార్సలు వేసుకోండి. ఇంట్లోవాళ్ళని కూర్చోబెట్టి చూపించండి. తప్పులుంటే చెప్పమనండి. ఇంట్లో వినే వాళ్ళు లేకపోతే మీ వాయిస్ టేప్ చేసుకుని వినండి. అవకాశం ఉంటే వీడియోలో చిత్రించుకుని చూడండి. మీ లోపాలు మీకు తెలుస్తాయి.

ప్రసంగానికి ముందు విరామ సమయంలో ప్రేక్షకులకు చక్కని సంగీతం వినిపించండి. అవి పాజిటివ్ పాటలయి ఉండాలి. 'ఉందిలే మంచికాలం ముందుముందునా (దేశద్రోహులు), జయమ్ము నిశ్చయమ్మురా (శభాష్ రాముడు), లాంటి పాటలు చాలా ఉన్నాయి. అంతే తప్ప "జగమే మాయ, బ్రతుకే మాయ" (దేవదాసు), "బొమ్మను చేసి ప్రాణము పోసీ" (దేవత) వంటివి ఆ సమయంలో వద్దు. అవి మంచిపాటలేకాని ఆ క్షణంలో కాదు. ఇటీవలికాలంలో విదేశాలలో పాజిటివ్ పాటలను పర్సనాలిటీ డెవలప్‌మెంట్ వారు ప్రత్యేకంగా కంపోజ్ చేయించి సభ్యులతో పాడిస్తున్నారు.

స్టార్టింగ్ ట్రబుల్

మీరెంత ప్రొఫెషనల్ స్పీకరయినా ప్రారంభించేముందు ప్రేక్షకులపై ఒక చిరునవ్వు విసరండి. లోపల టెన్షను ఉన్నట్లనిపించినా నవ్వండి. అలా నవ్వకుండా మైకు మీద టక్ టక్‌మని కొట్టినా, మైక్ టెస్టింగ్... మైక్ టెస్టింగ్.. ఒన్..టూ..త్రీ అన్నా, ఉఫ్, ఉఫ్ మని ఊదినా, మైకు పనిచేయటం లేదన్నట్లుగా ఎలక్ట్రీషియన్ కేసి చికాకుగా చూసినా, మీరు నెర్వస్ అవుతున్నట్లు ప్రేక్షకులు గమనిస్తారు. నెర్వస్ మనుషులకు స్టార్టింగ్ ట్రబుల్ ఉంటుంది. ఒకవేళ నిజంగా మైకులో ట్రబుల్ ఉంటే, ఒక నిమిషం మాట్లాడాక చెప్పండి. ఆ విషయం ప్రేక్షకులు కూడా సమర్థిస్తారు.

తెలిసిన ప్రేక్షకులైతే?

ప్రేక్షకులంతా తెలిసినవారైతే చాలా బాగుంటుందని అనుకుంటాం కానీ అది మనకు సహాయపడదు. కొత్త విషయాలు నేర్చుకోలేము. ప్రొఫెషనలిజం రాదు. కొన్ని లయన్స్, రోటరీవంటి క్లబ్బుల్లో ఇదే జరుగుతుంది. స్టేజి మీద నుండి అతిగా నవ్వటం, మధ్యలో పలకరింపులూ ఉంటాయి.

"ఏం దివాకర్‌గారూ! మీ ఆవిడ లేకుండా వచ్చారేం"

"అయ్యా విజయ్‌గారూ! కాస్త వచ్చి సీట్లో కూర్చోండి"

"రావుగారూ... ముందు సీట్లోకి రండి"

"అమ్మా! లక్ష్మీగారూ కాస్సేపు కబుర్లు ఆపండి"

"ఏయ్! చిల్డ్రన్... బయటకు పోయి ఆడుకోండి"

... ఇలాంటి సమస్యలెన్నో ఉంటాయి. ఇలాంటి స్పీకరున్నప్పుడు ప్రేక్షకుల్లో ఎవరో ఒకరు "నువ్వు త్వరగా ముగించవయ్యా మగడా! మందు టైమ్ అయింది" అని అరవొచ్చు. ఇక ఆ సభ ఎలా ముగుస్తుందో తెలుసు. అప్పుడప్పుడు సరదాగా కలిసే క్లబ్బు మీటింగులో ఎలా ఉన్నా ఫరవాలేదుకానీ ప్రొఫెషనల్ ప్రజెంటేషన్ ఉన్నప్పుడు ఇలా ఉండకూడదు. దానివలన ఫలితం శూన్యం. ఆయన చెప్పినది ఎవ్వరికీ ఎక్కదు. మర్నాడు ఆయన్ని కలిసే ఉత్సాహం ఉత్సాహం ఎవ్వరికీ ఉండదు.

ప్రేక్షకులు అంతా కొత్తవారే అయితే?

ఇదొక ఛాలెంజి. దీనికి ముందు తెలిసిన ప్రేక్షకులతో ఒకటి రెండు చెయ్యాలి. కొత్త ప్రేక్షకులు ఉండటం వలన మనం చాలా జాగ్రత్తగా ఉంటాము. మీ గురించి తెలియదు కాబట్టి వాళ్ళు కూడా జాగ్రత్తగా ఉంటారు. ఆపైన మీ ప్రెజెంటేషన్ పర్‌ఫెక్ట్‌గా ఉంటే బాత్‌రూమ్‌కి కూడా లేవరు. నేను అనేక కార్యక్రమాల్లో ఇంటర్వెల్ కూడా ఇవ్వకుండా మూడుగంటలు కార్యక్రమం నిర్వహించాను. ఇవ్వలేదు అంటే బలవంతంగా కాదు, ఆ విషయం గుర్తుకు రాలేదు. వాళ్ళకే కాదు... నాకు కూడా. ఇది నేను ప్రముఖ మిమిక్రీ కళాకారుడు, ధ్వన్యనుకరణ సామ్రాట్ పద్మశ్రీ డాక్టర్ వేణుమాధవ్ గారి వద్ద నేర్చుకున్నాను. స్వయానా టీచరు కావటం, అద్భుత కళాకారుడు కావటం ఆయనకు బాగా కలిసొచ్చాయి. ఐలాపురంలో చేసినా ఐక్యరాజ్యసమితిలో చేసినా ఆయనకు ప్రేక్షకులు ఒకటే.

ప్రసంగం సమయంలో ఎలా ఉండాలి?

ప్రసంగం వెరైటీగా ఉండాలి. కొంతసేపు ప్రసంగం, కొంతసేపు ప్రదర్శన, కొంతసేపు ప్రశ్నలు, జవాబులు... ఇలా వుండాలి. నాన్‌స్టాప్‌గా ఒకే ప్రక్రియ వలన ప్రసంగం పట్టుజారే ప్రమాదం ఉంది.

ప్రసంగం సమయంలో బాడీ లాంగ్వేజి విషయంలో జాగ్రత్త పడుతూండాలి. స్టేజిమీద ఉన్న మనకేసి ఎందరో చూస్తున్నారు. కాబట్టి ఆ సమయంలో

★ దగ్గువస్తే చెయ్యి అడ్డం పెట్టుకోవాలి.

★ త్రేన్పు రాకూడదు. వస్తే సారీ చెప్పాలి.

★ అక్కడా, ఇక్కడా దురదపెట్టినా గోక్కోకూడదు.

★ కాలుమీద కాలువేసుకుని దర్జాగా కూర్చోకూడదు.

★ గోళ్ళు కొరుక్కోకూడదు. అది టెన్షనుగా ఉన్నట్లు సూచన.

★ పదే పదే టై సర్దుకోకూడదు.

★ వేళ్ళు నొక్కుకోవడం, విరుచుకోవడం చెయ్యకూడదు.

★ ఆవలింత అస్సలు రాకూడదు.

★ చెవుల్లో, ముక్కుల్లోకి వేళ్ళు వెళ్ళకూడదు.

★ ప్రేక్షకులు చికాకుపెట్టినా నవ్వుతూ సమాధానం చెప్పాలి.

ప్రసంగానంతరం

ప్రేక్షకులకు సవినయంగా నమస్కరించాలి. ఓపికగా విన్నందుకు కృతజ్ఞతలు చెప్పాలి. క్రిందకు వచ్చి ప్రేక్షకులను కలవాలి. "నా ప్రసంగం ఎలా ఉంది?" అని ఎట్టి పరిస్థితిలో అడగకూడదు. ఎలా ఉందో అందరికీ తెలుసు. ఆ సమయంలో ప్రేక్షకుల్లో ఎవరైనా ఒక ప్రశ్న అడిగితే మీరు చెప్పే సమాధానం హెచ్చు స్వరంతో ఉంటే మంచిది. అడిగిన వారితో పాటు మిగతావారు వింటారు. వారు మరో ప్రశ్న వేస్తారు. చివర మీరు వెళ్ళిన కార్యం విజయవంతమవుతుంది. మీరు అభివృద్ధి చెందటం ఖాయం.

ప్రసంగం వేరు ప్రెజెంటేషన్ వేరు

మామూలు ఉపన్యాసం చాలా మంది ఇవ్వగలరు. కానీ ఒక ప్రత్యేక విషయం గురించి వివరాలతో కూడా ప్రెజెంటేషను ఇవ్వటానికి కొంత సాధన కావాలి. Presentation Skills నేర్చుకోవటం అన్నిటికన్నా సులువైన విద్య. ఐతే అసలు సమస్య మొదటి ప్రదర్శనే. అది ఇచ్చే వరకే టెన్షను ఉంటుంది. ఆ తరువాత ఆగరు. ఈ సత్యాన్ని నేను చాలా మందిలో చూశాను. మొదలు పెట్టేవరకు విపరీతమైన ఒత్తిడికి లోనవుతారు. అటువంటి వారికోసం ఇక్కడ ప్రాక్టికల్‌గా పనికి వచ్చే టిప్స్ అందిస్తున్నాను.

★ మనం ప్రసంగించబోయే విషయం ఏమిటి? అనేది తెలుసుకుని దానికి సంబంధించిన వివరాలు సేకరించాలి

★ ప్రేక్షకులు ఎవరు? బాగా చదువుకున్నవారా? మామూలు చదువా? మేనేజరు స్థాయిలో ఉన్నారా? వర్కరు స్థాయిలో ఉన్నారా?

★ ప్రసంగం ఎంత సమయం ఉండాలి? దానికి తగ్గట్లుగా సబ్జక్టుని పెంచటమో, తగ్గించటమో చెయ్యాలి.

★ ప్రసంగం ఇచ్చే హాల్లో సభ్యులు ఎంత మంది ఉంటారు? వారు కూర్చునే కుర్చీలు వరుసగా ఉంటాయా? లేదా యు ఆకారమా? తెలుసుకుంటే మంచిది. దగ్గరగా ఉంటే లేఖలు, ప్రెస్ క్లిప్పింగ్ చూపించవచ్చు.

★ ప్రసంగం ఇచ్చే ముందు "ఈ ప్రసంగం అనంతరం నేను ప్రేక్షకుల నుండి కోరుకునేదేమిటి?" అనే విషయం బాగా ఆలోచించి దానికి తగ్గట్లుగా ప్రసంగంలో మార్పులు చేసుకోవాలి

★ ప్రస్తుతానికి ఇచ్చిన సమయం కన్నా ముందుగానే చేరుకోవాలి. లాస్ట్‌మినిట్‌లో టెన్షను ఉండదు.

★ తయారుచేసుకున్న ప్రసంగంలో ప్రారంభంలో అసలు విషయం చెప్పకూడదు. ముందుగా మామూలుగా ప్రారంభించి తరువాత ముఖ్య విషయాలు చెప్పి, ఆపైన వివరాల్లోకి వెళ్ళాలి.

Known to Unknown

Simple to Difficult

General to Specific

ఏ విషయాన్నైనా ఈ ఆర్డరులో చెప్తే మనం చెప్పినది వాళ్ళ మనసులో ముద్రపడుతుంది. ఆపైన మన మాట వింటారు.

★ ప్రసంగాన్ని మూడు భాగాలుగా విభజించాలి. అవి 1. పరిచయం (Introduction), 2. ముఖ్యమైన పాఠం (Body Text) 3. తుదిపలుకులు (Conclusion). ఈ విధంగా తయారుచేసుకుని ప్రసంగించాలి.

★ పరిచయంలో అసలు ఈ సమావేశం ఎందుకు? దీని ఉద్దేశ్యం ఏమిటి? చెప్పాలి. ఈ సమయంలో మనం ప్రేక్షకులను కూడా చూస్తూ ఒక అంచనా వేసుకోవచ్చు. వారికి కూడా మనం చెప్పబోయే విషయం చూచాయగా అర్థం అవుతుంది.

★ ముఖ్యమైన పాఠానికి వచ్చేసరికి ప్రేక్షకులు మానసికంగా కొంత సిద్ధంగా ఉంటారు. అది మీ ముందు పరిచయ ప్రసంగాన్ని బట్టి ఉంటుంది. ఇప్పుడు అసలు విషయం చెప్పాలి. ఇక్కడ స్వరం గంభీరంగా ఉండాలి. స్పష్టంగా ఉండాలి. ఇది చెప్పేటపుడు అవసరాన్ని బట్టి బొమ్మలు, ఫోటోలు (Visual Aids) చూపించాలి.

★ ముగింపులో మనం ప్రసంగం మొత్తం పాఠాన్ని సమ్మరైజ్ చేసి చెప్పాలి. ఆ సమయంలో వారి నుండి వచ్చే ప్రశ్నలకు సమాధానాలు సిద్ధం చేసుకోవాలి.

★ ప్రసంగానికి ముందే అక్కడ అవసరమయ్యే బ్లాక్ బోర్డ్ లేదా వైట్ బోర్డు, దానికి సంబంధించిన పెన్నులు, ఒకఆ (పనిచేస్తుందో లేదో చూసుకోవాలి) పవర్‌పాయింట్ సీడీలు అన్నీ సిద్ధంగా ఉన్నాయో లేదో చూసుకోవాలి.

★ ప్రసంగించటానికి అందరికి కనపడే విధంగా పొజిషన్లో నిలబడటం మంచిది. పోడియం (ప్రసంగాలు చదవటానికి ఉపయోగించే నిలువు బల్ల) లేకుండా ఉంటే మంచిది. మీకు ఆరోగ్య సమస్యలు ఉంటే తప్ప.

★ ప్రసంగించే హాల్లో తగినంత వెలుతురు, గాలి ఉన్నాయో లేదో చూసుకోవాలి. ఒక్కోసారి మీ ప్రసంగం బావున్నా ఉక్కబోయటం వలన, లేదా వెలుతురు లేకపోయినా ప్రేక్షకులు మధ్యలో లేచే పరిస్థితి ఉంటుంది.

★ చిన్న విషయమే అయినా పెద్ద ప్రమాదం కలిగించేది మరొకటుంది. మీ ప్రసంగం సమయం వారి లంచ్ టైమ్ లేదా డిన్నర్ టైమ్‌లో కాకూడదు. కొందరి ప్రసంగాలు ఉదయం నుండి కొనసాగుతూ ఉంటాయి. లంచ్ టైమ్‌లో అసలైన వ్యక్తికి ఇస్తారు. అప్పటికే ప్రేక్షకులు శోష వచ్చి ఉంటారు. మధ్యలో నెమ్మదిగా లేచి జారుకుంటారు.

★ సాయంత్ర సమయాల్లో ఏర్పాటు చేసే ప్రసంగాల అనంతరం డిన్నర్లు, పార్టీలు ఉన్నప్పుడు మన ప్రసంగం సగం మందే శ్రద్ధగా వింటారు. సమయం పెంచితే వాళ్ళుకూడా వెళ్ళిపోతారు. కాబట్టి Keep it Short & Simple (Kiss) అంటారు.

ప్రసంగానంతరం

★ ప్రసంగం ఇవ్వటం శ్రమంతో కూడినదే. కానీ అంతకన్నా శ్రమతో కూడినది ప్రశ్నోత్తరాలు. వారు అడిగే ప్రశ్నలకు సమాధానం మనదగ్గర సిద్ధంగా ఉండాలి. "నాకు తెలియదు" అనే సమాధానం ఎట్టి పరిస్థితిలో చెప్పకూడదు. అంతగా తెలియకపోతే తరువాత సమాచారం సేకరించి ఇస్తానని చెప్పాలి. బ్లఫ్ చెయ్యటం పనికిరాదు.

★ ప్రేక్షకుల్లో ఒకరిద్దరు కావాలని పదే పదే ప్రశ్నలు వేస్తుంటారు. అవి నిజాయితీగా వేసినవైతే సమాధానం ఇవ్వండి. కొంత మంది అసూయతో, మరికొంత మంది ప్రొఫెషనల్ జెలసీతో మిమ్మల్ని ఇబ్బంది పెట్టాలని చూస్తారు. అటువంటి సమయంలో కోపం తెచ్చుకోకుండా, నవ్వుతూ, "మీకు చాలా అనుమానాలున్నాయే, మీకు తీరిగ్గా మళ్ళీ చెప్తాను. ఈ సారికి మిగతావారి ప్రశ్నలు విందాం" అని సున్నితంగా హెచ్చరించవచ్చు.

★ చివరి విషయం చిన్నదే అయినా, మీ ప్రసంగాన్ని రికార్డు చెయ్యటానికి అంగీకరించకండి. మీకు అవసరమైతే చేసుకోండి. అలాగే మీరు ప్రత్యేకంగా తయారు చేసుకున్న పవర్‌పాయింటు సిడీని కాపీ చెయ్యకుండా చూసుకోండి. ఈ మధ్య హైదరాబాద్‌లో ఒక పెద్ద ఆసుపత్రిలోని డాక్టర్లకు నేను స్ట్రెస్ గురించి ప్రెజెంటేషను ఇచ్చాను. ఆ సందర్భంలో సిడీని ఆపరేటర్‌కి ఇచ్చాను.

అతను రహస్యంగా దాన్ని కాపీ చేశాడు. అది చివర్లో నేను గ్రహించి అడిగాను "మాకు ఇది మామూలే" అన్నట్లుగా రొటీన్ దొంగలా మాట్లాడాడు. ఆ సమయంలో చీఫ్ కలగజేసుకున్ని అతన్ని మందలించటం, ఉద్యోగంలోంచి తీసెయ్యటం కూడా

జరిగింది. ఈ రకమైన సంఘటనలు ఆసుపత్రుల్లోనే కాదు, పెద్ద పెద్ద సంస్థల్లో కూడా జరుగుతాయి. ఒక చిన్న ఉద్యోగి చేసిన తప్పువలన పెద్ద సంస్థకి చెడ్డపేరు వస్తుంది Intellectual Property అనే జ్ఞానం వారి చిన్న మనసుకి తట్టదు. కాబట్టి ఆ జాగ్రత్త తీసుకోండి. లాప్‌టాప్ ఉంటే ఈ గొడవే లేదు.

ప్రెజెంటేషన్ స్కిల్స్‌కి ఈ త్రిభుజాన్ని అక్షరాలా పాటిస్తే చాలు.

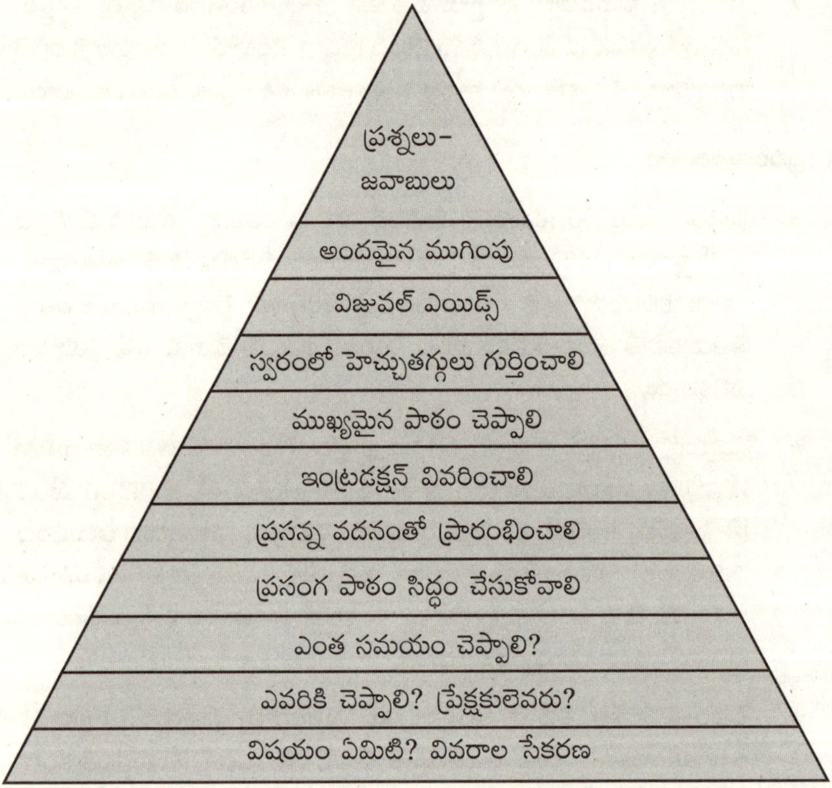

దిగులెందుకు? పదముందుకు

అందరికీ ఆరోగ్యం ఉంటుందో లేదో కానీ ఆందోళన మాత్రం ఉంటుంది. ఒక్కొక్కరికి మోతాదులో తేడా ఉంటుంది. కొందరికి ఆరోగ్యం గురించి, కొందరికి ఉద్యోగం, వ్యాపారం, ప్రేమ, చదువు... ఇలా ఉంటాయి. మరి కొందరు అతిచిన్న విషయానికి మరీ ఆందోళన పడి ఆరోగ్యం పాడుచేసుకుంటారు.

"How to stop worrying and start living" అనే పుస్తకం రచించిన డేల్ కార్నిగీ అనే శిక్షకుడు లక్షలాది మందిని తన ప్రసంగాలు. రచనల ద్వారా తమ తమ ఆందోళనని దూరం చేశాడు. ఆయన తన పుస్తకంలో రాస్తూ

"నాకు చిన్నప్పుడు అర్థంలేని ఆందోళనలు ఎన్నో ఉండేవి, అవి అర్థం లేనివని నాకు చాలా కాలం తరువాత తెలిసింది. వాటిల్లో ముఖ్యంగా ఇవి ఉండేవి.

- నేను బతికుండగానే నన్ను సమాధి చేస్తారేమో?
- నామీద పిడుగు పడుతుందేమో?
- నేను ఆకలితో మరణిస్తానేమో?
- మా ఫ్రెండ్ నా చెవులు కత్తిరిస్తాడేమో?
- నేను ప్రేమించిన అమ్మాయి నన్ను తిరస్కరిస్తుందేమో?
- పెళ్లయ్యాక నా భార్యతో మాట్లాడగలనా?
- నన్నూ నా వాలకం చూసి అమ్మాయిలు నవ్వుతారేమో?

... ఇలా అర్థంలేని ఆందోళనలతో నేను బుర్ర పాడుచేసుకుంటూ పొలం పనులు చేసుకునేవాడిని. ఒక్కో సందర్భంలో ఇవి తల్చుకుని భోరుమని ఏడ్చేవాడిని" అంటాడు.

మీకూ, నాకూ కూడా చిన్నప్పుడు ఇలాంటి అర్థంలోని ఆందోళనలు కలిగి ఉండవచ్చు, కానీ వయస్సు పెరుగుతున్న కొద్దీ మనం వాటిని తేలికగా కొట్టి పడేయ

గలిగాం. కొందరు మాత్రం వాటిని అలాగే పోషిస్తూ వాటిని ఎవరికీ చెప్పుకోలేక, చివరకు సమాజంలో తమ పాత్రను సక్రమంగా పోషించడం లేదు.

"నిజానికి మనం ఆందోళన పడే విషయాల్లో 99 శాతం అలా జరగదు. ఒక్క శాతం మాత్రం మీ అధిక ఆందోళన వలన జరగడానికి ఆస్కారం ఉంది. కానీ అది కూడా అధిగమించిన వాళ్లు 99 శాతం మంది ఉన్నారు అంటారు డేల్ కార్నిగీ.

ఇలా ఆందోళన పడేవారి గురించి డేల్ కార్నిగీ చమత్కరిస్తూ "ఇలాంటి ఆందోళనల వలన లాభం పొందేది ఇన్స్యూరెన్సు కంపెనీ వాళ్లే. లండన్‌లోని లాయడ్స్ ఇన్స్యూరెన్సు కంపెనీ లక్షలాది డాలర్లు సంపాదించింది. చాలామంది ఆందోళనపడే కష్టాలు, నష్టాలు, ఎట్టి పరిస్థితిలో జరగడానికి కూడా అవకాశం లేని ప్రమాదాలు, "జరగవు" అనే ధీమాతో వారు బీమా చేయిస్తున్నారు. దాని వలన ఆ సంస్థ వందలాది సంవత్సరాలుగా లాభాల బాటలో ఉంది. ప్రజల్లో ఆందోళనలు ఉన్నంత కాలం, ఇలాంటి బీమా సంస్థలు వర్ధిల్లుతాయి" అన్నాడు.

ఈ మాటని ఆయన సరదాగా మాత్రమే అన్నాడు. ఎందుకంటే ఆయన కూడా తన లైఫ్ ఇన్సూరెన్సు చేయించుకున్నాడు.

మేజిక్ ఫార్ములా

మనం ఒక పెద్ద లక్ష్యం పెట్టుకున్నప్పుడు దాని కొరకు మనం కొంత శ్రమపడి తీరాలి. అదేమీ అరచేతిలోని అరటిపండు ముక్క కాదు, గుటుక్కున మింగడానికి. దానికి కొంత సమాచారం సేకరించాలి. అవసరమైతే ఆ రంగంలో విజయం సాధించిన వారిని కలిసే ప్రయత్నం చేయాలి, ఆ పైన మరోసారి లక్ష్యాన్ని సరిచూసుకోవాలి. అప్పుడు రంగంలోకి దిగాలి. అలా కాకుండా "నేను అది చేస్తాను, ఇది చేస్తాను" అని ఎటువంటి పరిశ్రమ, పరిశోధన చెయ్యకుండా, రంగంలోకి దూకి ఓడిపోకూడదు.

మా క్లినిక్కి వచ్చేవారిలో అధికశాతం ఆందోళన బాధితులే. చాలా చిన్న సమస్యతో వారు ఎప్పటినుండో ఏదో దిగులుతో ఉంటారు. పూర్వం రోజుల్లో ఇటువంటి వాటికి ఇంట్లోని పెద్దలు సలహాలిచ్చి, ధైర్యం చెప్పేవారు.

ఆందోళనతో ఉండేవారి వలన ఇన్సూరెన్సు సంస్థలు బాగుపడుతున్నాయని డేల్ కార్నిగీ చమత్కరించాడు. కానీ, ఇటీవలి కాలంలో సైకాలజిస్టులు,

సైకియాట్రిస్టులూ, కౌన్సిలర్లు, గైడెన్స్ వర్కర్లు... ఇలా చాలా మంది ఉన్నారు. వీరితోపాటు చదువు సంధ్యాలేకుండా మాయమాటలు చెప్పే నకిలీ మనుషులు కూడా ఉన్నారు.

సరే... విషయానికొస్తే, నావద్దకు వచ్చేవారిని నేను కొన్ని ప్రశ్నలు అడుగుతాను. వాటిని వారు సమాధానం చెప్పినప్పుడే, పరిష్కారం కూడా తమకు తెలియకుండా సూచిస్తారు. అంటే కాన్షస్ మైండ్‌కి ఆ ఆందోళనకి పరిష్కారం తెలుసన్న మాట. కానీ తనని తాను నమ్మనట్లుగా, సబ్‌కాన్షస్ మైండ్‌ని పట్టించుకోవడం లేదు. ఆ చెప్పేదేదో బయటి వాడు, నాలుగు డబ్బులు తీసుకుని చెప్తే నమ్ముతాడు. ఇది మానవ నైజం.

ఆందోళనకి అడ్డుకట్ట

నేను నా క్లయింట్లను అడిగే ప్రశ్నల తీరు ఇలా ఉంటుంది. ఉదాహరణకు ఒక కేసు తీసుకుందాం. ఇది కల్పితం.

ఒక వ్యక్తి ప్రభుత్వ కార్యాలయంలో పని చేస్తున్నాడు. అతని బాస్ లంచాలకు అలవాటు పడ్డవాడు. ఒకసారి ఆఫీసుకి కావలసిన ఫర్నిచర్, స్టేషనరీ భారీగా కొనాల్సి వచ్చింది. దాంట్లో బాస్ 10 శాతం లంచం తీసుకున్నాడు. తరువాత ఆఫీసుకి సంబంధించిన టెండరు విషయంలో, కాంట్రాక్టరుకి అక్రమంగా కేటాయించవలసి వచ్చింది. దాంట్లో కూడా బాస్ ఎంగిలి చేశాడు, పైగా అందులో “కొంత మంత్రిగారికి ఇవ్వాలి” అని కొంచెం ఎక్కువ తీసుకున్నారు.

ఈ పనుల్లో, ఆఫీసు కాగితాల్లో అన్నీ ఈ ఉద్యోగి సంతకాలే ఉన్నాయి.

ఒక రోజు దినపత్రికలో ఈ విషయం గురించి ప్రచురించారు. ఒక కాంట్రాక్టరు మొత్తం చెప్పాడు. పత్రికవారు పూసగుచ్చినట్లు రాసేశారు.

ఇప్పుడు ఆ ఉద్యోగి పరిస్థితి ఏమిటి? పై బాస్‌ని అడిగితే, “నాకేం తెలీదు, అతడు నేను చెప్పినట్లే రాసాడనుకున్నాను” అని తప్పించుకున్నాడు. మంత్రిగారు “నేను నిరక్షరాస్యుడిని, సెక్రటరీ చెప్పినట్లు సంతకం పెట్టాను” అని తప్పుకున్నాడు. ఈ లోగా ముఖ్యమంత్రి విచారణ చేయమని ఆదేశించారు.

దీంతో ఆ ఉద్యోగి కలత చెందాడు. విపరీతమైన ఆందోళనకు లోనై మంచం పట్టాడు. స్నేహితులు బంధువులు దొంగను చూసినట్లు చూడడం మొదలుపెట్టారు.

అప్పుడు అతడికి నేను ఈ ప్రశ్నపత్రం ఇచ్చాను.

1) సమస్య ఏమిటి?

2) సమస్య పరిస్థితి ఏమిటి?

3) ఈ సమస్యకు పరిష్కారాలున్నాయా?

4) వీటిలో మీరు ఏ పరిష్కారం సూచిస్తారు?

5) DO IT NOW. అది చెయ్యండి. దానికి సిద్ధపడండి.

సమస్య ఏమిటి? సమస్య పరిస్థితి ఏమిటి? అనే రెండు ప్రశ్నల దగ్గరే అందరూ ఆగిపోవడం వలన ఆందోళన పెరుగుతుంది. వాస్తవాలను విశ్లేషించకుండా అతిగా భయపడి పోవడం జరుగుతుంది.

ఈ సమస్యకు పరిష్కారాలున్నాయా? అని నేను అడిగినప్పుడు. అతను ఇలా ఐదు సమాధానాలు చెప్పాడు –

1) నాకు ఏ పాపం తెలియదు. బాస్ ఎలా చేపే అలా రాశాను. అని చెప్తాను.

2) బాస్‌కి కాంట్రాక్టరుకి మధ్య జరిగిన సంభాషణ, తెలిసిన ఇతర రహస్యాలు పోలీసు వారికి చెప్తాను.

3) నా ఖర్మ... నా ఖర్మ అనుకుంటాను.

4) భగవంతుని ప్రార్థిస్తాను.

5) సమస్య అసలు విషయాలన్నీ తెలిసిన ఒక టీవీ ఛానెల్ వారికి చెప్తాను.

అంటూ పరిష్కారాలు చెప్పాడు.

"మీరు ఏ పరిష్కారం సూచిస్తారు"? అని అడిగాను దానికి అతడు మళ్లీ ఆందోళనలో పడ్డాడు.

"అంతా నా ఖర్మ" అన్నాడు.

ఒకవేళ మీ ఖర్మ కాలితే ఏమవుతుంది?

"జైలుకి వెళ్తాను" అన్నాడు.

"జైలు కెళ్తే ఏమవుతుంది? అని అడిగాను.

"నా పరువు, కుటుంబ పరువు పోతుంది" అన్నాడు ఏడుస్తూ

"తరువాత ఏమవుతుంది?"

"ఆత్మహత్య చేసుకుంటాను" అన్నాడు.

"అప్పుడు ఇదంతా నిజమని నమ్ముతారు ప్రజలు. దాంతో మీ పరువు ప్రతిష్ఠలు నిజంగా పోతాయి. జైలుకి వెళ్లినా తాత్కాలికమే. "The importance of Living" అనే పుస్తకంలో. లిన్ ఉతాంగ్ అనే చైనా ఫిలాసఫర్ "అన్నిటి కన్నా భరించలేని అవమానాన్ని అంగీకరిస్తేనే కానీ, మనశ్శాంతి లభించదు – కాబట్టి జరగబోయే నష్టాన్ని భరించడానికి సిద్ధంగా ఉండండి. దాని వలన మనసు, చిన్న విషయాల గురించి ఆందోళన చెందరాదు" అంటాడు.

"మీరేం చేయమంటారు?" అడిగాడు.

"అన్నింటికీ సిద్ధంగా ఉండు. జరిగేది జరుగుతుంది." అని ధైర్యం చెప్పాను. మామూలుగా రోజూ ఆఫీసుకి వెళ్లమన్నాను.

తరువాత ఈ కేసు అత్యంత నాటకీయ క్రమంలో విడిపోయింది. పోలీసులు, CBI వారు ఆ ఆఫీసరు ఇంటి మీద దాడి చెయ్యడం, అత్యంత విలువైన డాక్యుమెంట్లు స్వాధీన పరుచుకుని, ఆఘమేఘాల మీద అతన్ని అరెస్టు చేయడం, రిమాండులోకి తీసుకోవడం జరిగింది.

అంతే కాదు! ఆ కాంట్రాక్టరు ఇంటిమీద కూడా దాడులు జరిగాయి. ఇంకా విలువైన పత్రాలు, బంగారు సామాన్లు దొరికాయి. ఆయన్ని కూడా జైలుకి పంపారు.

ఈ కథలో క్లైమాక్సు ఏమిటంటే, మా క్లయింటు గురించి, ఎక్కడా కూడా కనీస ప్రస్తావన లేదు. పోలీసులు కానీ కోర్టు కానీ కనీసం ఒక ప్రశ్న అడగలేదు.

కానీ అతడు పడిన ఆందోళన అంతా ఇంతా కాదు. అందుకే ఆందోళన పడేవారు. ఈ క్రింది విషయాలను గుర్తుపెట్టుకోవాలి.

టైమ్ వృథాచేసే వర్రీ

1) ఆందోళనగా ఉన్నప్పుడు, దేని గురించి ఆలోచిస్తున్నారో దానికి పరిష్కారాలేమిటో ఒక కాగితం మీద రాయండి.

2) ఆందోళన వలన మీరు సాధించగలిగేదేమీ లేదు. పైగా దాని వలన ఆలోచించే సహజ నైపుణ్యాలు మర్చిపోతారు.

3) గతం మార్చడం మన చేతిలో లేదు. ఆ తప్పులు మళ్లీ చెయ్యకుండా, కొత్తకోణంలో ప్రయత్నించండి.

4) ఆందోళనగా ఉన్నప్పుడు అక్కడి నుండి కదిలి మిమ్మల్ని ప్రేమించేవారితో మాట్లాడండి. అందంగా ఉండేవాటిని ఆస్వాదించండి.

5) మిమ్మల్ని విమర్శించిన వారిని, తిరిగి విమర్శించకండి. వారి విమర్శకు కారణం మీలోని సమర్థతే. దాంతో వారిలో అసూయ పెరిగింది. అసూయ అధికమైతే విమర్శమామూలే.

6) మిమ్మల్ని విమర్శిస్తే బాధపడకండి. మీరు శ్రీకృష్ణుడు, జీసస్ ప్రభువులకన్నా గొప్పవారేం కాదు. వారికే విమర్శలు తప్పలేదు. చివరకు విమర్శించిన వారు ఒకనాడు చింతించక తప్పదు.

7) మన మనసుని ఎల్లవేళలా మంచి ఆలోచనలతో నింపి ఉంచుదాం. శాంతి, ప్రేమ, ధైర్యంతో ఉండండి లేదా మనసులో చేరడానికి ఆందోళనలు సిద్ధంగా ఉంటాయి.

8) మీరు చేసిన సహాయానికి కృతజ్ఞతలు ఆశించకండి. అలా ఆశిస్తే మీకు మరింత ఆందోళన పెరుగుతుంది. మీ వల్ల వారికి మంచి జరిగితే, దేవుడు మీకు మంచి చేస్తాడు. మీకు కూడా తృప్తి ఉంటుంది.

9) మీకు హాని చేసిన వారికి హాని చెయ్యాలను అనుకోవద్దు. ఒకవేళ మీరు హానిచేస్తే, వాళ్లు మళ్లీ చేస్తారు. చివరకు ఫ్యాక్షన్ కుటుంబాల్లో లాగ శత్రుత్వం తరతరాలుగా ఉండిపోతుంది.

10) మీరు చేసే పనుల ప్రాముఖ్యాన్ని బట్టి, ఆయా పనులుచేపట్టండి. తక్షణం చేయవలసిన పనులకు తక్షణ ప్రాధాన్యం ఇచ్చి తీరాల్సిందే.

11) మీకున్న కష్టాల కన్నా, సుఖాలేవి పొందుతున్నారో ఒక కాగితం మీద రాయండి. అది మీ చదువు, ఇంట్లో ప్రేమ, స్నేహితులు ఏదైనా కావొచ్చు. ఇవిలేని వారు ప్రపంచంలో ఎందరో ఉన్నారు.

12) మన కష్టాల్ని కొంత సమయమైనా మర్చిపోవాలంటే సంతోషంగా ఉన్నవారితో సమయం గడపాలి. వారివద్దకు వెళ్లి మన కష్టాలు చెప్పకూడదు.

13) ఏనుగు వెళ్తూంటే కుక్కల మొరుగుతుంటాయి, కానీ ఒక్కటి కూడా దగ్గరకెళ్లలేవు. అలాగే మిమ్మల్ని విమర్శించే వారిని పట్టించుకోకండి. వారే మన ప్రచారకులు అనుకోండి.

14) నిద్రపట్టటంలేదు అని అనుకోవడం వలన ఆందోళన కలిగి నిద్రపట్టదు. ప్రపంచంలో నిద్రపట్టక మరణించిన వారు ఇప్పటివరకూ లేరు.

15) ఈ లోకంలో ప్రతి సమస్యకి పరిష్కారం ఉంటుంది. అది తెలుసుకోండి. ఒకవేళ అలాంటిది లేకపోతే ఆ విషయం పట్టించుకోకండి.

16) అసలు సమస్యకన్నా అనుభవించే ఆందోళన ఎలాంటిదంటే అప్పు తీసుకున్న అసలు సొమ్ముకన్నా అధికంగా కట్టిన వడ్డీ లాంటిది.

17) మీకు సమస్యలు లేదా ఇబ్బందులు వచ్చినప్పుడు, ఖాళీగా కూర్చోకండి, దానివలన ఇతరుల సానుభూతి పెరుగుతుంది. ఆందోళన అధిక మవుతుంది. వెంటనే పనిలో దూరండి.

18) మనం ఇతరులను అనుసరించడం అన్నివేళలా ఉచితం కాదు వారికన్నా ఇంకా అద్భుతాలు చేసి, వారే మనల్ని అనుకరించే స్థాయికి పోవాలి.

19) జీవిత కాలమంతా ఇతరుల స్వభావాలు, వైభవాలు, శక్తుల్ని అధ్యయనం చేస్తూ కాలం గడపడం కన్న, మీ గురించి కూడా ఇతరులు అలా చేసే స్థాయికి చేరుకోవాలి.

20) ఆనందంగా ఉండాలంటే, మనం చేస్తున్న పని మనసారా ఆస్వాదించాలి. ఆనందం అనేది ఎక్కడో లేదు.

21) మనల్ని విమర్శించే వారినందరినీ తప్పు పట్టవద్దు. వారిలో సద్విమర్శలు కూడా చేసిన వారుంటారు. వాటిని స్వీకరించి తప్పులు దిద్దుకోవాలి.

22) మీరు ఆందోళన, కలత, దిగులు వంటివి దూరం చేసుకోగలిగితే, రోజుకో గంట సమయం ఆదా చేసుకోగలుగుతారు. దానికి ఏకైకసాధనం పుస్తక పఠనం.

23) ప్రతిరాత్రి పడుకునే ముందు నేను ఈ రోజు చాలా పనిచేశాను అనుకునే బదులు, ఎంత సమయం వృథా చేశారో ఒకసారి ఆలోచించండి.

24) ప్రతీ విషయంలో మీరే విజయం సాధిస్తారని అనుకోవడంలో తప్పులేదు గానీ, అపజయం పాలైతే ఆందోళన పడకండి. కాస్సేపు మిమ్మల్ని చూసి మీరే నవ్వుకోండి. అది కూడా ఆందోళన తగ్గిస్తుంది.

25) "ఈ జీవితంలో నేను ఒక్క విషయం తెలుసుకున్నాను అదేమిటంటే నాకు ఏ విషయం గురించి పూర్తిగా తెలియదని" అన్నాడు మహాజ్ఞాని సోక్రటీసు. ఇక మన సంగతి ఏమిటి?

టెన్షన్ కి టాటా

నిత్య జీవితంలో అనుభవించే టెన్షన్, ఆందోళన ఒత్తిడిని తప్పించుకోవటం కన్నా తట్టుకునే మార్గాలను అన్వేషించుకోవాలి. తప్పించుకోటానికి మద్యపానం ధూమపానం వంటి వక్రమార్గాలను విడిచిపెట్టాలి. తట్టుకునే సక్రమ మార్గాలెన్నో ఉన్నాయి. వాటిని ఆచరించగలిగితే అంతా ఆనందమే. మీరు అనుకున్న లక్ష్యాన్ని చేరుకోటానికి ఈ 60 చిట్కాలు దోహదపడి మీ టెన్షన్‌కి వీడ్కోలు చెప్పగలవు.

1) ఉదయం లేవగానే అద్దంలో ఒకసారి చూసుకుని నవ్వుకోండి. మొదట్లో ఇబ్బందిగా ఉన్నా రాను రాను అది అలవాటైపోతుంది.

2) కాళ్లు, చేతులు బాగుంటే తప్పని సరిగా కొంతసేపు నడవండి. అదీ పది నిమిషాలు తక్కువ కాకుండా నడవాలి. నడవలేని పక్షంలో ఇంట్లో కొద్దిపాటి వ్యాయామం చేయండి.

3) ఉదయం లేవగానే టీవీలో వార్తలు, న్యూస్‌పేపరు చదవటం చేయకండి, ఓ అరగంట తరువాత చూడవచ్చు. ఎందుకంటే ఆ వార్తల్లోని సమస్యలు మీ మనశ్శాంతిని కోల్పోయేలా చేయవచ్చు.

4) లేచిన కొంతసేపైన తరువాత రేడియో లేదా ఏదైనా భక్తి, భజనలు వంటివి వినండి. దాని వలన మనసుకి ఆహ్లాదం కలుగుతుంది, టీవీలు, సినిమాలు వద్దు.

5) ఉదయం లేచిన పావుగంట తరువాత మాత్రమే టెలిఫోను మాట్లాడండి. ఈలోగా ఎంత అర్జంటు ఫోనైనా ఎత్తవద్దు. ఒకవేళ ఎత్తితే, అది రాంగ్ నంబరు కావచ్చు.

6) లేచిన తరువాత మన ఇంటి సభ్యులతో మాత్రమే మాట్లాడండి, మాట్లాడించండి. ముఖ్యంగా ఇంటి విషయాలు మనసువిప్పి చర్చించుకోండి. వాళ్లు కూడా మీతో మాట్లాడాలను కుంటున్నారు.

7) అనారోగ్యం వలన శరీరం బాగా అలసిపోయి, త్వరగా కోపం రావటం, భయం లాంటివి కలగవచ్చు. కాబట్టి ఆరోగ్యకరమైన ఆహారం తీసుకోవాలి. ఎటువంటి ఆహారం తీసుకోవాలో తెలుసుకుని తినండి.

8) "తనకోపమె తన శత్రువు, తన శాంతమే తనకు రక్ష" అన్నారు పెద్దలు. శాంతంగా ఉండాలంటే సరైన ఆరోగ్యం సక్రమమైన ఆహారం విషయంలో జాగ్రత్తలు తీసుకోవాలి.

9) మానసిక ఒత్తిడి వంశపారం పర్యంగా వచ్చేదికాదు. పరిస్థితులను అర్థం చేసుకుని పట్టు, విడుపు నేర్చుకోవాలి. సమస్యలకు కుంగకూడదు. పొగడ్తలకు పొంగి పోకూడదు. కష్టసుఖాలను సమానంగా స్వీకరించాలి.

10) రోజూ కొంత సమయం చిన్న పిల్లల్తో గడపండి. వారితో మాట్లాడటం వలన, కొంతసేపు మీరు కూడా చిన్న పిల్లలైపోతారు. వారిలా మాట్లాడటం, నవ్వటం చేస్తారు. అది మీ ఒత్తిడిని తగ్గిస్తుంది.

11) రోజూ కొంత సమయం దైవ సంబంధమైన కార్యక్రమంలో పాలుపంచుకోండి. అది గ్రంథపఠనం, భజన, సత్సంగం దేవాలయ దర్శనం ఏదైనా కావొచ్చు. అది మన మనసుని కొంతసేపు పక్కకు తీసుకెళ్తుంది.

12) చిన్నా చితకా సమస్యలకు టెన్షను పడకండి. సగం ఖాళీగా ఉన్న పాలగ్లాసు చూసి నిరుత్సాహపడక, మిగతా సగం నిండి ఉన్నందుకు సంతోషించే తత్త్వం అలవాటు చేసుకోండి.

13) స్నేహితుల కోసం టెన్షను పెంచే పనులు చేయకండి. ఏదైనా పొరపాటు జరిగితే శిక్ష మీకే. అది మొత్తం కుటుంబ సభ్యులందరికీ టెన్షను పెడుతుంది.

14) రోజూ తప్పని సరిగా ఏదో ఒక రిలాక్సేషను చేసుకోండి. అది సెల్ఫ్ హిప్నాటిజం, జాకబ్‌సన్ రిలాక్సేషన్, వివిధ గురువులు బోధించిన రిలాక్సేషన్. ఏదైనా పరవాలేదు.

15) మీకున్న ఇబ్బందులే ఉన్న మీ ఇతర ఫ్రెండ్స్‌ని గమనించండి. వారు ఎటువంటి టెన్షను లేకుండా, సహజంగా ఉండగలుగుతున్నారు. వారిది నటనే కావొచ్చు. కానీ అది కూడా ఒక విధంగా మంచిదే.

16) మీకు ఇష్టం లేని పనులు, చట్టవ్యతిరేకపనులను, చేయటానికి ఎంత పెద్దవారు చెప్పినా చేయకండి. సున్నితంగా తప్పించుకునే ప్రయత్నం చెయ్యండి. లేదా రేపు ఆ నేరం మీ మీద పడుతుంది. ఈ రోజు మంత్రుల మాటవిని, పొరపాట్లు చేసి జైళ్లకు వెళ్లి పరువు పోగొట్టుకుంటున్న అధికారులున్నారు.

17) మీకు అవకాశం ఉంటే టెన్నిస్ లాంటి ఆటలు, లేదా సైకిల్ తొక్కటం మొదలెట్టండి. అది మీ జీవన కాలాన్ని పెంచుతుంది. సైకిల్ స్టాండు వేసి తొక్కినా పరవాలేదు. లేదా ఎక్సర్‌సైజు సైకిల్ కొనండి.

18) దేవుడి మీద నమ్మకం ఉంటే కొంతసేపు దైవచింతనలో గడపండి. అక్కడకుపోయి దేవుడిని వరాలు అడగకండి. అవి తీరకపోతే ఆయనమీద కూడా కోపం వస్తుంది. ఆకాస్త ప్రశాంతత కూడా మిస్సవుతారు.

19) తెల్లవారు ఝామున కొన్ని టీవీల్లో యోగసాధన, ఏరోబిక్ ఎక్సర్‌సైజులు, మ్యూజిక్‌తో డాన్సులు లాంటివి ప్రసారమవుతూంటాయి. వాటిలో మీరు చేయగలిగేది ఓ అరగంట చేయండి. రామ్‌దేవ్ బాబాది నేను చేస్తూంటాను.

20) మనవాళ్లు చాలామంది చిన్న విషయాలను కూడా సమస్య అంటారు, అది మెదడుని స్తబ్ధపరుస్తుంది. ఉదాహరణకు ఇంగ్లీషు పేపర్లలో KASHMIR ISSUE అంటే మనం కాశ్మీర్ సమస్య అంటాం. అది సమస్యకాదు, పరిష్కరించవలసిన ఒక విషయం మాత్రమే.

21) పక్కవారిని, స్నేహితులను చూసి వారిలా ఉండాలనీ వారిలా ఖర్చుపెట్టాలని అనుకుని ఫాల్స్‌ప్రిస్టేజికి పోయి ఇబ్బంది పడకండి. మీ పని మీరు చేసుకుపోతూ ఉండండి. వారికన్నా పెద్ద స్థాయికి చేరగలరు.

22) ఇతరుల ఆడంబరాలు, ఆధునిక వాహనాలు చూసి, మిమ్మల్ని తక్కువగా అంచనా వేసుకోకండి. అవుపేడ వ్యాపారంలో ఉన్న ఒక కేరళ అబ్బాయి. ఐ.ఎ.ఎస్. పరీక్షకు వెళ్లినప్పుడు, ఆ సెంటర్‌కి అందరూ ఖరీదైన కార్లు, బైక్స్‌లో వచ్చారట. చివరకు సైకిల్‌మీద వెళ్లిన ఆ అబ్బాయి తప్ప అందరూ ఫెయిలయ్యారు.

23) మీకు ఎదురుపడిన అందరితో మంచిగావుండండి. ఏ పుట్టలో ఏ పాముందో ఎవరికి తెలుసు. వారిలో కొందరు మీకు తెలియకుండా మాటసాయం చేయవచ్చు. పురుషులందు పుణ్యపురుషులు వేరయా! అని మన వేమన ఎప్పుడో చెప్పటం జరిగింది.

24) "థింక్ లైక్ విన్నర్" అంటాడు ఆంథోని రాబిన్స్ అనే శిక్షకుడు. ఆయన అతి చిన్న పనిచేస్తూ, వ్యక్తిత్వ వికాస పుస్తకాలు చదివి, ఇప్పుడు అంతర్జాతీయ ట్రైనర్ అయ్యాడు. ఈ రెండు స్థితులకు మధ్య ఆయన అనుభవించిన టెన్షన్ వర్ణనాతీతం. అందుకే నేనే విజేతను అనే భావన ఎల్లవేళలా ఉండాలి.

25) మీ మొహం మీద ఎల్లవేళలా నవ్వు ఉండాలి. మీరు నవ్వుతూ ఉంటే మిమ్మల్ని పలకరించేవారు కూడా నవ్వుతూ మీ చెంతకు వస్తారు. అప్పుడు మీకు నిజమైన నవ్వు వస్తుంది. మీ మనసు తేలికపడుతుంది. టెన్షన్ మాయమవుతుంది.

26) మీరు అనుకున్న లక్ష్యం చేరేలోపున, అనేక టెంపరరీ ఉద్యోగాలు చేస్తూండవచ్చు. తగిన ఆదాయం, సరైన మర్యాద లేని పరిస్థితి ఉండవచ్చు. దానికి అదరక బెదరక బాధపడక అన్నిటిని స్వీకరించండి. ఈ అవమానాలు కూడా మనకు పాఠాలు నేర్పుతాయి.

27) ఇరవై ఏళ్లు దాటిన వారికి రోజూ ఆరుగంటల నిద్రచాలు. మిగతా సమయాన్ని అనవసర పనులు, వృధా కాలక్షేపాలు చేయటం కన్నా మీ లక్ష్యానికి పనికొచ్చే పనులపై మనసు కేంద్రీకరించండి. వారానికి ఒక్క రోజు మాత్రం ఎనిమిది గంటలు హాయిగా పడుకోండి. మధ్యాహ్నం నిద్రవద్దు.

28) రోజూ కనీసం ఒక గంటసేపు మౌనంగా ఉండండి. ఆ సమయంలో టెన్షన్ రాకుండా మనసులోనే, మీ ఇష్టదైవానికి సంబంధించిన నామం లేదా మంత్రం స్మరించుకోవటం మంచిది. మీకు అలాంటి నమ్మకాలు లేకపోతే శ్రీపత్రి మహర్షి చెప్పినట్లు శ్వాసమీద ధ్యాసనుంచండి.

29) ఏదో ఒక హాబీని అలవాటు చేసుకోండి. అది ఇన్‌డోర్ లేదా అవుట్ డోర్ గేమ్ కావొచ్చు. ఇంట్లో ఆట అంటే టీవీలో గేమ్స్ కాదు. పూర్వం రోజుల్లో ఇంట్లో ఆడవాళ్లు కూడా గవ్వలు, గచ్చకాయల్తో ఆడేవారు.

30) మీ ఇంట్లో పిల్లల్తో పాటు మీకు కూడా సరదాగా పేపర్ పెన్సిల్ ఆటలు ఆడండి. అందరికీ "సుడోకు" ఆట చాలా బావుంటుంది, దీని వలన రీజనింగ్ అలవాటవుతుంది. పెద్దవారు పద బంధం, క్రాస్ వర్డ్స్ లాంటివి ఆడాలి. మనం మర్చిపోయిన ఎన్నో కొత్త పదాలు గుర్తుకువస్తాయి.

31) బాగా టెన్షన్‌గా ఉన్నప్పుడు, ఆ ప్రదేశం నుండి బయటకు వచ్చేయండి, లేదా ఒక ఫ్రెండుకి ఫోను చెయ్యండి. ఇష్టమైన వారితో మాట్లాడండి, లేదా మీ కిష్టమైన పాతసినిమా సీడీ వేసుకుని చూడండి.

32) ఇతరులతో మాట్లాడుతున్నప్పుడు, ప్రతి చిన్న విషయానికి విభేదించకండి. దాని వలన ఇద్దరికీ టెన్షన్. కొన్ని విని ఊరుకోండి, కొన్నింటిని పట్టించుకోకండి. ముఖ్యంగా కులాలు, రాజకీయ విషయాల్లో మౌనమే ఉత్తమం.

33) అబ్బాయిలు, అమ్మాయిలు మాట్లాడుకోవటం మహాపరాధంకాదు, నిజానికి అది సామాజిక అవసరం. పరిధులు దాటకుండా కాలక్షేపం చేసినందువలన కొంత టెన్షన్ తగ్గుతుంది. అంటే చెట్టాపట్టాలేసుకుని తిరగటం కాదు సుమా!

34) మంచి ఫ్రెండ్ అంటే సెల్‌ఫోను లాంటి వాడు. కానీ ఈ సెల్‌ఫోనుకి రీఛార్జి లేదు, రోమింగు లేదు. సిగ్నల్స్ అవసరం లేదు. దీనికి కావలసిందల్లా ఒక్కటీ, స్విచ్చాఫ్ చేయకండి.

35) ఎప్పుడూ సరదాగా, నవ్వుతూ, కబుర్లు చెప్పే, మీ ఫ్రెండ్స్‌ని ఇతర పెద్దల్ని గమనించండి. వారిని రోల్‌మోడల్‌గా తీసుకోండి. వారిలా ఆలోచించండి, వారిలా ప్రవర్తించండి. వారిలా సర్దుకుపోండి.

36) టెన్షనుగా ఉంటే, తాగుడు, సిగరెట్లు, అల్లర్లు, ర్యాగింగ్‌లు వంటివి ఉపశమనం కలిగిస్తాయని అనుకోవటం మూర్ఖత్వం వాటి వలన తాత్కాలికంగా ఆనందం కలిగినా, జీవితంలో కోలుకోలేని దెబ్బతీస్తాయి.

37) ఏ సమయంలో మీకు టెన్షన్, ఒత్తిడి కలుగుతూందో గుర్తించండి. అటువంటి సమయంలో అలా కలగడానికి కారణం ఏమిటో విశ్లేషించండి. అది ఆలోచన వలనా? భయం వలనా? వాదోపవాదాలవలనా? అది తెలుసుకున్నాక ఆ పరిస్థితిని నివారించే పనులు చేయండి.

38) కొందరు ఇంట్లో ఉన్నప్పుడు దాదాపు పూర్తి సమయం టీవీ ముందు కూర్చోవటమో, కంప్యూటర్లో అనవసరమైన ఛాటింగ్‌లు చేస్తూంటారు. అలాంటప్పుడు వ్యక్తిత్వ వికాసానికి సంబంధించిన వెబ్‌సైట్‌లకు వెళ్లండి. అవి చూసి, చదివి సాధన చేసే ప్రయత్నం చేయాలి.

39) మీరు చేస్తున్న పనిలో మీకు తృప్తిలేకపోతే, అసంతృప్తితో రోజూ కుమిలిపోకండి. మీ నైపుణ్యాలను అభివృద్ధి పరుచుకుని, కొత్తపని ప్రారంభించండి.

40) ఆత్మ విశ్వాసం లేకపోవటం వలన కొంతమంది ఎన్నో అద్భుత అవకాశాలు వదులుకుంటున్నారు CAN I? నేను చెయ్యగలనా? అంటూ జీవితాంతం అనుకుంటున్నారు. మీరు అలా కాదు I CAN నేను చెయ్యగలను అంటూ ఉద్యమించండి.

41) భారతదేశంలో ప్రేమలు, అభిమానాలు, ఆప్యాయతలు ఎక్కువే. అది తప్పులేదు. కానీ ఉన్న గ్రామంపై అభిమానంతో అక్కడే ఉద్యోగం చేస్తూ, ప్రమోషన్ వచ్చినా, ట్రాన్స్‌ఫర్ అయినా కదలకుండా ఉండే వారికి భవిష్యత్తులో టెన్షన్ తప్పదు. ముఖ్యంగా భార్యాపిల్లలు నిస్పృహకు గురౌతారు.

42) మొండితనం ఒక్కో సందర్భంలో టెన్షన్ని దూరం చేస్తుంది. మిమ్మల్ని ఎవరైనా, అకారణంగా లేదా అసూయతో విమర్శిస్తే సున్నిత మనస్కులై బాధపడకండి. తెగించండి. విమర్శకుల పరిశ్రమే అది. అదే మీకు స్ఫూర్తినిస్తుంది. కొత్త ప్రయోగాలు చేయండి. ఈ ట్రిక్కు నాకు పనిచేసింది.

43) అవకాశం ఉంటే ఏదైనా సోషల్ గ్రూపులో చేరండి. లయన్స్‌క్లబ్, రోటరీక్లబ్, జీసీస్ లాంటి సంస్థల్లో చేరితే కొత్త పరిచయాలు ఏర్పడుతాయి. కమ్యూనికేషన్ స్కిల్స్, పబ్లిక్ స్పీకింగ్ నైపుణ్యాలు పెరుగుతాయి.

44) మనసు బాగా లేనప్పుడు, నిశ్శబ్దంగా బాధపడుతూ కూర్చోకండి. మనసు అనే లైబ్రరీలోకి ప్రవేశించి అందులో గతంలో జరిగిన తీపిజ్ఞాపకాల దొంతరలు తిరగేసి చాలా సంతోషంగా గడిపిన అనుభవం మళ్లీ అనుభవించండి. మీ బాల్య స్నేహితులు / స్నేహితురాళ్లతో కబుర్లు, సరదాలు చూడండి.

45) మీ అందచందాలు, అంగవైకల్యం గురించి ఆలోచించి మనసు పాడుచేసుకోండి. అది సమయాన్ని వృథా చేస్తుంది, డిప్రెషన్‌కి దారి తీస్తుంది. భౌతిక సౌందర్యం కన్నా మానసిక సౌందర్యం పెంచుకోండి. అది మంచితనం క్షమాగుణం, ప్రేమ, అభిమానం, ధర్మం ఇలా ఎన్నో ఉన్నాయి.

46) జరిగిపోయిన విషయాలు, ఓటములు, అవమానాలు, మీకు జరిగిన అన్యాయాల గురించి తీరిగ్గా కూర్చుని విశ్లేషణ చేయకండి అది టైమ్ వేస్ట్. అందరూ అది మర్చిపోయారు మీరే ఇంకా గుర్తుంచుకున్నారు. ఇక ముందు అలాంటివి జరక్కుండా జాగ్రత్త పడండి.

47) మీకు మీరు సృష్టించుకున్న నమ్మకాలకు ఈనాడే "గుడ్‌బై" చెప్పండి. "నేను బాగుండను", "నాకు మాట్లాడటంరాదు", "నన్నెవరూ పట్టించుకోరు", "నేనంటే ఎవరికీ ఇష్టంలేదు", ఇవేవీ నిజం కాదు, కానీ మీరు ప్రతి రోజూ అవి అనుకుని ప్రపంచాన్ని దూరం చేసుకుంటున్నారు.

48) లైఫ్‌స్టైల్లో అవసరమైన మార్పులు చేసుకోటానికి వెనుకాడకండి. గతంలో చేసిన పనులు, దినచర్యల్లో మార్పులు తీసుకురండి. ఆహారం, వ్యాయామం, అలవాట్ల విషయంలో కొంచెం శ్రద్ధవహించండి.

49) పనులు చేసేటప్పుడు అత్యంత వేగంగా చేయటం, పని పూర్తయ్యేదాకా మొండిగా పనిచేయటం వంటి అలవాట్లు తగ్గించండి. దానివలన మీకు, పక్కవారికి కూడా ఇబ్బందులు కలుగుతాయి. ఇలా పనిచేసే వారిని TYPE-A మనుషులంటారు. నెమ్మదిగా, జాగ్రత్తగా, శ్రద్ధగా ఒక ప్రణాళిక తీసుకుని చేసే అలవాటు చేసుకోండి.

50) మీరు పెట్టుకునే లక్ష్యాలు వాస్తవానికి దగ్గరగా ఉండేలా చూడండి. ఉదాహరణకు నేను పాకిస్తాన్ ప్రెసిడెంటు అవ్వాలనీ, అర్జెంటీనా అధ్యక్షుడినవ్వాలనీ అనుకోకూడదు. మీరున్న స్థాయికి పదిరెట్లు అధికంగా ఉండాలనీ, అద్భుతాలు చేయాలని అనుకోండి.

51) ఉదయం లేవగానే కనీసం ఒక లీటరు నీళ్లు తాగండి. ఇది మీకు శారీరకంగా, మానసికంగా కూడా చాలా సహాయపడుతుంది. దీనిని "హైడ్రోథెరపీ" అంటారు. రోజు మొత్తంలో 3 నుండి 4 లీటర్లు తాగవచ్చు.

52) వారానికి కనీసం ఒక్కసారి మీ మతానికి సంబంధించిన దేవాలయం, చర్చి, మసీదులకు వెళ్లి కొంత సమయం గడపండి. మీకు నమ్మకం లేకపోయినా, సమయం లేదనుకున్నా సరే, మిమ్మల్ని మీరు లాక్కుని వెళ్లండి, అక్కడున్న భక్తుల పాజిటివ్ వైబ్రేషన్స్ మీకు మంచి చేస్తాయి.

53) ఉదయమే ఒత్తిడిగా అనిపించినప్పుడు మీ కిష్టమైన వారికి ఫోన్‌చేసి మాట్లాడండి. లేదా అక్కడి నుంచి లేచి కాస్సేపు బయటకు వచ్చి నిలబడండి. ఒక పార్కుకి వెళ్లండి, లేదా వాకింగ్ చెయ్యండి.

54) నిన్నటి విషయాలు మంచివేవైనా ఉంటే తలుచుకోండి. అలా లేనప్పుడు ఈరోజు ఎలా ఉండాలో, తప్పులు ఎలా సరిదిద్దుకోవాలో ఆలోచించండి. రేపు జరగబోయే వాటి గురించి ముందుగానే టెన్షను పడకండి.

55) మీకేదైనా సమస్యవస్తే, దాని గురించి ఆలోచిస్తూ కూర్చోవద్దు. మీ ఆత్మీయులను సలహా అడగండి. ప్రతి సమస్యకు పరిష్కారం ఉందని మర్చిపోవద్దు. చనిపోయిన వారిని బతికించటం తప్ప అన్నిటికీ పరిష్కారం ఉంది.

56) గతాన్ని బాగుచేయటం మన చేతిలో లేదు కాబట్టి దాని గురించి బాధ పడనూవద్దు అలాగే భవిష్యత్తు గురించి అనవసరమైన భయాలు పెంచుకోవద్దు. ఈ రోజుని ఎలా ప్రశాంతంగా గడపాలో ప్లాన్ చేసుకోండి.

57) మీ పనుల్ని అతి వేగంగా చేసెయ్యాలనీ, అందరికన్నా ముందే చేయాలని, అత్యంత క్రమశిక్షణతో ముందుండాలని అనుకోవద్దు. దానివలన కొన్ని ఆరోగ్య సమస్యలు తలెత్తవచ్చు.

58) మీ ప్రయాణాల్లో ఎక్కడైనా ట్రాఫిక్ జామ్‌లు సంభవించినప్పుడు అనవసరంగా టెన్షను పడకండి. దానివలన సమస్య పరిష్కారం కాదు, ఆరోగ్యం దెబ్బ తింటుంది. మానసిక అశాంతి మిగులుతుంది.

59) ఎప్పుడూ నిద్రపోయేవారు తక్షణం మేల్కొని ఛాలెంజింగ్ జీవితం ప్రారంభించాలి. నిరంతరం పనిచేయాలి. ప్రాణంపోయిన తరువాత మొత్తం పడుకోవటమే కదా!

60) మనం ఇక సంవత్సరం పాటే బతుకుతామని డాక్టర్లు అన్నారనుకోండి. అప్పుడేం చేయాలో అవి ఇప్పటినుండి ప్రారంభించండి.

ఈ ప్రపంచంలో పుట్టిన ప్రతీ మనిషి ఏదో ఒక విజయం సాధిస్తాడనీ దేవుడు నమ్మాడు. పనికిమాలిన వాళ్లెవరూ ఉండదు. అలా అనుకున్నవారు అక్కడే ఆగిపోతారు. అది నమ్మమనేవారు పరాన్న జీవులుగా మారిపోయి, ఇతరులపై ఆధారపడి, తమ శక్తి యుక్తులను శాశ్వతంగా మర్చిపోతారు.

మీరు ఆకోవలోకి రారు. మీరు అటువంటి వారిలో ప్రేరణ నింపి చక్కని పౌరులుగా మార్చగలరు – గుడ్‌లక్.

★ ★ ★

మనసుకి రెస్ట్ ఇస్తే, రస్ట్ పడుతుంది

సూర్యచంద్రులు పనిచేస్తున్నట్లుగానే మన మనస్సు కూడా నిరంతరంగా పనిచేస్తూనే ఉండాలి. సూర్యచంద్రులు, పని మానేస్తే, ప్రకృతి ప్రమాదంలో పడినట్లే మన మనసు గతితప్పితే మన సంగతీ అంతే.

"భగవంతుడు మనందరినీ ఈ భూమి మీద ఏదో ఒక సేవ చేయాలని పంపాడు. ఆ సేవ వలన నీకూ, నీ చుట్టు ఉన్న సమాజానికి ఎంతో మంచి జరగాలి. అది విస్మరిస్తే, నువ్వు ప్రమాదంలో పడినట్లే" అంటాడు వికలాంగుడైన, అమెరికా అధ్యక్షుడు ఉడ్రోవిల్సన్.

మీ మనసు నిరంతరం ఏదో ఒక మంచి ఆలోచన చెయ్యాలంటే, రోజూ ఏదో ఒక మంచి పుస్తకంలో కొన్ని పేజీలు చదవండి. చారిత్రక పురుషుల చరిత్రలు చదవండి. ఈ మధ్య కాలంలో వ్యక్తిత్వ వికాసంపై ఎన్నో సి.డి.లు, డి.వి.డి.లు వచ్చాయి అవి వినండి. ప్రముఖుల ప్రసంగాల గురించి తెలిస్తే హాజరవ్వండి. మీలో ఎంత మార్పు వస్తుందో మీరే ఆలోచించండి.

ఎన్.ఎల్.పి. - హిప్నాటిజం

ఎన్.ఎల్.పి.ని ఒక శాస్త్రంగా చక్కని ప్రక్రియగా తీర్చిదిద్దడానికి డాక్టర్ మిల్టన్ హెచ్. ఎరిక్సన్ అందించిన సేవలు అద్వితీయం. వైద్యవృత్తిలో ఉంటూ అనేక గ్రంథాలు రచించి, హిప్నాటిజం గురించి అనేక పరిశోధనలు చేసి, ఆ శాస్త్రానికి చక్కని గుర్తింపు తీసుకువచ్చారు. ఎన్.ఎల్.పి. సాధనలో ప్రతి కోణంలోనూ హిప్నాటిజం ఉంది. అందువల్లనే ఎన్.ఎల్.పి. సాధన చేసేవారికి హిప్నాటిజంలో ప్రవేశం ఉంటే మరింత రాణింపు తీసుకురావొచ్చు.

హిప్నాటిజం గురించి బాగా దుష్ప్రచారం ఉన్న రోజుల్లో డాక్టర్ ఎరిక్సన్ నడుం కట్టుకుని ఆ శాస్త్రంలోని నిజానిజాలు, సాధ్యాసాధ్యాలు బాగా అధ్యయనం చేసారు. నకిలీ హిప్నాటిస్టుల ప్రకటనలను వారు చేసే దుశ్చర్యలను ఖండించారు. హిప్నాటిస్టులు, తమ సబ్జెక్టులకు ఇంజక్షన్లు ఇవ్వడం, మత్తు మాత్రలు ఇచ్చి మాట్లాడించడం వంటివి బట్టబయలు చేసి ప్రజలకు అసలైన హిప్నాటిజం అంటే ఏమిటో తెలియజేయాలని "వాట్ ఈజ్ నాట్ హిప్నాటిజం" అనే పుస్తకం రాసారు. అంటే హిప్నాటిజం అంటే ఏమిటో అనే దానికన్నా ఏది హిప్నాటిజం కాదో అనే విషయాలను కూలంకషంగా చర్చించారు. అంతవరకు హిప్నాటిస్టులంతా అద్భుత శక్తులున్నవారనీ, వారు ఏమి అనుకుంటే అది చెయ్యగలరనీ, వారేదనుకుంటే అది ఇతరుల చేత చేయించగలరనే భ్రమలు, భయాలు ప్రజల్లో ఉండేవి. ఆ రోజుల్లో కొందరు హిప్నాటిస్టులు స్టేజిహిప్నాటిజం చేస్తూ స్వంత మనుషుల చేత హిప్నటైజ్ అయినట్లుగా నటింపచేసి విచిత్ర విన్యాసాలు చేయించేవారు. చూసే ప్రేక్షకులు హిప్నటైజ్ అయినవారు నిజంగా అలాగే చేస్తారేమోనని నమ్మేవారు.

డాక్టర్ ఎరిక్సన్ రంగ ప్రవేశంతో నకిలీ హిప్నాటిస్టుల బెడద అమెరికాలో తగ్గింది. కానీ వారు యూరపు ఖండం వెళ్ళి, అటునుండి ఇండియా కూడా వచ్చి ఇక్కడ కొన్ని ప్రదర్శనలు ఇచ్చారు. ఇండియాలో అప్పటి నుండి మెస్మరిజం ప్రదర్శనలు బాగా ప్రచారం పొందాయి. అవి చూడటానికి ఎంతో ఆశ్చర్యం, ఆనందం, విస్మయం కలిగించడంతో వాటికి ఆదరణ కూడా పెరిగింది. స్టేజిమీద ఒక వ్యక్తిని హిప్నాటిస్టు

'మీరిప్పుడు కుక్కలా మారిపోతున్నారు' అనగానే అతను భౌ భౌ అంటూ అరవడం, 'నువ్వు చంటి పిల్లవాడివయి పోతున్నావు' అంటే కేర్‌మని ఏడవటం, 'నువ్విప్పుడు అందమైన అమ్మాయిగా మారిపోతున్నావు' అంటే ముసిముసి నవ్వుతో, వయ్యారాలు వలికిస్తూ నడవడం వంటివి ప్రేక్షకులను సంభ్రమాశ్చర్యాలలో ముంచాయి. కానీ అది నకిలీ హిప్నాటిజం అనీ, ఆ స్టేజిపైకి వచ్చిన వారంతా ఆ హిప్నాటిస్టు మనుషులేనని తెలుసుకోవటానికి అప్పటి ప్రేక్షకులకు చాలా సమయం పట్టింది. దాని ప్రభావం ఇప్పటికి ఉందంటే అందులో ఆశ్చర్యపడవలసింది లేదు. నిజాయితీ గల హిప్నాటిస్టు అటువంటి పనులు తెలిసినా చెయ్యడు.

ఈనాటికీ భారతదేశంలోని వైద్యుల్లో అధికశాతం మంది హిప్నాటిజాన్ని విశ్వసించక పోవడానికి కారణం నకిలీ హిప్నాటిస్టులే. సైకాలజీలో కనీస విద్యార్హత లేకుండా ట్రీట్‌మెంట్ చేయడం నేరమని తెలిసినా, వచ్చిన ప్రతి కేసుని చేపడుతున్నారు.

అమాయకుల వద్ద డబ్బు గుంజి పేషెంటు మానసిక స్థితిని మరింత దిగజార్చిన నకిలీ హిప్నాటిస్టులు మనదేశంలో ఆమాటకొస్తే మనరాష్ట్రంలో కూడా ఇంకా ఉన్నారు. డాక్టర్ ఎరిక్‌సన్ వద్దకు రిచర్డ్ బ్యాండ్లర్ వచ్చి సహాయం అడిగినపుడు ఆయన కొన్ని షరతులు విధించాడు. అవి ఎన్.ఎల్.పి. సాధకులంతా చేయాలనీ, అవసరమైతే నేర్చుకోవాలని కోరాడు. అదేవిధంగా కొన్ని నిబంధనలను కూడా విధించాడు. అవి ఇవి.

1. ఎన్.ఎల్.పి. సాధకుడు తన క్లయింటు చెప్పినది మాత్రమే వినాలి. వ్యక్తిగత విషయాలలో ఆసక్తి చూపించ కూడదు.

2. సైక్రియాట్రీ చికిత్స తీసుకుంటున్న పేషెంటు చేత, వాడే మందులు ఆపించకూడదు. దానివలన పేషెంటు మెదడులోని రసాయనాల్లో హెచ్చు తగ్గుదలలు సంభవించవచ్చు.

3. ఎన్.ఎల్.పి. సాధకుడు, కౌన్సిల్ చేయడమే తప్ప, తాను వైద్యుడిని కానని తెలుసుకోవాలి.

4. ఎన్.ఎల్.పి. హిప్నాటిజం చికిత్సల్లో ఎట్టి పరిస్థితుల లోను మందులు, ఇంజక్షన్లు షాకుల వంటి చికిత్సలకు స్థానమేలేదు. వాటి గురించి ఎంత తెలియకుండా ఉంటే అంత మంచిది.

5. ఎన్.ఎల్.పి. చికిత్సలో క్లయింట్ తాను ఏ విషయం గురించి బాధపడుతున్నాడో, అందులోంచి ఎలా ఉపశమనం పొందాలనుకుంటున్నాడో సాధకుడికి చెప్పవలసిన అవసరం లేదు. అదంతా తనలో తాను ఊహించుకోవడానికి మాత్రం సాధకుడు సహాయం చేస్తాడు.

6. ఎన్.ఎల్.పి. హిప్నాటిజం చికిత్సల్లో సాధకుడు ఎట్టి పరిస్థితిలోనూ క్లయింట్ శరీరాన్ని తాకడానికి వీల్లేదు. ఒకవేళ ఏంకరింగ్ విషయంలో తాకవలసి వస్తే ఆ విషయం సెషన్ ప్రారంభించేముందు చెప్పి పర్మిషన్ తీసుకోవాలి.

7. మగతగా మాటలు వింటున్న క్లయింట్ మీరు చెప్పినట్లు వింటూ అలా ఊహించుకుంటున్నంత మాత్రాన అతను మీరు ఎలా చెప్తే అలా వింటాడని అను కోకూడదు. అనవసర విషయం ఒక్కటి మాట్లాడినా వారు కళ్ళు తెరిచే ప్రమాదం ఉంది.

8. అనేక సమస్యలతో వచ్చిన క్లయింట్‌కి అంటే - పరీక్షల భయం, బల్లి భయం, అభద్రతా భావన ఉన్న వారికి ఎన్.ఎల్.పి. ద్వారా ఒకే సిటింగ్‌లో సజెషన్లు ఎలా ఇవ్వాలో ముందుగా ఎన్.ఎల్.పి. సాధకుడికి తెలియాలి. వాటికి సంబంధించిన సమాచారమంతా సేకరించి ఒక పుస్తకంలో రాసి పెట్టుకోవాలి.

9. ఎన్.ఎల్.పి. సాధన చేసేవారు, ఆ శాస్త్రంలోని లోతుపాతుల్ని బాగా తెలుసుకోవాలి. హిప్నాటిజం చెయ్యడం కూడా నేర్చుకోవడం శ్రేయస్కరం. అంతే తప్ప వివిధ రకాల చికిత్సలను కూడా సాధన చేస్తే చివరకు ఏ ఒక్క రంగంలోనూ ప్రావీణ్యం లభించదు. మనం ఇప్పుడు చూస్తూనే ఉన్నాం. కొందరు రేకి, ప్రాణిక్ హీలింగ్, మేగ్నటోథెరపీ, ఆక్యుపంక్చర్, హిప్నాటిజం, ఫోటోథెరపీ, జెమ్‌థెరపీ, అరోమాథెరపీలో చికిత్సలు చేస్తామని చెప్పుకుంటున్నారు. నిజానికి అవి దేనికవే అద్భుతమైన గుణాలున్న చికిత్సలు. అన్నింటిలో నిష్ణాతుడు కావడం అసాధ్యం. కాబట్టి ఒకటి లేదా రెండు చెయ్యండి, లేకపోతే ప్రజలు కూడా నవ్వుకుంటారు. చివరకు జాక్ ఆఫ్ ఆల్ మాస్టర్ ఆఫ్ నన్ (Jack of all, master of none) అవక తప్పదు.

10. ఎన్.ఎల్.పి. అనే చికిత్స ప్రదర్శన కొరకు ఎప్పుడూ చెయ్యకూడదు. తత్సంబంధ సమావేశాల్లో ప్రయోగాత్మకంగా చూపించవచ్చు తప్ప వినోదం కొరకు పనికి రాదు.

డాక్టర్ ఎరిక్‌సన్, ఎన్.ఎల్.పి. సిద్ధాంతాలను రూపొందించేముందు రిచర్డ్ బ్యాండ్లర్, జాన్ గ్రేండర్లతో మీరు చేపట్టే కార్యక్రమం మంచిదే కాని అసలు ఈ ప్రక్రియలో అతిముఖ్యమైన ఊహించుకునే 'విజువలైజేషన్' (Visualisation) మీకు ఉందా? అని అడిగాడు. 80 ఏళ్ళ పెద్ద మనిషి ఆ ప్రశ్న అడగ్గానే వీళ్ళిద్దరు గత్తుక్కుమన్నారు. అప్పుడు ఆయన నవ్వి వీళ్ళిద్దరి మీద ఈ ప్రయోగం చేసాడు.

అఫ్‌కోర్స్. వాళ్ళిద్దరూ అందులో విజయం సాధించారు. అది మీరు కూడా చెయ్యడం మంచిది, తరువాత ఇతరుల మీద ప్రదర్శించండి.

ఒక చిన్న పరీక్ష

ఒక కుర్చీలో కూర్చుని రెండు చేతులను ముందుకు సమానంగా చాచి ఉంచండి, మోచేతులు వంచకుండా, రెండు చేతులు భుజాల ఎత్తులో తిన్నగా ఉంచాలి. ఇపుడు ఎడమ చేతిని తిరగేసి కుడిచేయి మామూలుగా ఉంచాలి. అంటే అరచెయ్యి ఆకాశం వైపు ఉంటుంది. ఇపుడు కళ్ళు మూసుకుని ఇలా ఊహించుకోమని చెప్పండి.

"నా మాటలను శ్రద్ధగా వింటున్నారు. మీరు ఇపుడు ఒక ప్రశాంతమైన స్థితిని పొందబోతున్నారు. ఈ స్థితి మీకెంతో ఆనందాన్ని, మానసిక ఉల్లాసాన్ని కలిగించి తీరుతుంది. ఇపుడు నేను చెప్పినట్లుగా ఊహించుకునే ప్రయత్నం చెయ్యండి. మీరు చెయ్యగలరు. బాగా ఊహించుకోగలరు. మీ కుడి చేతిలో పది కేజీల బరువంటే పెద్ద బరువు కాదు కానీ, చెయ్యి చాచి ఉంది కాబట్టి కుడిచెయ్యి నెమ్మదిగా బరువెక్కడం ప్రారంభిస్తుంది. అంటే చెయ్యి నెమ్మది నెమ్మదిగా కిందకు దిగుతూంది. బాగా దిగుతూంది. అదేవిధంగా తిరగేసి ఉన్న మీ ఎడమచేతి రిస్ట్‌కి 'హీలియమ్ గాస్'తో నింపిన బెలూన్ కట్టినట్లుగా ఊహించుకోండి. ఆ గ్యాస్ బెలూన్ పైకి ఎగురుతూంది. దానివలన మీ ఎడమ చేతిని కూడా అది పైకి లేపుతూంది. ఇపుడు మీ ఎడమ చెయ్యి నెమ్మది నెమ్మదిగా పైకి లేస్తుంది. ఇటుపక్క కుడిచెయ్యి కిందకు దిగిపోతుంది. అటుపక్క ఎడమచెయ్యి పైకి తేలిపోతుంది. పైపైకి తేలిపోతూంది. వెరీగుడ్ ఎడమచెయ్యి బాగా పైకి వెళ్ళింది. కుడిచెయ్యి పూర్తిగా కిందకు జారిపోయింది. ఇపుడు నెమ్మది నెమ్మదిగా కళ్ళు తెరిచి చేతులను చూడండి".

ఇంతకు ముందు సమాన ఎత్తులో ఉండే చేతులు కిందా పైనా ఉంటాయి. ఒకవేళ వారి చేతులు రెండూ సమాన ఎత్తులోనే ఉంటే వారు మీ చికిత్స పొందడానికి సిద్ధంగా లేరన్న మాట. అంటే వారు ఆ విధంగా ఊహించుకోవడానికి ఇష్టపడటం

లేదు. లేదా మరో విషయానికి కూడా ఆస్కారం ఉంది. అది మీ సజెషన్లు ఎఫెక్టివ్‌గా ఉన్నాయా లేదా అనే విషయం పరిశీలించుకోవాలి. మీ సజెషన్లలో అథారిటీ ఉండకూడదు. జోలపాటలా నెమ్మదిగా లాలిస్తూ బుజ్జగిస్తూ మాట్లాడాలి. అది ఒక కళ.

ఎన్.ఎల్.పి. సాధన చేయాలనుకున్నవారు, దానిలో అంతర్భాగమైన హిప్నాటిజం చెయ్యడం నేర్చుకోవడం కూడా మంచిది. ఇది కేవలం విషయ జ్ఞానానికే తప్ప, దానినే ప్రదర్శించడానికి కాదు. ఒక వ్యక్తిని ట్రాన్స్‌లోకి పంపి ఇచ్చే సజెషన్, మామూలుగా అంటే నార్మల్‌గా ఉండేటప్పుడు ఇచ్చే దానికన్నా ఎఫెక్టివ్‌గా ఉంటుందనేది కఠిన సత్యం. శాస్త్రీయంగా చెప్పాలంటే కాన్షస్‌మైండ్‌కిచ్చే సజెషనుకన్నా సబ్‌కాన్షస్ మైండ్‌కిచ్చే సజెషన్ బాగా పనిచేస్తుంది. మనం చేసే ప్రతి పనీ సబ్ కాన్షస్‌మైండ్ సూచనల మేరకే చేస్తుంటామని మీకు తెలుసు. మన మనసు మీద మనం ముద్రించుకున్న విశ్వాసాలే, మన సబ్ కాన్షస్ మైండ్ మనకు అందిస్తుంది. అయితే ఆ విశ్వాసాలను మార్చుకోవాలను కున్నప్పుడు హిప్నాసిస్ ద్వారా కాన్షస్ మైండ్‌ని బైపాస్ చేసి సబ్ కాన్షస్‌మైండ్‌కి అందించవచ్చు.

డాక్టర్ ఎరిక్‌సన్ ఈ కాన్షస్, సబ్ కాన్షస్‌మైండ్‌లను కొబ్బరికాయతో పోల్చాడు. కొబ్బరిపైన చుట్టూ ఉన్న పీచు, కఠినమైన పైభాగం కాన్షస్‌మైండ్ అనీ, కొబ్బరికాయ లోపలున్న నీటిని సబ్ కాన్షస్ మైండ్ అనీ పోల్చాడు. కొబ్బరికాయపైన పట్టుకుని వాసన చూసినా కూడా లోపలున్న నీరు వాసన మనకు తెలియదు. అలాగే ఒక మనిషికి మనం ఎన్ని చెప్పినా, ఎంత నేర్పినా అతనికి ఇష్టం లేకపోతే అది బుర్రలోకి వెళ్ళదు. ఎన్ని పుస్తకాలు చదివినా, ఎన్ని పర్సనాలిటీ డెవలప్‌మెంట్ వర్క్‌షాపులకు వెళ్ళినా ఫలితం శూన్యం. అయితే కొబ్బరి చిప్ప పైభాగాన్ని బైపాస్ చేసి అంటే కొట్టకుండా ముచికవైపు ఉన్న సున్నిత ప్రదేశంలో రంధ్రం చేసి అందులోని నీటిని బయటకు తీయవచ్చు. కావాలను కుంటే అందులో ఇష్టమైన కూల్‌డ్రింకు నింపి, అనంతరం ఆ రంధ్రాన్ని మూసివేయవచ్చు. అదే విధంగా హిప్నాసిస్ ద్వారా కాన్షస్ మైండ్‌ని బైపాస్ చేసి సబ్ కాన్షస్ మైండ్‌కి సందేశాలు ఇవ్వవచ్చు. అయితే అవి ఆ వ్యక్తి అందుకోడానికి సిద్ధంగా ఉండాలనే విషయం మీకు వేరే చెప్పనవసరం లేదు.

మీరు ఇతరులను హిప్నటైజ్ చేయ్యాలంటే ముందుగా మిమ్మల్ని మీరు హిప్నటైజ్ చేసుకోవడం నేర్చుకోవాలి. దానికి కావలసింది కేవలం రోజుకు 15 నిమిషాలే. అది ఎలాగో తెలుసుకోండి.

హిప్నాటిక్ స్థితి అంటే ఒక మగత నిద్రలాంటి స్థితి మాత్రమే. హిప్నాటిస్టు తన మాటల ద్వారా లాలిస్తూ, బుజ్జగిస్తూ ఒక వ్యక్తిని ఆ స్థితిలోకి పంపగలుగుతాడు. ఆ స్థితి మనం ప్రతి తెల్లవారుఝామున అనుభవించే మగత నిద్రలాగే ఉంటుంది. అప్పుడు మనకు పక్షుల కిలకిలలు, ఇతర శబ్దాలు, ఇంట్లోవారి మాటలు అన్నీ వినబడు తుంటాయి. కానీ మనం కళ్ళు తెరవము. అప్పుడు అంతఃచేతన స్థితిలో ఉంటాం. అంటే సబ్ కాన్షస్ మైండ్ పనిచేస్తూ ఉంటుంది. ప్రశాంతంగా హాయిగా ఉండే స్థితి అది. హిప్నాటిజంతో కూడా సరిగ్గా అదే స్థితిని అనుభవిస్తూ ఉంటాం.

24 గంటల్లో వందోవంతు చాలు

ప్రతి మనిషి ప్రతిదినం కొన్ని నిమిషాలపాటు రిలాక్స్ అవ్వాల్సిన అవసరం ఉంది. ఆ కాస్త విశ్రాంతి మనసుని ఎంతో తేలిక పరచటమే కాకుండా అవసరమైన మానసిక, శారీరక శక్తినందిస్తుంది. ప్రతి వ్యక్తి కనీసం పదిహేను నిమిషాలు రిలాక్స్ అవ్వాలని నావద్ద శిక్షణ తీసుకున్నవారికి నేను చెప్తూంటాను, 15 నిమిషాలు అనటంలో ఒక ప్రత్యేకత ఉంది. ఒక రోజు సమయంలో 24 గంటలుంటాయి. గంటకు 60 నిమిషాలు, అంటే రోజుకు 1440 నిమిషాల సమయం వుంది. అందులో వందోవంతు సమయం రిలాక్సేషన్‌కి కేటాయించితే చాలు. వందేళ్ళు బతికే ఆరోగ్యాన్ని సంపాదించు కోవచ్చు. 1440 నిమిషాల్లో వందోవంతు అంటే 14. 40 నిమిషాలు అంటే 15 నిమిషాలు చాలు. ప్రతిరోజూ నిద్రపోవటానికి 420 నిమిషాలు (7 గంటలు) చదువు లేదా బయట తిరగడానికి మరో 420 నిమిషాలు (7 గంటలు) కబుర్లకి, షికార్లకి, టి.వి. వగైరాలు చూడటానికి 240 నిమిషాలు (4 గంటలు) కేటాయిస్తున్నారు. ఇంకా రెండు గంటలు మిగిలాయి. ఈ సమయంలో ఒంటరిగా కూర్చుని ఏదో ఆలోచిస్తూ పగటి కలలు కంటూ మానసిక సమస్యలు సృష్టించుకోకండి. అలాగే పనీ పాటాలేని పోకిరీ రాయుళ్ళు లేదా సోమరి పోతులతో గడపకండి. అది కూడా కొత్త సమస్యలను సృష్టిస్తుంది.

మీరు రిలాక్స్ అవటానికి సిద్ధంగా ఉన్నారు కదూ! ముందుగా పదిహేను నిమిషాలపాటు మిమ్మల్ని ఎవరూ డిస్టర్బ్ చేయకుండా ఏర్పాటు చేసుకోండి. అలాగే 15 నిమిషాలకు అలారం సెట్‌చేసి పెట్టుకోండి లేదా మీ కుటుంబ సభ్యులకు పావుగంట తర్వాత తలుపు కొట్టమని చెప్పండి. గదిలో వెలుగు ఎక్కువగా ఉండకూడదు. అలాగని మరీ చీకటి వద్దు. ఇప్పుడు నేలమీద చాప లేదా దుప్పటి వేసి వెల్లకిలా పడుకోండి. తల కింద ఏమీ ఉండకూడదు. దీనిని శవాసనం అంటారు. ఈ స్థితిలో పడుకోవటం వలన రక్త ప్రసరణ సమతుల్యంగా ఉంటుంది.

ఇపుడు మూడుసార్లు దీర్ఘమైన శ్వాస తీసుకోవాలి. శ్వాసను పీల్చినపుడు ఎంత సమయం తీసుకుంటారో, విడిచినప్పుడు కూడా అంతే సమయం తీసుకోవాలని గుర్తు పెట్టుకోండి. కారణమేమంటే మనం ఆక్సిజను లోపలికి తీసుకుని కార్బన్ డై ఆక్సయిడ్ విడిచి పెడుతున్నాము. కాబట్టి విడిచేటపుడు కూడా అంతే సమయం తీసుకోవాలి. లేని పక్షంలో మనలో చాలా కార్బన్ డై ఆక్సయిడ్ మిగిలి పోతుంది. అది హాని కలిగిస్తుందని మీకు తెలుసు. యోగ సిద్ధాంతాల ప్రకారం నాలుగు సెకన్లు శ్వాస పీల్చి రెండు సెకన్లు శ్వాస బిగబట్టి (Hold) తరువాత అయిదు సెకన్లపాటు శ్వాస విడిచిపెట్టాలి. ఐదో సకండ్ ఎక్కడి నుంచి వచ్చిందని ఆలోచిస్తున్నారా? అది మనలో అంతకుముందు ఉన్న కార్బన్ డై ఆక్సయిడ్ మాత్రమే.

ఇక మూడవ స్టెప్‌లో అతి చిన్న వ్యాయామం చేయాలి. ముందుగా రెండు చేతుల పిడికిళ్ళు బిగించి శ్వాస తీసుకోవాలి. రెండు సెకన్ల తరువాత శ్వాస వదిలి పిడికిళ్ళు వదులు చేయాలి. ఇలా మూడుసార్లు చేయాలి. దాని వలన చేతులలోని నరాలు, కండరాలు బాగా రిలాక్స్ అవుతాయి. తరువాత కాళ్ళ నరాలు, కండరాలు రిలాక్స్ అవటానికి కాలి వేళ్ళను వంచి దీర్ఘమైన శ్వాస తీసుకోవాలి. ఆ సమయంలో చేతి పిడికిళ్లను కూడా బిగించాలి. రెండు సెకన్ల తరువాత శ్వాస వదలాలి. అపుడు కాలివేళ్ళు యధాస్థితిలో ఉంచాలి. ఇది కూడా మూడు పర్యాయాలు చేయాలి. అనంతరం మీ కడుపు ప్రాంతంలో నరాలను, కండరాలను రిలాక్స్ చేయాలి. దానికై దీర్ఘమైన శ్వాస తీసుకుని మీ మనసుని కడుపుపై కేంద్రీకరించి శ్వాసను మూడు సెకన్లపాటు బిగబట్టి ఉంచాలి. అంతసేపు ఉండలేకపోతే సమయం తగ్గించవచ్చు, తరువాత శ్వాస విడిచి పెట్టండి. ఇది కూడా మూడుసార్లు అయిన పిదప చివరిగా, ముఖంలోని నరాలు, కండరాలు రిలాక్స్ కావటానికి మీ దవడభాగాలలోని దంతాలను నొక్కి పెట్టి శ్వాస తీసుకుని బిగబట్టి వదలండి. ఈ చిన్న వ్యాయామం మీకు రెండు మూడు నిమిషాల్లో పూర్తవుతుంది. దీని వలన మీ శరీరం కొంత అలసి పోతుంది. నరాలు, కండరాలు బాగా రిలాక్స్ అవుతాయి. ఇవి మీరు పొందబోయే రిలాక్సేషన్‌కి ఎంతగానో సహాయపడతాయి.

నాల్గవ దశలో అతిముఖ్యమైన సజెషన్లు మీరు మనసులో అనుకోవాలి. వీటిని ముందుగా బాగా చదివి గుర్తు పెట్టుకోవటం కష్టమేం కాదు. 1 నుండి 10 వరకు నంబర్లను అనుకుంటూ, ఒక్కో నంబరుకి ఒక్కో సజెషన్ ఊహించుకోవాలి. అవి ఇలా ఉంటాయి.

1. నా చేతులు బాగా రిలాక్స్ అవుతున్నాయి (మూడుసార్లు).

రిలాక్స్ అవుతున్నాయి అని అనుకున్నప్పుడు మీరు చెయ్యవలసినదేమీ లేదు. నిజానికి ఏమీ చెయ్య కుండా ఉండటమే అసలైన రిలాక్సేషను.

2. నా కాళ్ళు బాగా రిలాక్స్ అవుతున్నాయి (మూడుసార్లు)

3. నా శరీరమంతా బాగా రిలాక్స్ అవుతుంది (మూడుసార్లు)

4. నా కళ్ళు బాగా రిలాక్స్ అవుతున్నాయి (మూడుసార్లు)

1 నుండి 4 వరకు రిలాక్సేషన్ సజెషన్ తీసుకున్నారు. చేతులు, కాళ్ళు, శరీరం, కళ్ళు రిలాక్స్ అవుతున్నాయి. ఇపుడు నిద్రమత్తు వస్తున్నట్లుగా ఊహించుకుంటూ, మత్తు వలన కలిగే భారం (Heaviness) ఊహించుకోవాలి. పైన రిలాక్సేషన్ ఊహించుకున్న క్రమంలోనేభారాన్ని కూడా ఊహించుకోవాలి. ఇక్కడ ఒక ముఖ్యమైన విషయమేమిటంటే నిద్రమత్తు అంటే సహజమైన నిద్రకాదు. మగత స్థితి మాత్రమే.

ఆ సమయంలో మనకి చుట్టూ ఉన్న పరిస్థితులు తెలుస్తూనే ఉంటాయి. శబ్దాలు వినబడుతూనే ఉంటాయి. అయితే వాటిని మనం పట్టించుకోము. అదేవిధంగా భారం అంటే చేతులు, కాళ్ళు కదపలేని బరువు కాదు. అది మత్తువలన కలిగే బరువు మాత్రమే. మనం సహజ నిద్రలో ఉన్నప్పుడు ఎవరైనా అకస్మాత్తుగా తట్టిలేపినపుడు మనం బద్ధకంగా బరువుగా ఒళ్ళు విరుచుకుంటాం కదా! ఇది కూడా అలాంటిదే. ఆ సజెషన్లు ఇలా ఉంటాయి.

5. నా చేతులు బాగా బరువుగా అవుతున్నాయి (మూడుసార్లు)

6. నా కాళ్ళు చేతులు బరువుగా అవుతున్నాయి (మూడుసార్లు)

7. నా శరీరం బాగా బరువుగా అవుతోంది (మూడుసార్లు)

8. నా కళ్ళు బాగా బరువెక్కుతున్నాయి (మూడుసార్లు)

ఇక్కడ కళ్ళు బాగా బరువెక్కినట్లుగా అనిపిస్తుంది. కళ్ళు తెరవాలన్నా తెరవలేనంత బరువుగా ఉన్నాయని మీకు మీరే అనుకోవాలి.

9. నేనిపుడు ప్రశాంతమైన హిప్నాటిక్ స్థితిని అను భవిస్తున్నాను. (మూడుసార్లు అనుకుంటూ మూడు శ్వాసలు దీర్ఘంగా తీసుకోవాలి)

10. నేనిపుడు ఇంకా గాఢమైన హిప్నాటిక్ స్థితి అనుభవి స్తున్నాను. నా మనసుకి ఎంతో హాయిగా ఉంది. ప్రశాంతంగా ఉంది. (మూడుసార్లు శ్వాస తీసుకోవాలి) నేను అనుకుంటే అది సాధించగలను. ఇలా అనుకుని మీరు ఒక దృశ్యాన్ని ఊహించుకోవాలి. మీరు ఏ విషయంలో విజయం సాధించాలను కుంటున్నారో, ఏ భయం పోగొట్టుకోవాలను కుంటున్నారో, ఆ సన్నివేశాన్ని ఊహించుకోవాలి.

విజువలైజేషన్ (VISUALISATION)

ఉదాహరణకు మీకు పరీక్షలంటే భయం అనుకుందాం. పరీక్షలు దగ్గర పడుతున్న కొద్దీ ఆందోళన పెరుగుతూ ఉంటుంది. అటువంటివారు పరీక్షలను ఉత్సాహంగా వ్రాస్తున్నట్లుగా, అన్ని సమాధానాలు చకచకా వ్రాస్తున్నట్లుగా ఊహించుకోవాలి. దీనిని విజువలైజేషన్ (Visualisation) అంటారు. ముందుగా ఇలా ఊహించుకుంటే, వాస్తవరూపం ఇవ్వటానికి మీ మనసే మీకు సహకరించి తీరుతుంది. ఇంతకాలం ఇదే మనసు మీకు ఇటువంటి విజువలైజేషన్ని ప్రతికూలంగా (Negative) ఆలోచించేలా చేసింది. ఇపుడు ఈ ధ్యానస్థితిలో సబ్కాన్షస్ మైండ్ సహాయంతో అదే మనసుని అనుకూలంగా (Positive) ఆలోచించేలా చేసుకోవచ్చు.

పరీక్షలు, ఇంటర్వ్యూలు, గ్రూప్ డిస్కషన్, పెద్దలతో సంభాషణలు, ఉపన్యాసాలు, ఇలా మీరు భయపడే సన్నివేశాలను, పాజిటివ్గా మార్చుకుని ఊహించుకోండి. ఈ చిట్కాను ఉపయోగించి, విజయాలను సాధించినవారు లెక్కకు మించిన వారున్నారు.

ఇలా మీరు దృశ్యాన్ని ఊహించుకునే సమయంలో ఇతర ఆలోచనలుకూడా దాడి చేయవచ్చు. వాటిని మీరేం పట్టించుకోవద్దు. అవి ఎలా వచ్చాయో అలాగే పోతాయి. మీరు మాత్రం మీ దృశ్యంలోనే ఉంటారు. వేరే ఆలోచనలు వస్తే వాటిని ఆపే ప్రయత్నం చేయకండి, వాటిని అనుసరించ కండి. కొత్త వాటిని ఆహ్వానించకండి (Don't resist the thoughts, Don't follow the thoughts, Dont invite the thoughts).

మరో ముఖ్య విషయం. ఈ ఊహించుకునే దృశ్యంలో మీ బాయ్ఫ్రెండ్స్ లేదా గర్ల్ ఫ్రెండ్స్కి స్థానం లేదని గుర్తుంచుకోండి. ఇది కేవలం మీ వ్యక్తిత్వ వికాసానికి తోడ్పడే ప్రక్రియ మాత్రమే. దీని ద్వారా మీలోని భయాలు, భ్రాంతులు, ఆందోళన, టెన్షన్, కోపం, అసూయలను పోగొట్టుకోవచ్చు. అదేవిధంగా ఊహించుకున్న లోపాలైన మతి మరుపు, ఇన్ఫీరియారిటీ కాంప్లెక్సులను ఊహతోనే తరిమికొట్టి ప్రశాంతంగా

జీవించండి. ఈ ఆలోచనలు, ఊహలలో విహరించుతున్న సమయంలో 15 నిమిషాలు అవుతుంది. అపుడు ఆ స్థితి నుండి నెమ్మదిగా బయటకు వచ్చే ప్రయత్నం చేయాలి. దానికి ఈ విధంగా సజెషన్లు ఇచ్చుకోవాలి. ఇవి 5 నుండి 1 వరకు ఉంటాయి.

5. నేను మత్తుగా ఉండే స్థితి నుండి మామూలు స్థితికి రాగలుగుతున్నాను.

4. నేను ఇంతవరకు ఊహించుకున్న బరువు, నెమ్మది నెమ్మదిగా తగ్గిపోతోంది.

3. మత్తుపూర్తిగా తగ్గింది. నేనిపుడు ఉల్లాసంగా వున్నాను.

2. ఊహించుకున్న బరువు అంతా దిగిపోయింది.

1. నేనిపుడు నెమ్మదిగా కళ్ళు తెరవగలను అంటూ కళ్ళు తెరవాలి...

ఈ విధంగా మీరు చేసినపుడు మొదటిసారి మీకు గొప్ప అనుభూతి కలగకపోవచ్చు. అందుచేత సాధన విడిచి పెట్టకండి. మూడవసారి నుండి మీరు అందులోని థ్రిల్లు అనుభవించగలుగుతారు. మరో ముఖ్య విషయమేమంటే, మీరు ఆ స్థితిని అనుభవిస్తున్న సమయంలో మీరు నిద్రలో ఉండరు కాబట్టి అన్నీ వినబడుతూనే ఉంటాయి. దాంతో మీరు హిప్నటైజ్ కాలేదేమోనని కంగారు పడకండి. అలాగే "నేను హిప్నటైజ్ అయ్యానా? లేదా?" అనే ఆలోచనలకు కూడా స్వస్తి చెప్పండి. మీరు అయ్యారో లేదో మీకు తెలీదు మిమ్మల్ని గమనించేవారికి అది తెలుస్తుంది. ఆ సమయంలో మీకు తెలిసేదల్లా ఒకటే... అదే గుటకలు మింగటం. దీనిని Involuntary Swallowing అంటారు.

పంచేంద్రియాల పనితీరు

మానవుడి మెదడు నిర్మించిన భగవంతుడి మేధస్సుకి జోహార్లు. దేవుడు కాబట్టే అంత అద్భుతంగా నిర్మించాడని తలపండిన సైంటిస్టులు కూడా అంగీకరించారు. శరీరంలోని ఏ భాగానికి సందేశాన్ని పంపించాలన్నా అది మెదడులో అంకురించాలి. మనం చూసేవి, చేసేవి, అభ్యసించేవి... అన్ని చర్యలు మెదడు సహకారంతోనే చేయగలుగుతున్నామనే సత్యం మనందరకీ తెలుసు.

మన మెదడులో 15 కోట్ల కణాలు ఉన్నాయి. వాటన్నిటిని ఒకదానికొకటి కలిపితే వాటి పొడవు భారతదేశం చుట్టుకొలత కన్నా ఎక్కువే. మన చెవులు 1600 ఫ్రీక్వెన్సీలలో వినగలవు. మన కళ్ళలోని 8 లక్షల ఫైబర్సు ప్రపంచంలోని అతి గొప్ప సూపర్ కంప్యూటర్ కన్నా వేగంగా పరిస్థితిని గుర్తించగలవు. మన శరీరంలో 206

ఎముకలు 656 కండరాలు చేస్తున్న అద్భుతాలన్నిటికీ మెదడు అనే లీడరు కారణం అని మనం గుర్తించాలి.

మెదడు గుర్తించే ప్రతి విషయమూ నూటికి నూరు శాతం కరక్టని కాదు. దానిపైన మనం ప్రోగ్రాం చేసేదే అది గుర్తిస్తుంది. అది ఒక కంప్యూటరు లాంటిదే. సాఫ్ట్‌వేర్ మీద మనం ఏది ప్రోగ్రామింగ్ చేస్తే అదే రికార్డవుతుంది. సైకాలజిస్టులు మెదడు చేసే పనులను మాత్రం వర్గీకరించారు. మెదడును రెండు భాగాలుగా నిలువుగా చేస్తే కుడివైపు, ఎడమవైపు అర్ధభాగాలు ఈ విధమైన కార్యక్రమాలు నిర్వహిస్తాయని రుజువైంది.

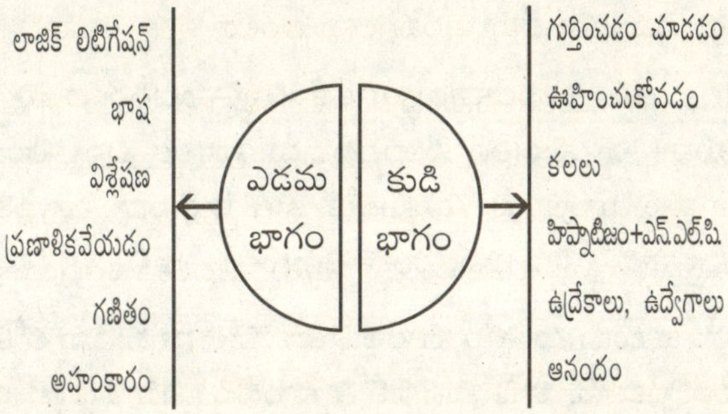

మెదడులోని ఎడమ భాగం బాగా ఆలోచిస్తుంది. కుడి భాగం సరదాగా, సంతోషంగా గడిపేలా చేస్తుంది. లిటిగేషన్ తెలియదు. రెండు భాగాలలో ఒకటి మనలో చాలా బలీయంగా ఉంటుంది. అందులో ఏది బలీయంగా ఉందో, దానిని బట్టి వారి ప్రవర్తన ఆధారపడి ఉంటుందని శాస్త్రజ్ఞులు అంటారు.

ఎన్.ఎల్.పి. శాస్త్రజ్ఞులు కుడి భాగం ద్వారా మెదడుకి సందేశాలు పంపి, తద్వారా, ఎడమ భాగాన్ని బలోపేతం చేయవచ్చు, లేదా రెండింటినీ సమాన శక్తిమంతంగా చేయవచ్చు అంటారు. దాని వలన ఆలోచనలను అదుపు చేసి మనలోని లోపాలను సవరించుకోవచ్చునని వారి అభిప్రాయం.

ఎదురు తిరిగే ఆలోచనలు

శంకరాచార్యులు శిష్యులతో తీర్థయాత్రలు చేస్తుండగా "స్వామీ నాకు వెంటనే మంత్రోపదేశం చెయ్యండి" అని ఒక బాలుడాయన పాదాలకు సాష్టాంగ నమస్కారం చేసి అడిగాడట.

"నీకెందుకు మంత్రోపదేశం? నీకింకా ఏడేళ్ళుకూడా లేవు" అన్నారట ఆయన నవ్వుతూ.

"ఈ చదువుతో సతమతమయిపోతున్నాను. ఏమి చదివినా గుర్తుండి చావడం లేదు. ఏకాగ్రత అసలేలేదు. ఇప్పుడు ఏమైనా సరే మంత్రోపదేశం చెయ్యాలి" అన్నాడు ప్రాధేయపడుతూ.

"కానీ నీకు ఏడేళ్ళు నిండనిదే ఉపదేశం చెయ్య కూడదు. పైగా నీకు ఉపనయనం కూడా కాలేదు" అన్నారు. "స్వామీ అవన్నీ నాకనవసరం. మీరిపుడు మంత్రోపదేశం చెయ్యకపోతే, ఈ పక్కనే ఉన్న సరస్సులో దూకి ఆత్మహత్య చేసుకుంటాను" అని బెదిరించాడు.

"సరేలే"... అని, శంకరాచార్యులు ఒక చిన్న మంత్రం అతని చెవిలో చెప్పి "చూడు నాయనా! ఈ మంత్రం పఠించేటపుడు మాత్రం చిన్న నిబంధన ఉంది. అదేమంటే ఆ సమయంలో నీ మనసులోకి కోతి రాకుండా చూసుకో. ఈ చిన్న నిబంధన నువ్వు పాటిస్తే నీకు ప్రపంచంలో తిరుగులేదు" అని చెప్పి నిష్క్రమించారట.

ఆ క్షణమే బాలుడు మంత్రం పఠించబోతూ "కోతి నా మనసు లోకి రాకూడదు" అంటూ ప్రారంభించాడు. కానీ మనసుకోతి లాంటిది. ఏది వద్దంటే దాని గురించే ఆలోచించేలా చేస్తుంది. దానిని ఎంత అణగదొక్కాలని ప్రయత్నంచేస్తే, అది అంత అధిక మవుతుందనేది మనందరికీ అనుభవమే. ఇక ఆ బాలుడు మంత్రోపాసన చేసాడో లేదో మీరూహించుకోవచ్చు.

ఆలోచనలపై అదుపు?

"ఆలోచనలను అదుపు చేయాలనుకోవడం అవివేకం, అది మన చేతిలో లేదు" అనేది ఇంతవరకు మనమంతా నమ్మిన సత్యం. అయితే ఆలోచనల దారి మళ్ళించి, పాజిటివ్ దిశగాఆలోచించడం సాధ్యమేనని అనుభవజ్ఞుల అభిప్రాయం. దానినే థాట్ డైవర్షన్ (Thought Diversion) అంటారు. ఉదాహరణకు ఆ బాలుడు మంత్రోపాసన చేసేముందు, కోతి బదులు "నామనసులోకి ఏనుగు రాకూడదు, చిరుతపులి రాకూడదు" అని అనుకుంటే, అవే వస్తాయి. కోతి మాయమవుతుంది. దీనిని ఎన్. ఎల్. పిలో థాట్ హైజాకింగ్ అనికూడా అంటారు (Thought Hijacking). అంటే దారి మళ్ళింపు చేయడం. కానీ ఇది మనం మంచి ఆలోచనలు వచ్చినపుడు, చెడు ఆలోచనలవైపు దారి మళ్ళించడంలో ఉపయోగిస్తున్నాము. బాగా చదివిన విద్యార్థి పాసవుతానని

నమ్మకం ఉన్నా ఫెయిలవుతానేమోననే భయం, ఆందోళనతో డిప్రెషన్‌కి గురవడం ఖాయం.

ఎన్.ఎల్.పి.లోని ప్రత్యేకతలో ముఖ్యంగా చెప్పు కోవలసిన దేమిటంటే ఆలోచనలను అదుపు చెయ్యడం కన్నా వాటిని మనకి అనుగుణంగా మలచుకోడానికి అవసరమైన టెక్నిక్కులున్నాయి. వాటి సహాయంతో మనం ఎలా ఉంటున్నామో, ఎలా ఉండాలో, ఏఏ మార్పులు తెచ్చుకోవచ్చో తెలుసుకోవచ్చు. మన మెదడులో మనకు కావలసినంత సమాచారాన్ని నింపుకోవచ్చు. భగవంతుడు కేవలం పది శాతం మాత్రమే నింపి పంపాడు. మిగతాది మన సాధనలో ఉంది. అది అర్థం చేసుకుంటే మీకు కంప్యూటరు అవసరం లేదు.

మాటలోనే వుంది మర్మం

ఎన్.ఎల్.పి ప్రక్రియను కనిపెట్టే సమయంలో రిచర్డ్ బ్యాండ్లర్, ప్రముఖ హిప్నాటిస్టు డాక్టర్ ఎరిక్‌సన్ సహాయం తీసుకోవాలని భావించాడు. వెంటనే ఫోను అందుకుని సమయం కోరాడు. క్షణం తీరికలేని డాక్టర్ ఎరిక్‌సన్ "మీకు తెలుసుకదా నేనెంత బిజీగా ఉంటానో, ఒక వ్యక్తితో పిచ్చాపాటీ మాట్లాడే సమయంలో నేను నలుగురు పేషెంట్లకు సహాయం చేయగలుగుతాను" అని సున్నితంగా తిరస్కరించాడు. అయితే అప్పటికే భాషను ఉపయోగించడంలో అనుభవం పొందిన బ్యాండ్లర్ "నిజమే మీరు బిజీగానే ఉంటారు. కానీ డాక్టర్ ఎరిక్‌సన్ లాంటి వాళ్ళు సమయాన్ని శాసించగలరు" అన్నాడు. వెంటనే ఎరిక్‌సన్ మర్నాడే రమ్మని చెప్పాడు.

ఎన్.ఎల్.పి.లో భాష, స్వరం, శరీర భాష అతిముఖ్యమైనవి. మనం మాట్లాడే భాష కేవలం ఏడు శాతం సందేశాన్ని అందిస్తుంది. మిగతా విషయాన్ని 33 శాతం స్వరం, 60 శాతం శరీర భాష అని గతంలో తెలుసుకున్నాము. కమ్యూనికేషన్‌లో భాష పాత్ర తక్కువే అయినప్పటికీ సరైన పదాలు ప్రయోగించని పక్షంలో ప్రమాదం వాటిల్లుతుంది. పనిమాట ఎలా ఉన్నా పరువుపోతుంది. కాబట్టి పద ప్రయోగంలో పదాల పొందిక ఎంతో అవసరం.

ఎన్.ఎల్.పి. సాధకులు, శిక్షకులు తాము పదాలను ఎంతోశ్రమతో కూర్చుకుని, మాట్లాడి తమ తమ దైనందిన కార్యక్రమాల్లో విజయావకాశాలను పెంచుకుంటున్నారు.

ఎన్.ఎల్.పి సిద్ధాంతాల్లో "నోరు మంచిదైనప్పుడే ఊరు మంచిది" అనేది కమ్యూనికేషన్స్‌లో ముఖ్యపాత్ర వహిస్తుంది. వ్యాపారంలో, ఉద్యోగంలో, పరిశ్రమల్లో

మనం మాట్లాడే పద్ధతిని ఎలా మార్చుకోవాలో, తద్వారా లాభాలు ఎలా పొందాలో ఇపుడు ఎన్.ఎల్.పి నిష్ణాతులు శిక్షణ నిస్తున్నారు.

మాట్లాడడంలో రెండు రకాల పద్ధతులున్నాయి. మొదటిది పైకి మాట్లాడడం (Verbal), రెండవది సైగలు చేయడం లేదా మాట్లాడకపోవడం (Non-Verbal). మొదటి పద్ధతి కన్నా రెండవది అతిశక్తివంతమైనది. ఒక్కోసారి మాటల ద్వారా చేయలేనిది సైగల ద్వారా అద్భుతంగా చేయవచ్చునని ట్రాఫిక్ కానిస్టేబుల్‌ని చూస్తే అర్థమవుతుంది. కోపంతో ఉన్న భార్య లేదా భర్త మాట్లాడకుండా ఇంట్లో నరకం సృష్టించ గలరని అనుభవజ్ఞులకు విదితమే. కాబట్టి వెర్బల్ కమ్యూని కేషన్ కన్నా నాన్ వెర్బల్ చాలా శక్తివంతమైనది.

పదాల పొందిక విషయంలో మనం జాగ్రత్తపడితే మన సంబంధ బాంధవ్యాలు ఎంతగానో పెంపొందించుకోవచ్చనే విషయం చాలామంది చాలా ఆలస్యంగా గ్రహిస్తారు. కానీ అప్పటికే సమయం మించిపోతుంది. అదే విధంగా టీచర్లు, మేనేజర్లు, డాక్టర్లు మాట్లాడినపుడు, ఎదుటి వారితో సంభాషణ ప్రారంభించినపుడు పదాలను జాగ్రత్తగా ఎంచుకుంటే తక్కువ సమయంలో ఎక్కువ సమాచారం రాబట్టవచ్చు.

గోల్ సెట్టింగ్
(GOAL SETTING)

మారుతున్న కాలంతో పాటు మనం కూడా మారాలి. మనలోని నెగిటివ్ ఆలోచనలను తీసి చెత్తబుట్టలో పడేయాలి. కంప్యూటర్‌లో అవసరం లేని మేటరు సెలక్టు చేసి దానిని కట్ (Cut) చేసి డిలెట్ (Delete) అనే బటన్ నొక్కితే ఎలా పోతుందో అలా తీసిపడేయాలి. అదేవిధంగా మరో పాజిటివ్ ఆలోచనను అక్కడ అతికించాలి(Paste). మన మెదడు కంప్యూటర్ కన్నా గొప్పదని మీకు తెలుసు. ఎందుకంటే ఈ కంప్యూటర్లను కనిపెట్టింది మానవ మెదడే. కాబట్టి మన మైండ్ సూపర్ కంప్యూటర్ అని గ్రహించాలి.

ప్రతి వ్యక్తికి ఒక గోల్ ఉంటుంది. గోల్ అంటే లక్ష్యం. ఈ లక్ష్యం సాధించడానికి కృషి చేయవలసిన బాధ్యత కూడా ఆ వ్యక్తి మీద ఉంది. చదువు, వ్యాపారం, ఉద్యోగం, ప్రేమ, ఇతర రంగాల్లో ఒక స్థితి సాధించాలంటే దానికి తగిన వనరులను సమకూర్చుకోవాల్సిన బాధ్యత కూడా ఉంది. అయితే తాము సాధించవలసిన గోల్ సక్రమమైనదో కాదో ముందే నిజాయితీగా నిర్ణయించాలి. దీనిని Desire - Deserved పద్ధతి అంటారు. అంటే కోరిక – అర్హత. మీ అర్హతకు తగిన కోరికేనా? ఉదాహరణకు చదువు, సంధ్యాలేని ఒక యువకుడు కాలేజి లెక్చరర్ అవ్వాలను కోవడం ఎంత హాస్యాస్పదమైన కోరికో మీకు తెలుసు. అలాగే ఒక భారతీయుడు అమెరికా అధ్యక్షుడు కావాలని వాంఛించడం కూడా అటువంటిదే. కాబట్టి మన కోరికలు మన అర్హతకు తగినట్లు ఉన్నాయా? లేదా అని నిర్ణయించుకోవాలి. నిజానికి నేటి విద్యార్థినీ విద్యార్థుల కోరికలు చాలా చిన్నవే. బాగా చదువుకోవాలనీ, డబ్బు సంపాదించాలనీ, అమెరికా వెళ్ళాలనీ,

లేదా ఇండియాలో వ్యాపారం చేయాలని ఇలా ఉన్నాయి. అయితే ఈ లక్ష్యాన్ని చేరుకునేలోపునే వీరిలో కొందరు మరో లక్ష్యం వైపు చూడడం వలన దెబ్బతింటున్నారు. ప్రేమలు, వ్యసనాల జోలికి పోయి జీవితం తల్లక్రిందులు చేసుకుంటున్నారు.

లక్ష్యం నిర్ణయించుకునే సందర్భంలో సిద్ధాంతాన్ని మర్చిపోకూడదు.

S pecific (స్పెసిఫిక్)

M easurable (మెజర్‌బుల్)

A chievable (ఎచీవబుల్)

R ealistic (రియలిస్టిక్)

T ime bound (టైమ్‌బౌండ్)

స్పెసిఫిక్ గోల్ అంటే మీరు ఒకే గోల్‌పై దృష్టి కేంద్రీకరించాలి. చదువంటే చదువే, వ్యాపారం అంటే వ్యాపారమే, ఉద్యోగమంటే ఉద్యోగమే, అంతే తప్ప ఉద్యోగం చేస్తూ వ్యాపారం ప్రారంభించినా, చదువుకు బదులు కాలేజిలో ప్రేమ వ్యవహారాల్లో పడ్డా, చివరకు రెంటికి చెడ్డ రేవడి కావడం ఖాయం. అందుకే గోల్ ఒక్కటే ఉండాలి.

మెజరబుల్ గోల్ (Measurable Goal). అంటే మీ లక్ష్యం కొలవడానికి అనువుగా ఉండాలి. అంటే మీ సమర్ధతకు తగినట్లుగా ఉండాలి. ఉదాహరణకు కాలు విరిగిన యువకుడు క్రికెట్ ఆడాలను కోవడం పొరపాటు. కావాలంటే అతను క్రికెట్ కామెంటేటర్ కావొచ్చు. క్రీడల జర్నలిస్టు కావొచ్చు. అంతే తప్ప అదే సాధించాలని మూర్ఖంగా పట్టుపట్ట కూడదు.

ఎచివబుల్ గోల్ (Achievable Goal) అంటే మీ లక్ష్యం మీరు సాధించగలిగేది అయి ఉండాలి. ఉదాహరణకు స్కూలు స్టూడెంట్ క్రికెటర్ కావాలనుకుంటే కష్టపడి కావొచ్చు. పదవ తరగతితో చదువు ఆపేసిన ఒక మహిళ పెళ్ళయి పిల్లలు పుట్టిన తరువాత కూడా పట్టుదలతో కృషి చేస్తే ఒక లా డిగ్రీ సంపాదించవచ్చు. లాయర్ కావొచ్చు. టీచర్ కావొచ్చు. దానికి ఎంతో దీక్ష, పరిశ్రమ అవసరం.

రియలిస్టిక్ గోల్ (Realistic Goal). అంటే వాస్తవానికి దగ్గరగా ఉండాలి తప్ప జానపద సినిమాల్లో పల్లెటూరి వాడు, యువరాణిని ప్రేమించి పెళ్ళిచేసుకున్నట్లు ఉండకూడదు. అవి సినిమాలు కాబట్టి లవ్ చేయడం విడిపోవడం అన్నీ మూడుగంటల్లోనే జరిగిపోతాయి. అవి చూసి మూర్ఖంగా కొందరు యువకులు ముఖ్యంగా బేవార్స్‌గా తిరిగే వాళ్ళు కూడా ధనవంతుల అమ్మాయిలను మాయమాటలు చెప్పి మోసాలు చేయడం మనం చూస్తూనే ఉన్నాం.

టైమ్ బౌండు గోల్ అంటే మీరు నిర్ణయించుకున్న లక్ష్యానికి సమయం ఉండాలి. ఫలానా సమయంలోగా ఇది చేస్తాను. రెండు సంవత్సరాల్లో చదువు పూర్తిచేస్తాను. అయిదు సంవత్సరాల్లోగా అమెరికా వెళ్తాను అని అనుకోవాలి. అంతే తప్ప తొంభై

ఏళ్ళు వచ్చినా సరే నేను ఎమ్‌సెట్ పాసవందే చావను. అని దీర్ఘ సమయాలను కేటాయించకూడదు.

SMART పద్ధతిని పాటించడం వలన మన లక్ష్యాన్ని మనం ఖచ్చితమైన శైలిలో నిర్ధారించుకోవచ్చు. మీరు ఏ లక్ష్యం ఎన్నుకున్నారు? ఎవరిని ఆదర్శంగా తీసుకోవాలనుకుంటున్నారు? ఏమి సాధించాలనుకుంటున్నారు? అనే విషయాలపై విశ్లేషణ చేయమంటారు ఎన్.ఎల్.పి. పండితులు. ఉదాహరణకు ఒక వ్యక్తి వ్యక్తిగతంగా ఏ రంగం ఎన్నుకోవాలో నిర్ణయించుకునే ముందు ఇతర రంగాలను కూడా పరిశీలించాలంటారు. ఇక్కడ కొన్ని రంగాలున్నాయి. వీటిని చూడండి.

చిత్రకారుడు – ఇంజనీరు – డాక్టరు – కలెక్టరు – కంప్యూటర్ ఎక్స్‌పర్ట్ – రాజకీయ నాయకుడు – సినీ నటుడు – దర్శకుడు –సినీ నిర్మాత – గాయకుడు – మెజిషియన్ – సైకాలజిస్టు – క్రీడాకారుడు – రచయిత – సైనికుడు – లాయర్ – వ్యాపారస్థుడు...

ఇలా ఒక రంగాన్ని ఎన్నుకున్నాక దానికి తగిన సమర్థతలను పరిశీలించుకుని అనంతరం రంగ ప్రవేశం చేయాలి తప్ప తొందరపడి దిగితే భంగం జరగొచ్చు. కేవలం వృత్తుల పరంగానే కాకుండా మనం సాధించవలసిన కొన్ని కర్తవ్యాల విషయంలో కూడా లక్ష్యాలను ఏర్పరచుకోవడం జరుగుతూ ఉంటుంది. అంటే.

సిగరెట్ మానేయాలి – పెళ్ళి చేసుకోవాలి – డబ్బు సంపాదించాలి – మంచి పేరు తెచ్చు కోవాలి – కుటుంబంలో అందరి ప్రేమను పొందాలి – మానసిక ఆరోగ్యం కావాలి – ఎప్పుడూ సంతోషంగా ఉండాలి – రిటైర్మెంట్ తరువాత కూడా ఆరోగ్యంగా ఉండాలి – పిల్లలు బావుండాలి – అమెరికాలో స్థిరపడాలి – కలహాలు ఉండకూడదు – వ్యసనాలకు దూరంగా ఉండాలి – నేను చాలా బాగా చదువుకోవాలి – మంచి పేరు తెచ్చుకోవాలి.

ఇలా సాధించవలసిన స్థితుల విషయంలో కూడా నిర్మొహమాటంగా విశ్లేషణ చేసుకోవాలి. దానిని ఎన్.ఎల్.పి లో బ్లేమ్ ఫ్రేమ్ అవుట్ కమ్ ఫ్రేమ్ అంటారు. (Blame Frame Outcome Frame) అంటే మీ లోపాన్ని మీరు తెలుసు కోవడం దానిని ఎలా పరిష్కరించాలో ఆలోచించడం లాంటి ప్రక్రియ.

గోల్ సెట్టింగ్ (Goal Setting)

మనకు కోరికలు చాలా ఉండవచ్చు. కానీ అవి అందుకునే అర్హత ఉందా? అనే విషయం కూడా ఆలోచించాలి. దానినే DESIRE-DESERVED పద్ధతి అంటారు.

అంటే మన కోరికకు తగిన అర్హత ఉందా? అనేది మనల్ని మనం ప్రశ్నించుకోవాలి. ఒక 70ఏళ్ళ వ్యక్తి భార్య మరణించిందనుకోండి. "ఏమండీ మళ్ళీ పెళ్ళి చేసుకునే ఉద్దేశం ఉందా?" అని ప్రశ్నిస్తే "నాకైతే కోరిక ఉంది. పిల్ల నెవరిస్తారు?" అంటాడే తప్ప "నాకు అర్హత లేదు" అనే ఆలోచన రాదు. ఆ మధ్య ఒక కాలేజీకి వెళ్ళినప్పుడు విద్యార్థులతో ఈ విషయమే ప్రస్తావిస్తూ ఒక అబ్బాయిని చూపించి "ఇతనికి శ్రీదేవిని పెళ్ళి చేసుకోవాలని కోరిక ఉందనుకోండి. ఆ అర్హత ఇతనికి ఉందా?" అని అడిగాను.

వాళ్లంతా "లేదు... లేదు" అని మూకుమ్మడిగా చెప్పారు. కానీ ఆ అబ్బాయి మాత్రం ముసిముసిగా నవ్వుతూ కూర్చున్నాడు. "ఏంబాబు... నీకు అర్హత ఉందా?" అని అడిగాను. దానికి ఆ అబ్బాయి "బోనీకపూర్ ఊరుకుంటాడా?" అని ఎదురుప్రశ్న వేసాడు. అంతే తప్ప... "నో... నా గోల్ అదికాదు. నేను గొప్ప సాఫ్ట్‌వేర్ ఇంజనీరునవుతాను. అమెరికాలో అన్నీ నేర్చుకుని ఇండియా వచ్చిపెద్ద సంస్థను ప్రారంభిస్తాను" అని అనలేదు.

ఈనాటి యువతరంలో అధికశాతం మందికి సరైన గోల్ సెట్టింగ్ లేదు. దానికి కారణం వారికి తగిన ప్రేరణ లభించకపోవడమే. కానీ ఈ కాలంలో మనకి ఎవరో ప్రేరణ కలిగిస్తారనీ, ఏదో చేస్తారని ఎదురుచూడకుండా మనకు మనమే స్వయం ప్రేరణ కలిగించుకుని ముందుకు సాగిపోవాలి.

లక్ష్యాన్ని మూడుగా విభజించాలి!

ఆంథోని రాబిన్స్ లక్ష్యసాధన గురించి మాట్లాడుతూ "మనం అనుకున్న లక్ష్యాన్ని మూడు భాగాలుగా విభజించి, వాటికి కొంత సమయాన్ని కేటాయించి, అవి సాధించడానికి కృషి చేస్తే లక్ష్యాన్ని అవలీలగా సాధించవచ్చు" అంటాడు. వాటిని ఇలా విభజించాడు.

1. **షార్ట్ టర్మ్ గోల్ (Short term goal)**
2. **మిడ్ టర్మ్ గోల్ (Mid term goal)**
3. **లాంగ్ టర్మ్ గోల్ (Long term goal)**

ఉదాహరణకు ఒక అబ్బాయి పదవతరగతి చదువు తున్నాడనుకోండి. అతను నేను పెద్ద డాక్టర్ని అవుతాను, లేదా ఇంజనీరునవుతాను. అమెరికా వెళ్తాను లాంటి కబుర్లు చెప్పడం కన్నా ముందు తన కర్తవ్యం విజయవంతంగా నిర్వహించాలి. అంటే టెన్త్‌క్లాస్ మంచి మార్కులతో పాసవ్వాలి. దానిని షార్ట్‌టర్మ్ గోల్ అంటారు.

షార్ట్‌టర్మ్ గోల్ (STG) అనే స్వల్పకాలిక లక్ష్యంగా ఒక సంవత్సరంలో సాధించదలుచుకున్న పనులపై మనసు, శరీరం కేంద్రీకరించాలి.

మిడ్ టర్మ్ గోల్ (MTG) అనే మధ్య కాలిక లక్ష్యంగా రాబోయే మూడు సంవత్సరాల్లో సాధించదలుచుకున్న కార్యాన్ని అమలుచేసే ప్రయత్నంచేయాలి. అంటే ఆ విద్యార్థి ఈ సంవత్సరం టెన్త్ పాసై, ఇంటర్మీడియట్ రెండు సంవత్సరాల్లో అద్భుత విజయం సాధించి, ఐ.ఐ.టి లేదా ఎమ్‌సెట్‌లో చక్కని ర్యాంకు సాధించే ప్రయత్నం చేయాలి.

లాంగ్ టర్మ్ గోల్ (LTG) అనే దీర్ఘకాలిక లక్ష్యంగా రాబోయే 5 సంవత్సరాల్లో సాధించే విజయాన్ని ఊహించు కోవాలి. అంటే ఆ విద్యార్థి ఐదేళ్ళకు మద్రాసు ఐఐటి లో బి.ఇ, సెకండియర్ చదువుతున్నట్లుగా ఊహించుకుంటూ దానికి తగిన కృషి చేయాలి.

ఈ విధంగా ఏ గోల్ సాధించాలనుకున్నా దాని అంతిమ లక్ష్యం దృష్టిలో వుంచుకుని ప్రస్తుత కార్యాన్ని సాధించాలి. డిగ్రీ చదువుతూ ఐ.ఎ.ఎస్. సాధించాలను కునేవారు స్వల్పకాలిక లక్ష్యంగా చదువుతున్న డిగ్రీని పూర్తిచేస్తూ న్యూస్ పేపర్లను చదువుతూ మధ్యకాలిక లక్ష్యంగా కాంపిటీటివ్ పరీక్ష పేపర్లను సేకరిస్తూ దీర్ఘకాలిక లక్ష్యానికి కమ్యూనికేషన్ స్కిల్స్ పెంచుకోవడంతోపాటు అవసరమైన విషయాలను సేకరించడం చేయాలి. వీటితోపాటు కమ్యూనికేషన్స్ అభివృద్ధి పరచుకోవడం, ఇంగ్లీషు భాషపై పట్టు సాధించడం, భయాలు, భ్రాంతుల నుండి బయటపడే ప్రయత్నాలు చేయాలి.

కానీ, మనసు విచిత్రమైనది. లక్ష్యం సరైనదా? కాదా అనే అనుమానాన్ని రేకెత్తించవచ్చు. లేదా బంధువులు, స్నేహితులు మీ లక్ష్యాన్ని వ్యతిరేకించవచ్చు. అటు వంటి సమయంలో మనసు ఒక చిత్రమైన సంఘర్షణకు లోనవుతుంది. దానిని కాన్‌ఫ్లిక్ట్ (conflict) అంటారు. ఆ సంఘర్షణ నుంచి ఎంత త్వరగా బయటపడితే అంతమంచిది.

లేదా దాని ప్రభావం మీ వ్యక్తిత్వ వికాసానికి అడ్డుగోడ కావొచ్చు. బాగా ఆలోచించి ఆ రెండు లక్ష్యాలలో ఏది సరైనదో ఆచి తూచి విశ్లేషణ చేసి నిర్ణయించుకోవాలి.

రెంటికి చెడ్డ రేవడి

ఈమధ్య 23 ఏళ్ళ యువకుడు, తన తండ్రితో వచ్చి కలిసాడు. ఇంటర్ పాసయ్యి 5 ఏళ్ళయింది. ప్రస్తుతం ఖాళీగా ఉన్నాడు. పై చదువులెందుకు చదవలేదని అడిగాను.

"నాకు బి.ఇ. చదవాలని ఉండేది. ఎమ్‌సెట్‌లో ర్యాంకు రాలేదు. దాంతో మా నాన్న గారు బి.ఎస్సీలో చేరమన్నారు. కానీ నాకు ఇంజనీరు అవ్వాలనే కోరిక బలంగా ఉండడంతో లాంగ్‌టర్మ్ కోచింగ్ తీసుకుని ఎమ్‌సెట్ రాసాను. నా దురదృష్టంకొద్దీ మళ్ళీ కూడా రాలేదు..." అన్నాడు. బాధగా.

"పోనీ అప్పుడైనా వెంటనే బి.ఎస్సీ లో చేరిఉండాల్సింది" అన్నాను నిశ్శబ్దాన్ని ఛేదిస్తూ.

"నా పరువేం కావాలి? ఆ పనేదో మొదటిసారి పోయినప్పుడే చేసి ఉంటే బావుండేది. నాలాగా ఫెయిలయ్యిన వారు ఇద్దరు ఫ్రెండ్స్ అలాగే బి.ఎస్సీలో చేరిపోయారు. వాళ్ళిప్పుడు ఎమ్మెస్సీలు కూడా పూర్తిచేసి అమెరికాలో ఉన్నారు."

"మరి అలాంటప్పుడు నువ్వు కూడా వాళ్ళ లాగే బి.ఎస్సీలో చేరి ఉండాల్సింది."

"నిజమే ... కానీ ఇంజనీరునవ్వాలనే కోరిక చాలా బలంగా ఉండిపోయింది. దానికి తోడు నాకన్నా చాలా పెద్ద ర్యాంకు వచ్చిన మా పక్కింటి అబ్బాయికి, రిజర్వేషన్ వలన ఇంజనీరింగ్‌లో సీటు రావడంతో నాలో పంతం పెరిగిపోయింది. ఏమయినా సాధించాలనుకుని మళ్ళీ ఎమ్‌సెట్ రాస్తానని మా వాళ్ళని అడిగాను. "

"దానికి మీ వాళ్ళేమన్నారు?" అని అడిగాను. దానికి అతని తండ్రి కలగచేసుకుని...

"ఇప్పటికి రెండు సంవత్సరాలు వేస్టయ్యి, పరువుపోయింది. మేమెక్కడికి వెళ్ళినా మీ అబ్బాయి ఏం చేస్తున్నాడు? ఇంజనీరింగులో సీటు వచ్చిందా? అని అడగడం జరిగింది. దాంతో ఏంచెప్పాలో తెలిసేది కాదు. దాంతో పెళ్ళిళ్ళు, పేరంటాలు కూడా వెళ్ళడం మానేసాము. అంతా మా ఖర్మ... ఈ పెద్ద చదువులు వచ్చి మా పరువు బజార్ల పడేసాయి." అన్నాడు కళ్ళు తుడుచుకుంటూ...

"అంత బాధపడే బదులు నాకు డొనేషన్ కట్టించి బి.ఇ.లో చేర్పించవచ్చు కదా, అని అడిగినా మా నాన్నగారు వినలేదు" అన్నాడు అబ్బాయి.

"డొనేషన్ అంటే డబ్బుతో కూడిన వ్యవహారం కదా. ఆర్థికంగా ఆ స్థోమత ఉండాలి కదా" అన్నాను.

"దాందేముంది? ఈ రాజుల్లో ఆ మాత్రం అప్పు దొరకదా? ఆయనకి నేను ఇంజనీరు అవ్వడం ఇష్టం లేదు. అందుకనే మొండిగా కూర్చున్నాడు. కొడుకు కోరికలు తీర్చలేని ఇటువంటి తండ్రులు బహుశా ఇంకెక్కడా ఉండరేమో?" అన్నాడు.

“తప్పు అలా అనకూడదు. ఒకవేళ మీ నాన్నగారు అప్పో సొప్పో చేసి డొనేషన్ కట్టినా నువ్వు పాసవుతావని గ్యారంటి ఏమిటి? నాకు తెలిసిన ఎందరో అబ్బాయిలు ఇతర రాష్ట్రాల్లో చదువుతూ, దురలవాట్లు చేసుకుని పరీక్షలు ఫెయిలవుతూ ఇంట్లో మాత్రం పాసయ్యామని చెప్పి మోసంచేసి, చివరకు ఆ మోసం బయటపడి, ఇప్పుడు ఇటు చదువు పూర్తి చెయ్యలేక అటు సమాజంలో తలెత్తుకోలేక విపరీతమైన సంఘర్షణకు లోనవుతున్నారు. ఇక వాళ్ళ తల్లిదండ్రుల సంగతి సరే సరి. మహారాజులా ఒకరిచేత వేలెత్తి చూపించుకోని వారు, ఇప్పుడు తప్పుచేసిన వారిలా తలొంచుకుంటున్నారు” అన్నాను.

“మీరనుకున్నట్లు నేను ఆ కోవలోకి రాను. నేను గ్యారంటీగా పాసవుతాను. నిజానికి నా మార్కులకి బి.ఇ. సివిల్ కర్నాటకలో సీటు వచ్చింది. అది చదివితే గ్యారంటీగా పాసయి ఉండేవాడిని.”

“నిజమే కానీ, ఆ తరవాత మాటేమిటి? ఈ రోజు ఆంధ్రప్రదేశ్‌లో 100 కు పైగా ఇంజనీరింగ్ కాలేజీలున్నాయి. పక్కనున్న తమిళనాడు, కర్నాటక, మహారాష్ట్రలో దాదాపు 500 ఇంజనీరింగ్ కాలేజీలున్నాయి. ఇంత మందికీ ఉద్యోగాలొస్తున్నాయనుకుంటున్నారా? హైదరాబాద్‌లో వెయ్యిరూపాయలకు అపార్టుమెంట్లు నిర్మాణంలో పనిచేస్తున్న సివిల్ ఇంజనీర్లున్నారని తెలుసా? నీకు పై చదువులకు అమెరికా పంపించే స్థోమత ఉంటే నువ్వేం చదివినా చెల్లుతుంది. నాకు ఆ అవకాశంలేదు. తాము బి.ఎ., బి.కామ్ చదివుంటే బాగుండే వాళ్ళమని ఇప్పుడు కుమిలిపోతున్నారు ఆ ఇంజనీర్లు. మరో విషయం ఈ ఇంజనీరింగ్ కాలేజీలు ఇలాగే పెరిగిపోతుంటే కొన్నాళ్ళకు బి.ఇ. కన్నా బి.ఎ. బి.ఎస్సీల విలువే పెరగవచ్చు... సరే ఇంతకూ రెండవసారి కూడా ఎమ్‌సెట్ రాకపోయేసరికి ఏంచేసావు?”

“ఏం చేస్తాను?.... రెండు సంవత్సరాలు ఇంట్లోనే కూర్చున్నాను. అటువంటి పేరంట్స్ ఉన్నప్పుడు అంతకన్నా ఏం చెయ్యగలను. ఆ రెండు సంవత్సరాలు మా ఇంట్లో ఎవరితో మాట్లాడలేదు. ఇక మా ఇంట్లో వాళ్ళు బి.ఇ. చదివించరని తెలిసిన తరువాత పాలిటెక్నిక్ లో చేరడానికి నిర్ణయించుకున్నాను. దానికి కూడా మా వాళ్ళు మొదట్లో ఒప్పుకోలేదు. కానీ నేను ఎంట్రన్స్‌కి వెళ్ళాను. నా దురదృష్టం నన్ను ఇంకా వెంటాడుతూనే ఉంది. అందులో కూడా తప్పాను. ఇప్పుడు మళ్ళీ వెళ్తానని చెప్పాను. మా నాన్నగారు నన్ను ఇక్కడికి తీసుకువచ్చారు” అన్నాడు. దాంతో తండ్రి కలగచేసుకున్నారు.

"సార్... వీడొక్కడే ఇలా ఎంట్రన్స్‌లు రాసుకుంటూంటే ఎలా? నాకింకా ఇద్దరు పిల్లలున్నారు. రెండో అబ్బాయి ఇంటర్ చదువుతున్నాడు. అమ్మాయికి పెళ్ళిచెయ్యాలి. అందుకని ఏదో ఒక ఉద్యోగంలో చేరిపోమని ప్రాధేయ పడుతున్నాను. మీరు కూడా ఆ మాటే చెప్తారని వచ్చాను. మీ మాటంటే వాడికి గురి. హిప్నాటైజ్ చేస్తారేమోనని" అన్నాడు.

"ఏం బాబు... నీకు 25 ఏళ్ళు వచ్చాయి. ఏదో ఒక కంపెనీలో చేరి ప్రైవేటుగా డిప్లమో లేదా ఎ.ఎమ్.ఐ.ఇ. లాంటివి చేయవచ్చుకదా. అలా చేస్తూ చివరకు ఎమ్ టెక్ చేసినవాళ్ళు ఎందరో ఉన్నారు" అన్నాను అనునయంగా.

"నాకు ఉద్యోగం చేయవలసిన ఖర్మలేదు. నన్ను చదివించవలసిన బాధ్యత మా ఫాదర్‌కి లేదా? అలా చదివించలేని మనిషి నన్నెందుకు కన్నాడు?" అన్నాడు కోపంగా. దాంతో నాకూ కోపం వచ్చింది. కానీ కౌన్సిలర్‌గా కోపం వస్తే పనికిరాదు.

"చూడు బాబూ... నువ్విలా పరీక్షలు ఫెయిలవుతూంటే ఏ తండ్రీ... చివరకు కోటీశ్వరుడైనా చదివించలేడు. నీకు ముప్పై ఏళ్ళొచ్చినా చదివించాలని అనుకోడం మూర్ఖత్వం కదా! పైగా నీ తర్వాత పిల్లల సంగతి ఏంటి? మీది ఆర్థికంగా వెనుకబడిన కుటుంబం, ఈ సంగతి నువ్వుకూడా ఆలోచించాలి. నువ్వుకూడా ఎంతో కొంత సంపాదించి కనీసం నీ ఫీజులు నువ్వు కట్టుకోవాలి. ఏమంటావ్?" అన్నాను.

"పోనీ సార్! చివరగా నాదొక చిన్న కోరిక. మానాన్నగారి మాట కాదనను. ఆయన చెప్పినట్లే ఇప్పుడు బి.ఎస్సీలో చేరతాను. చేర్పించమనండి" అన్నాడు.

అతని మాటలు విన్నాకా నవ్వాలో, ఏడ్వాలో తోచలేదు. లక్ష్యాన్ని నిర్దేశించుకున్నాకా అది సాధ్యం కాని పక్షంలో తక్షణం తమకు అందుబాటులో ఉండే లక్ష్యాన్ని చేరుకోవడం ఉత్తముల లక్షణం. అందుకనే గోల్ సెట్టింగ్ లో "ఎచీవబుల్" (achievable) అనే పాయింటు ఉంది, మీరు నిర్దేశించుకున్న లక్ష్యంలోని సాధ్యాసాధ్యాలను విశ్లేషించాలి. సాధ్యమైన లక్ష్యాన్ని గుర్తించక అసాధ్యమైన లక్ష్యాన్ని చేరుకోవాలని కోరుకోవడం గాడిద లక్షణం అంటారు, సైకాలజిస్టులు. గాడిద తనపక్కనే ఉన్న గడ్డిని తినడం మానేసి దూరంగా ఉన్న గడ్డి మోపుని తినాలని ప్రయత్నిస్తుందట. అది అసాధ్యమని తెలిసినా శతవిధాల ప్రయత్నిస్తుంది.

అది గాడిద కాబట్టి దానికి తెలివితేటలుండవు. స్ఫూర్తి అసలే ఉండదు. మనం మానవులం. మనకు ఆలోచించే శక్తి ఉంది. కాబట్టి లక్ష్యాలను చేరుకోవడానికి మనకి

మనమే సహాయం చేసుకోవాలి. ఎవరో చెయ్యాలనీ, చేస్తారనీ కూర్చుంటే సమయం దాటిపోతుంది. చివరకు జరిగిన దానికి చింతిస్తూ కూర్చోవాలి. కాబట్టి వెంటనే మేల్కొనండి. విజయం మీ కోసం ఎదురుచూస్తుంది.

బ్లేమ్ ఫ్రేమ్ (Blame Frame)

1. నాలోని లోపం ఏమిటి?(What's Wrong)
2. ఈ లోపానికి కారణం ఏమిటి?(Reason)
3. ఎందుకు ఇలా జరిగింది?(Why)
4. ఎప్పటి నుంచి ఇలా ఉంది?(Since When)
5. దీనివలన నేను ఏవిధంగా నష్టపోతున్నాను?(Loss)
6. ఈ లోపానికి కారణం ఎవరు?(Who's responsible)

మీరు నిజాయితీగా పై ప్రశ్నలకు సమాధానం ఇచ్చుకోగలిగితే 6వ ప్రశ్నకు కారణం మీరేన తెలిపోతుంది. ఓకే. ఇపుడు మీరు మీలో ఎటువంటి మార్పు తెచ్చుకోవాలను కుంటున్నారో, Outcome Frame వలన తెల్సుకోవచ్చు.

అవుట్‌కమ్ ఫ్రేమ్ (Outcome Frame)

1. నాకు ఇపుడు ఏం కావాలి? (What Do I Want)
2. కావల్సినది నేను ఎలా సాధించాలి? (How)
3. దానికి నేను ఏం చెయ్యాలి? (What to do)
4. ఎంతకాలంలో అది సాధించగలను? (How Long)
5. అది ఎప్పుడు ప్రారంభించాలి? (When)
6. సాధిస్తే నా జీవితం ఎలా ఉంటుంది?

పై ప్రశ్నలకు ప్రశాంతంగా కూర్చుని ఆలోచిస్తే మీరు విజయానికి నిచ్చెన వేసుకున్నట్లే. ఇక ఎక్కడమే తరువాయి.

ఇప్పుడు దీర్ఘమైన శ్వాస తీసుకుని నెమ్మదిగా కళ్ళు మూసుకుని మీరు ఏ స్థితిని పొందాలనుకుంటున్నారో, అది పొందితే ఎలా ఉంటుందో ఊహించుకోండి... ఆ స్థితి పొందడానికి మధ్యలో ఇతర ఆలోచనల దాడి కూడ ఉండవచ్చు. వాటిని పట్టించుకోకండి. అవి పట్టించుకుంటే ఎక్కువయిపోతాయి.

మీరు మీ గోల్ గురించే ఆలోచించండి. ఆ స్థితిని అనుభవించ గలిగినపుడు మీ కుడిచేతి పిడికిలి బిగించి దీర్ఘమైన శ్వాస తీసుకోండి. తరువాత నెమ్మదిగా పిడికిలి వదులుచేసి కళ్ళు తెరవండి.

ఈ విధంగా ఆ స్థితిని అనుభవిస్తూ పిడికిలి బిగించే ఎక్సర్‌సైజు నాలుగైదు సార్లు చేయండి. అలా చేసినందువలన, పిడికిలి బిగించగానే మనసులో ఆ స్థితి పొందవచ్చు. తద్వారా మనసుని కండిషన్ చేసి అనుకున్న స్థితిని పొందడానికి మార్గం సుగమనం చేసుకోవచ్చు.

భయాలకు, బాధలకు బై బై

ఎన్.ఎల్.పి.లో ముఖ్యమైన అంశం అసోసియేషన్, డిస్ససోసియేషన్ (Association and Disassociation). అసోసియేషన్ అంటే కలిసి ఉండడం, రెండవది విడిపోవడం. సహజంగా ఇది మనుషులు, సంస్థల విషయంలో మాట్లాడుకుంటాం. ఇక్కడ మాత్రం మనలోని ఆలోచనలు, భయాలు, కష్టాలు, అవమానాలు అనుభూతుల విషయంలో వర్తిస్తుంది. ఉదాహరణకు ఒక వ్యక్తి బాల్యంలో నీళ్ళంటే భయపడ్డాడనుకోండి. జీవితాంతం దాని ఆలోచనలతో కలిసి ఉండడం జరుగుతుంది. రోజూ దాని గురించి ఆలోచనలు రావడం, భయంగా మారుతుంది. రోజూ భయపడి నందువలన అదొక ఫోబియాగా మారిపోయి, చివరికి స్నానం చెయ్యడానికి కూడా భయపడేవారున్నారు. నాకు తెలిసిన ఒక వ్యక్తి చిన్నప్పుడు తలంటు స్నానం చేస్తున్నప్పుడు తల్లి బిందె నీళ్ళను తలమీద గుమ్మరిస్తే కొంచెం ఉక్కిరి బిక్కిరి అయ్యాడు.

అయితే దాని గురించే ఆలోచించినందు వలన పెద్దయ్యాకా కూడా అతను నెత్తిమీద నీళ్ళు పోసుకోవడానికి విపరీతంగా భయపడేవాడు. ఇపుడు ఇక్కడ వివరించే ఎక్సర్‌సైజు చెయ్యడంతో ఒక సిట్టింగ్‌తో అది పోగొట్టు కున్నాడు. అంటే అతను, ఆ భయం కలిసిపోవడం వలన దానిని దూరం చేసుకోలేకపోయాడు. ఆ భయాన్ని ఇంతకాలం పోషించాడు. అటువంటి భయాలకు, బాధలకు, భ్రాంతులకు విడాకులు ఇవ్వడమే డిస్ససోసియేషన్‌లోని ప్రత్యేకత.

ఎమోషన్స్‌లో కూడా....

నాకొక స్నేహితుడున్నాడు. చాలా మంచి వాడు. స్నేహితులంటే అభిమానం బాగా ఎక్కువ. అతని తండ్రి యాక్సిడెంటులో మరణించాడని తెలిసి వెంటనే వెళ్ళాను. ఇంట్లో అందరూ శవం మీద పడి ఏడుస్తున్నారు. అతను మాత్రం వచ్చినవారిని

రిసీవ్ చేసుకుంటూ అసలు ఏమీ జరగనట్లుగా ఉన్నాడు. కంట్లో నీటి చుక్క లేదు. పోనీ ఏదైనా షాక్‌లో ఉన్నాడేమోనని మాట్లాడి చూసాను. ఎందుకంటే అటువంటి వారు షాక్ నుండి తేరుకోగానే భయంకరంగా విలపిస్తారు. కానీ అటువంటిదేమీ కనపడలేదు. ఆరోజే కాదు, నెల తరువాత కూడా అతను అలాగే ఉన్నాడు. అంటే అతనికి తెలియకుండానే మనసు డిస్ససోసియేషన్ నేర్చుకుంది. ఆవేశాలను, ఉద్రేకాలను దూరంగా ఉంచడం నేర్పింది. చూసేవారికి అటువంటివారు కఠిన మనస్కులనీ, హృదయం లేని వారనీ, ప్రేమంటే ఏమిటో అర్థం తెలియని వారనీ అనిపిస్తుంది. కానీ వారికున్నంత ప్రేమ ఇతరులకు కూడా ఉండదు. అదేవిధంగా అటువంటివారు గతంలోని చేదు అనుభవాలను, భయాలను, భ్రాంతులను కూడా గతంలోనే సమాధి చేస్తారు. ఒక రకంగా వారు అదృష్టవంతులనే చెప్పుకోవాలి. ఎటొచ్చీ ఎదుటివారు అర్థం చేసుకోపోతేనే చిక్కు.

మనం - మన స్వభావం

ఈ ఎక్సర్‌సైజు చెయ్యడానికి ముందు ప్రతివారు తమ స్వభావం, వైఖరి గురించి కూడా కొంచెం విశ్లేషణ చేసుకుంటే సమస్య కొంతవరకు పరిష్కరించుకోవచ్చు. ఉదాహరణకు మరీ సున్నితమైన మనిషి ఒక వ్యక్తిని శ్మశానంలో దహనం చేసినపుడు చూసి చలించిపోవచ్చు. అది శ్మశాన వైరాగ్యంలాగే ఉండాలి. బయటకు వచ్చిన తరువాత మళ్ళీ మామూలుగా మారడానికి ప్రయత్నించాలి. దానికి తమ తమ స్వభావాలను బట్టి ఒకరోజు, వారం, నెల, మూడు నెలలు పట్టవచ్చు. కానీ సంవత్సరాల తరబడి ఉంటే అది మానసిక సమస్యలకు దారి తీయవచ్చు. అటువంటివారు లాజికల్‌గా ఆలోచించాలి. మరికొందరుంటారు. వారు ప్రతి చిన్న విషయానికి భయపడతారు. తాడుని చూసి పాము అని భ్రమపడి, పాము భయం పెంచుకుంటారు. మీరు ఎప్పుడైతే పాము గురించి భయపడ్డారో మీ సబ్‌కాన్షస్ మైండ్ కూడా అదే ఆలోచించేలా చేసి చివరకు కలల్లో కూడా ఆ పాములే కనబడతాయి. ఆ పాములు చూసి రకరకాల మూఢ నమ్మకాలు మనవాళ్ళు ఏర్పరుచుకోవడం తెలుసు. అటువంటి వారు కూడా ఈ సమస్య నుండి బయట పడవచ్చు.

జనరలైజేషన్

ఇంకొందరుంటారు. వారు అన్నిటినీ జనరలైజ్ చేస్తారు. అదే నిజం అనుకుంటారు. అందుకే ఎన్.ఎల్.పి.లో Map is not the Territory అంటారు. దేశపటంలో చూపినట్లుగా నిజంగా దేశ భూభాగం అలా లేదు. కానీ అది నమ్ముతాం.

అది నమ్మినందువలన మన కొంపలేం మునగవు కానీ, మన మనసులో ఏర్పరచుకున్న అభిప్రాయాలను అవసరాన్ని బట్టి మారుతున్న పరిస్థితులను బట్టి, మార్చుకుతీరాలి. పిల్లి ఎదురొస్తే పనులు జరగవనీ, ప్రయాణానికి బయలు దేరేముందు ఎవరైనా తుమ్మితే ప్రమాదం వస్తుందనీ అనుకుని, పని పాడుచేసుకునే అమాయకు లెందరో ఉన్నారు. అదేవిధంగా మరికొందరు కొన్ని అభిప్రాయాలను ఏర్పరచుకుని, అదే నిజమని నమ్ముతుంటారు. ఫలానా కులంవారు దొంగలనీ, తాను దురదృష్టవంతుడిననీ... ఇలా అనుకుంటారు. అటువంటి వారు ఆ భ్రమలోంచి బయటపడాలి.

విద్యార్థినీ విద్యార్థుల్లో కూడా ఇటువంటి జనరలైజేషన్ మనం చూడొచ్చు. తమకు జ్ఞాపకశక్తి లేదనీ, అన్నీ మర్చిపోతుంటామని నా దగ్గరకు తరచుగా వస్తుంటారు. ఒక కాలేజి విద్యార్థి వరుసగా పదిమంది అమ్మాయిల పేర్లు చెప్పగలడు. పదిమంది హీరోయిన్‌ల పేర్లు చెప్పగలడు కానీ వరుసగా ఆరుగురు ముఖ్యమంత్రులు లేదా ప్రధానమంత్రుల పేర్లు చెప్పలేకపోవచ్చు. అంతమాత్రాన వారికి జ్ఞాపక శక్తి లేదని చెప్తే ఎలా? ఒక సంప్రదాయ కుటుంబంలో ఉన్న ఇల్లాలు టి.వి.లో చూస్తున్న పది సిగరెట్ బ్రాండ్ల పేర్లు చెప్పలేకపోవచ్చు. దశావతారాలను వరుసగా చెప్పవచ్చు. మనం ఈ ఎక్సర్‌సైజు చేసేముందుగా మనలో ఉన్న సమస్య సరైనదా? కాదా? అనే విషయాన్ని తార్కికంగా ఆలోచించి, అప్పటికీ అది కరక్టనిపిస్తే అప్పుడు చెయ్యాలి. అదెలాగో వచ్చే అధ్యాయంలో నేర్చుకుందాం.

మన ప్రవర్తనకు మూలాధారం మన ఆలోచనలే

నిన్ను నువ్వు గౌరవించుకోలేనపుడు ఇతరులు నిన్ను గౌరవిస్తారని ఎలా అనుకుంటావు? అని ప్రశ్నించాడు అబ్రహం లింకన్. అమెరికాలో నీగ్రో సంతతి ఎంతటి అణచివేతకు గురయిందో, బానిసత్వం ఎలా అమలుజరిగిందో చరిత్ర తెలిసిన వాళ్ళకు విదితమే. తమ హక్కుల మాట అలా వుంచి, అసలు బతకటమే దుర్లభం అయిన నీగ్రో జాతి వారికి, సమాజంలో సముచిత స్థానం కల్పించాడు అబ్రహం లింకన్. వారిలో ఆత్మ విశ్వాసం కలిగించి, తమని తాము గౌరవించేలా ఆత్మ గౌరవం పెంచి, తమ స్థానాన్ని నిలబెట్టుకునేలా చేసాడాయన. అంత వరకు తాము బానిసలమనీ, తెల్లవారి అడుగులకు మడుగులొత్తాలనీ, కష్టమైనా, నష్టమైనా అనుభవించ వలసిందేనని మౌనంగా రోదించిన నల్లవారిలో ఆత్మగౌరవం పెరగడంతో ఈనాడు వారు అమెరికాలో అద్వితీయ శక్తిగా రూపొందారు. మార్టిన్ లూథర్ కింగ్ నుండి ఈనాటి మెకేల్ జాక్సన్ దాకా అదే విశ్వాసంతో తమ తమ రంగాల్లో విజయం

సాధించి తమను ద్వేషించే తెల్లవారిని కూడా ఫాన్సుగా చేసుకున్నారు. దీనికి కారణం ఆత్మగౌరవం.

ఈ ప్రపంచంలో మనకు ఎవరైనా సహకారం చేయగలరంటే, అది ఒక్కరేనని గుర్తించాలి. అది దేవుడేనని తొందరపడి అనుకోకండి. అది మీరే. మీ పట్ల మీరు ప్రేమతో, అభిమానంతో ప్రవర్తించగలిగితే మిమ్మల్ని మీరు మీకు కావలసిన రీతిలో తీర్చిదిద్దుకోగలరు. కానీ స్వీయ నింద, స్వీయ తిరస్కారాలతో మిమ్మల్ని మీరు తక్కువగా అంచనా వేసుకుంటూ నలుగురిలో కలవలేక పదిమందిలో మాట్లాడలేక, ఎదుటివారిలో ఎటువంటి యోగ్యతా లేకపోయినా వారిని ఎంతో ఉచ్ఛ స్థితిలో ఊహించుకోవడం అమానుషం. మీ పాలిట మీరే యమదూతలా ప్రవర్తించడం మానుకోవాలి. మీలో ఉన్న పిరికి వాడిని చితకబాది, వాడికి ధైర్యం నూరిపోయండి. ఆత్మ విశ్వాసం అలవర్చుండి. మేధావిని మేలు కొలపండి. ఇంత వరకు మీరు చేయని, చేయలేననుకున్న పనులను తక్షణం ప్రారంభించి వాటిని విజయవంతంగా పూర్తిచేయండి. మీ మనసులో ప్రోగ్రామింగ్ చేసుకున్న నెగెటివ్ ఆలోచనలను చెరిపివేసి వాటి స్థానంలో పాజిటివ్ ఆలోచనలను శాశ్వతంగా ప్రతిష్ఠించండి. N.L.P. ద్వారా ఇది సాధ్యమవుతుంది. ఎంత అసాధ్యమైన కార్యాన్నయినా, కేవలం ఊహించుకుని సుసాధ్యం చేసుకోవడం N.L.P. లో అతి సాధారణమైన ప్రక్రియ అని మీకు ఈ చాప్టరులో అవగతమవుతుంది.

కొంత మందిని చూస్తే ఆశ్చర్యం కలుగుతుంది. వారికి అనేక సమస్యలున్నా, వ్యక్తిగత రుగ్మతలున్నా, ఆత్మవిశ్వాసం, స్వీయగౌరవం అపారంగా ఉంటాయి. వాటి వలన వారు ఎటువంటి సమస్యలనయినా, చిటికలో సాధించు కోగలుగుతారు. వారి ముఖంలో వత్తిడి కనపడదు. పనుల్లో టెన్షన్ ఉండదు. చాలా క్యాజువల్‌గా తమ పనులను నిర్వహిస్తారు. అంటే వారికి ఎమోషన్స్ ఉండవా? సమస్యలుండవా? అని అనుమానం రావచ్చు. నిజమే వారికి కూడా అందరిలాగే ఎమోషన్స్ ఉంటాయి. వారూ మనుషులే కదా వారూ మనలాగే ఉప్పు, కారం తింటున్నారు. కానీ వారిలో అపారమైన స్వీయగౌరవం ఉంది. తమపై తమకు దృఢమైన విశ్వాసం ఉంది. తమ సమస్యల గురించి వర్రీ అయినందు వలన సాధించేదేమీ లేదని వారు గుర్తించ గలిగారు. వర్రీ స్థానంలో పాజిటివ్ థింకింగ్ అలవాటు చేసుకున్నారు.

పాజిటివ్ థింకింగ్ వలన మన గురించి మనం ముద్రించుకున్న అబద్ధాలను గుర్తించగలుగుతాము. Map is not the Territory అనే N.L.P. సిద్ధాంతం మీకు గుర్తుండే ఉంటుంది. దేశ పటంలో చూపిన ఎల్లలు నిజమైన, ఖచ్చితమైన ఎల్లలు కానట్లే మన

గురించి మనం ఏర్పరచుకున్న అభిప్రాయాలు కూడా సరైనవి కావు. కాబట్టి ప్రతి వ్యక్తి తన గురించి తాను నిజాయితీగా విశ్లేషణ చేసుకుని తనలో గల క్రెడిట్స్‌ని కూడా గుర్తించి, ఎప్పటికప్పుడు అభినందించు కోవాలి. ఒక వ్యక్తి అద్భుతంగా లారీ నడపగలడు. కానీ దాని ఓనరుకి అది నడపడం రాకపోవచ్చు. ఇక్కడ ఇద్దరూ అభినందనీయులే. ఒక వ్యక్తి డబ్బు కూడబెట్టడం నేర్చుకుని, దానిని సక్రమంగా వినియోగించే ఉద్దేశంతో, ఆ డబ్బుని ఎన్నో రెట్లు పెంచాలనే కోరికతో, ధైర్యం చేసి లారీ కొన్నాడు. నిజానికి ఆ పని అందరూ చేయలేకపోవచ్చు. కొందరు బ్యాంకులో వేసుకుని వచ్చిన వడ్డీని మాత్రమే అనుభవించ వచ్చు. కానీ ఈ వ్యక్తి లారీ కొన్నాడు. ఆ లారీని తాను నడపకుండా మరొక వ్యక్తిని నమ్మి అతని చేతిలో పెట్టాడు. కాబట్టి ఇక్కడ లారీ ఓనరు రిస్క్ తీసుకునే తత్త్వం ఉంది కాబట్టి అతను గ్రేట్. అదే విధంగా, ఆ లారీలో లోడ్ తీసుకుని తన యజమాని వ్యాపారానికి తోడ్పడే డ్రైవరు కూడా గొప్పవాడే. తను లారీ కొనలేక పోయానని బాధపడి లాభం లేదు. కాబట్టి ప్రతి వ్యక్తి తనలోని ప్రతిభను కూడా గుర్తించాలి. ప్రతి చిన్న విషయంలో ఇతరులతో పోల్చుకోకుండా తాను చేయ గలిగిన పనిలోనే మరింత ప్రతిభ సాధించడానికి ప్రయత్నిస్తూ తనని తాను చూసి గర్వించాలి.

యద్భావం తద్భవతి

"We become what we think about" అంటారు ఎర్ల్ నైటింగెల్. అదే మన గ్రంథాల్లో "యద్భావం తద్భవతి" అంటారు. మన గురించి మనకు ఎటువంటి భావం ఉంటుందో, జరిగేది కూడా అలాగే ఉంటుంది. "నేను ఈ చదువు చదవలేను... ఈ ఉద్యోగం చేయలేను... ఈ వ్యాపారం చేయలేను... ఈ మనిషితో కాపురం చేయలేను... నేను అనుకున్నది ఏదీ సాధించలేను" వంటి నెగెటివ్ ఆలోచనలు పెంచుకుంటే, ఫలితం కూడా దాదాపు అలాగే ఉండవచ్చు. కాబట్టి ఆలోచనలను సక్రమ మార్గంలో నడిపించాలి. దీనికి విల్‌పవర్ అవసరం లేదు. మీ బుర్రకు విపరీతమైన పదును పెట్టనవసరం లేదు. నరాలు చిట్లిపోయేలా ఆలోచించాల్సిన అవసరం అసలే లేదు. చేయవలసిందల్లా సమస్యను సానుకూలంగా పరిష్కరించితే ఎలా ఉంటుందో ఊహించుకోగలిగితే చాలు. దాని వలన పాజిటివ్ సజెషను బ్రెయిను మీద ప్రోగ్రామింగ్ చేసినట్లే. ప్రారంభంలో ఇది కొంత ఇబ్బంది అనిపించినా, రాను రాను అలవాటు అవుతుంది.

ఒకసారి మా క్లినిక్‌కి ఒక మహిళ వచ్చింది. ఆమె బ్యాంకు ఆఫీసరు. పెళ్ళయింది. ఇద్దరు పిల్లలు, భర్త ప్రేమగా చూసుకుంటున్నారు. కానీ ఆమె విచిత్రమైన సమస్యతో వచ్చింది. తాను అందంగా లేనని, నల్లగా ఉన్నాననీ, తనని ఎవరూ నిజంగా ప్రేమించడం లేదని, తన భర్తకు తాను తగిన భార్యను కాననీ, పిల్లలకు తగిన తల్లిని కాదనీ, తను బతకడం అనవసరమనీ జీవించాలంటే విరక్తి కలుగుతోందని చెప్పింది. వాస్తవానికి వస్తే ఆమె అనుకున్నంత అందవికారంగా లేదు. పిల్లలు, భర్త కూడా ఆమెను ఎంతో ప్రేమిస్తున్నారు. చక్కని ఉద్యోగం ఉంది. అటువంటప్పుడు ఆమెలో విరక్తి కలగడానికి తగిన కారణాలే లేవు. అంతకన్నా అందమైన అమ్మాయిలు పెళ్ళికాక ఎందరో ఉన్నారు. ఉద్యోగం రాక, ఆర్థిక ఇబ్బందులు అనుభవిస్తున్న స్త్రీలెందరో ఉన్నారు. ఇవి రెండూ ఉండి పిల్లలు లేని మహిళలు ఎందరో ఉన్నారు. అన్నీ ఉన్నా వ్యసనాలతో లేదా అక్రమ సంబంధాలతో తిరిగే భర్తలను భరిస్తున్న ఇల్లాళ్ళెందరో ఉన్నారు. ఇటువంటి వేవీలేకపోయినా అర్థంలేని వన్నీ ఊహించుకున్న వారు ఎంత దురదృష్టవంతులు! ఆమె నేను నిర్వహించిన N.L.P. పాజిటివ్ థింకింగ్ క్లాసుకి వచ్చిన తరువాత గ్రూప్ డిస్కషన్స్‌లో పాల్గొని తాను ఎంత అదృష్టవంతురాలినో గ్రహించగలిగింది. తాను అదృష్టవంతురాలే కాకుండా తనలాంటి అమ్మాయికి అన్ని అదృష్టాలు కలగడం కూడా పూర్వజన్మ సుకృతమని భావించగలిగింది. మనలోని చిన్న చిన్న లోపాలను భూతద్దంలోంచి చూడడం మానేస్తే మనకన్నా అదృష్టవంతులెవరుంటారు?

స్వీయగౌరవం లేనివారు తమకు తామే హాని చేసుకుంటూ, తరువాత తీరిగ్గా బాధపడుతూ కూర్చుంటారు. ఇంటికొచ్చిన తరువాత "అయ్యో! నేను ఇలా మాట్లాడి ఉండవలసింది, ఇలా సమాధానం చెప్పి వారి నోరు మూయించవలసింది" అని కుమిలి పోతారు. N.L.P. లో ఇటువంటి వారికి ఒక అద్భుతమైన ఎక్సర్‌సైజు ఉంది. దాన్ని "స్విష్ పేటర్న్" అంటారు (The Swish Pattern). స్విష్ అంటే స్విట్జర్లాండు దేశానికి సంబంధించినది కాదు. ఇక్కడ స్విష్ అనే శబ్దానికి ప్రాధాన్యత ఉంటుంది. కాబట్టి ఆపేరు వచ్చింది. మన తెలుగులో "హుష్ – పోయిందే!" అంటాం. అదే హుష్ N.L.P. లో స్విష్ అయింది. పిల్లలు కిందపడి దెబ్బలు తగిలించుకుని ఏడుస్తూంటే తల్లి వచ్చి ఆ దెబ్బమీద రాస్తూ "హుష్" అనడం, దెబ్బ తగిలించిన నేల మీద "హన్నా!" అని కొట్టడం వలన ఆ పిల్లలు నొప్పిని ఎలా మర్చిపోతారో ఈ స్విష్ పాటర్న్ కూడా మనలో అంత చక్కని మార్పు తీసుకురాగలదు.

కొత్త కోణంలో ఆలోచనలు

ఈరోజు ప్రపంచంలో అనేక అద్భుతాలు జరుగుతున్నాయి. అనూహ్యమైన మార్పులు చోటు చేసుకుంటున్నాయి. అసంభవాలను, అసాధ్యాలను సుసాధ్యం చేయగలుగుతున్నాడు మానవుడు. మూత్రపిండాల మార్పిడి, గుండెమార్పిడులు, పాతసామాను అమ్మి, కొత్తవి కొన్నంత సునాయాసంగా జరిగిపోతున్నాయి. కానీ, మానవుడు తన మనసులోని ఆలోచనలను, నిక్షిప్తమైన 'నెగెటివ్' భావాలను మార్చుకోలేక పోతున్నాడు. వీటిని "మెంటల్ బ్లాకేజెస్" (MENTAL BLOCKAGES) అంటారు. అదే మనిషి ఇతరులకొచ్చిన సమస్యలను చక్కగా పరిష్కరించగలుగుతున్నాడు, కానీ తనవరకు వచ్చేసరికి అది సాధ్యం కాదనుకుంటున్నాడు. NLP సిద్ధాంతాల్లో ముఖ్యమైనది "ప్రతి సమస్యకీ పరిష్కారం ఉంది" ఆధారంగా ఒక సమస్యను విశ్లేషిస్తే, పరిష్కారం ఒకటి కాదు పది లభిస్తాయి. ఉదాహరణకి ఒక డిగ్రీ చదివిన నిరుద్యోగి, ఉద్యోగాల కొరకు తిరిగి, వేసారి ఆత్మహత్య చేసుకోవాలనే నిర్ణయం తీసుకున్నాడనుకోండి. ఆ సందర్భంలో ఆత్మహత్య కాకుండా ఇతర పరిష్కారాలు ఎన్ని ఉన్నాయో పరిశీలించండి.

1. తనకున్న చదువుతో ట్యూషన్లు చెప్పవచ్చు.
2. ఏదో ఒక పాఠశాలలో తక్కువ జీతానికి చేరవచ్చు.
3. అనాథ శరణాలయంలో సేవ చేయవచ్చు. వారికి ఇతని అవసరం ఉంది.
4. బ్యాంకు నుండి రుణం తీసుకుని చిన్న వ్యాపారం చేయవచ్చు.
5. సైన్యంలో చేరవచ్చు. మరణిస్తే అమరజవాను అవుతాడు.
6. సంఘవిద్రోహశక్తులపై ఎదురుతిరగొచ్చు, ఎలాగా ప్రాణత్యాగానికి తెగించారు కాబట్టి.
7. అపార్టుమెంట్ల వద్ద సెక్యూరిటీగార్డుగా చెయ్యవచ్చు.
8. దూరప్రాంతం వెళ్ళి హోటల్లో పనిచెయ్యవచ్చు. తిండి, వసతి, జీతం అన్నీ వస్తాయి. (దూరప్రాంతం ఎందు కన్నానంటే మనవాళ్ళకి నామోషీ ఎక్కువ)
9. సిగ్గుపడకుండా కూలిపని చేసుకోవచ్చు.
10. ఉపాధికల్పించే వృత్తులు, లేదా టైపింగు, డ్రైవింగు నేర్చుకోవచ్చు.

పై వాటితో పాటు, అసలు తాను సరైన పద్ధతిలో ఉద్యోగాన్వేషణ చేసానా? లేదా? అనే విషయం కూడా ఆలోచించి, మళ్ళీ ప్రయత్నం చేయాలి. అంతే కాని ఆత్మహత్య పరిష్కారం కాదు. ఒకవేళ ఆత్మహత్యే చేసుకోవాలనుకుంటే దానివల్ల వచ్చే అనర్థాలు పరిశీలించండి.

1. కుటుంబం పరువు గంగలో కలుస్తుంది.
2. కుటుంబ సభ్యులకు జీవితాంతం మానసిక వేదన, అశాంతి.
3. ఆత్మహత్య చేసుకున్న వ్యక్తికి ఏదో ఎయిడ్స్ లాంటి వ్యాధి ఉందనో, అక్రమ సంబంధం ఉందనే రూమరు ప్రబలుతుంది.
4. ఆ కుటుంబానికి అదొక తీరని మచ్చ, పెళ్ళిళ్ళు, సంబంధ బాంధవ్యాల విషయాల్లో కూడా దాని ప్రభావం ఉంటుంది.
5. ఆ తరువాత తరంలోకూడా ఆత్మహత్య చేసుకోవాలనే ఆలోచన కలగవచ్చు (ఇది అందరి విషయాల్లో కాదు)
6. ఆ కుటుంబ సభ్యులకు అన్నీ ఉన్నా ఏదో తెలియని దిగులు.
7. మృతుడి సంబంధీకులకు దీర్ఘకాలిక అనారోగ్యం.
8. తల్లిదండ్రుల పెంపకం సరిగ్గాలేదనే శాశ్వత విమర్శ.
9. తల్లిదండ్రులు, నేరపూరిత భావనతో బయట తిరగలేకపోవడం.
10. అదొక అంటువ్యాధిలా, అటువంటి సమస్యలు ఉన్నవారిని ఉసికొల్పడం, ఉదా:పరీక్షలో ఫెయిలైన విద్యార్థులు, పత్తిరైతులు, చేనేత కార్మికుల ఆత్మహత్యలు.

ఇప్పుడు ఆలోచించండి. ఆత్మహత్య సబబా? ఖచ్చితంగా "కాదు" అనిపిస్తుంది. దీనినే "పారడైమ్ షిఫ్ట్" (Paradigm Shift) అంటారు. అంటే ఆ భ్రమలోంచి బయటపడటానికి కొత్త కోణంలో ఆలోచించడం. మనం సమస్యలు అనుకుంటున్నవి, నిజంగా సమస్యలే కావొచ్చు, కానీ వాటికి నూటొక్క పరిష్కారాలున్నాయనే వాస్తవాన్ని మనం గుర్తించాలి. మీరు ఏ సమస్యయినా తీసుకోండి దానికి పరిష్కారం ఉంది. అదిలేదనే నిర్ణయం తీసుకునేవారు మూర్ఖులు. ఐతే కొన్ని సందర్భాల్లో వాస్తవానికి భిన్నంగా కూడా ఆలోచించాలి. దానిని ఇంటెలిజన్స్ ఇగ్నోరెన్స్ (Intelligence Ignorance) అంటారు. ఉదాహరణకు ఈగాలిలో ధ్వని తరంగాలున్నాయి అని పూర్వం ఎవరైనా అంటే అతన్ని పిచ్చివాడనేవారు. కానీ జగదీశ్‌చంద్రబోస్, మార్కోని దాన్ని పట్టించుకోలేదు. గాలిలో విమానం ఎగురుతుందని రైట్‌బ్రదర్స్ అంటే జనం

హేళనచేసారు. గాలికన్నా బరువైనది ఎగరలేదనీ, నీటికన్నా బరువైనది నీటిలో తేలదనీ అనుకునేవారు, ఎక్కడో మాట్లాడే మనిషిని మనింట్లో టీవీలో చూడొచ్చని చెప్తే పూర్వం ఎవరూ నమ్మలేదు. అవన్నీ ఈరోజు సాధ్యమయ్యాయంటే కారణం గ్రహించే ఉంటారు. అంటే మనకు తెలిసిన శాస్త్రం సంపూర్ణం కాదన్నమాట. అదేవిధంగా మన సమస్యలకు మనం తీసుకున్న నిర్ణయమే ఫైనల్‌కాదు. దాన్ని అనేక కోణాల్లో పరిశీలిస్తే, తుది నిర్ణయం మహత్తరంగా ఉంటుంది. ఉదాహరణకి ఇక్కడొక చిత్రాన్ని చూడండి.

ఇవి చూడటానికి 5 నల్లబొమ్మలు లాగా కనపడు తున్నాయి కదా! అవి ఏ కోణంలోంచి చూసినా అర్థంలేవు. అయితే దీన్ని కొత్త కోణంలో చూడాలంటే పుస్తకాన్ని తల్లక్రిందుగా చేసి, ఆ నల్లబొమ్మల్లోని తెల్లభాగాన్ని చూడండి. FLY అనే మూడు అక్షరాలు కనబడతాయి. చాలా స్పష్టంగా ఉంటాయి కూడా. అదేవిధంగా ఇక్కడ రోమన్ అంకె 9 ఉంది చూడండి.

IX

దీనికి ఒక గీత కలిపి 6 చెయ్యమని మిమ్మల్ని ఎవరైనా అడిగితే "నీకేమైనా పిచ్చిపట్టిందా?" అని అడుగుతాం. ఎందుకంటే గీత ఎటు గీసినా ఆరు గ్యారంటీగా రాదు. కానీ కొత్త కోణంలో ఆలోచిస్తే ఉంది. దానికి ముందు ఐ అనే ఇంగ్లీషు అక్షరం కలిపితే ఐ:ఒ అంటే ఆరవుతుందికదా! గీత అంటే సరళరేఖే కానవసరంలేదనే ఆలోచన వారికి రాకపోవడం వల్ల, దానికి సమాధానంలేదనీ, ఉందను కునేవారు మూర్ఖులనీ వారు భావిస్తారు.

కాబట్టి సమస్యలను పరిష్కరించడానికి సరైన మార్గం ఒక్కటే అదే కొత్తకోణంలోంచి ఆలోచించడం. అంతే తప్ప, సమస్యలను అణగదొక్కడం, భయపడడం, అంగీకరించ లేకపోవడం లేదా జీవితంలోంచి పారిపోవడం సరైన సమాధానం కాదు. కొత్త కోణంలో ఆలోచిస్తే కనీసం పది రకాల మార్గాలు మీ మనసుకి తట్టగలవని టోనీబుజాన్ (TONY BUZAN) అనే సైకాలజిస్టు అంటాడు. మైండ్ మేపింగ్ అనే గ్రంథంలో ఇటు వంటి చిక్కులెన్నో ఇచ్చాడు.

పిన్నీసు ప్రహసనం

నేనొకసారి ఒక ట్రైనింగులో పాల్గొన్నపుడు, శిక్షకుడు ఒక పిన్నీసు (Safety Pin) చూపించి, ఇదేమిటి? అన్నాడు "పిన్నీసు" అన్నాం. "ఇది దేనికి ఉపయోగిస్తారు?" అని అడిగాడు. "బాడ్జి పెట్టుకోడానికి, లేదా బొత్తం లేనపుడు కలపడానికి" అన్నాం. దానికి అతను "కాదు కాదు దీనివల్ల కనీసం వంద ఉపయోగాలున్నాయి. మీరు ఒక్కొక్కరు 15 చొప్పున రాయండి... ఐదు నిమిషాల్లో" అని పక్క గదిలోకి వెళ్ళిపోయాడు. మాకు కొంచెం చికాకు అనిపించినా, తప్పదుకదా అని రాయడం మొదలెట్టాం దాంతో మాకే ఆశ్చర్యం వేసింది. ఒక్కొక్కరూ పాతిక దాకా రాసాం. అందరూ రాసినవి కలిపి చూస్తే మొత్తం 315 ఉపయోగాలు తేలాయి. వాటిల్లో కొన్ని చూడండి. బొత్తం బదులుగా వాడొచ్చు. రక్తపరీక్షకు రక్తం తీయవచ్చు. బెలూన్ పేల్చి పిల్లలకు ఆనందం కలిగించవచ్చు, బస్సుల్లో అల్లరిచేసే అబ్బాయిలను గుచ్చడానికి అమ్మాయిలు చక్కని ఆయుధంగా చేసుకోవచ్చు, కాలిలో ముల్లు తీసుకోవచ్చు, దువ్వెనలు శుభ్రం చేసుకోవచ్చు, టూత్‌పిక్‌గా వాడుకోవచ్చు (కానీ ప్రమాదం), గోడమీద రాయవచ్చు.. ఇలాంటివి ఎన్నో ఉన్నాయి. అవి చదివినపుడు, నవ్వు ఆశ్చర్యం కూడా కలిగాయి. చిన్న పిన్నీసు వలనే అన్ని లాభాలుంటే మరి నిలువెత్తు మనిషి వల్ల సమాజానికెన్ని లాభాలో ఆలోచించండి.

విజృంభించండి

ఈ క్షణం నుండి మీరు మీ సమస్య గురించి మథన పడడం విడిచిపెట్టండి. మత్తుమందులకు, నిద్రమాత్రలకు బానిసకాకుండా, మీ సమస్యకు పరిష్కారం కొత్తకోణంలో ఆలోచించండి. సమస్య ఏదైనా కావొచ్చు. వ్యాపారంలో నష్టం, నమ్మకద్రోహం, ఆక్సిడెంట్లు, ఆత్మీయుడు రేప్ చెయ్యడం, దొంగతనం, ప్రేమ విఫలం, పరీక్షల్లో ఫెయిల్, ఉద్యోగం ఊడిపోవడం, అకారణంగా నిందలుపడడం, ఇంట్లోవారి సహాయ నిరాకరణ, అమెరికా వీసా రాకపోవడం, పెళ్ళి కాన్సిలవడం లేదా విడాకులు, పిల్లల్లో క్రమశిక్షణ లోపించడం... ఇలా ఏదైనా ఫరవాలేదు. వాటి గురించి మీకు మీరే కుమిలి పోయినందువల్ల సమస్యకు పరిష్కారం లేదు. దానివల్ల సమయం వృధా, డబ్బు వృధా, విజృంభించండి! గర్జించండి. మీ సమస్యకు కొత్తకోణంలో పరిష్కార మార్గాలను కనీసం పదిహేను వెతకండి. గుడ్‌లక్.

నిరంతర సాధనే గెలుపుబాట

"కృషితో నాస్తి దుర్భిక్షం" అంటే ఏమిటని ఒక విద్యార్థిని అడిగితే "ఏముంది సార్! కృషి వల్ల లభించేది నాస్తి, అంటే జీరో, పైగా దుర్భిక్షం కూడానూ" అన్నాడు ఆత్మవిశ్వాసంతో. ఇది మీకు జోకులా అనిపించవచ్చు. కానీ అక్షరాలా ఇది జరగింది. నేనూ, ధర్మవరపు సుబ్రహ్మణ్యం ఒక పాఠశాల వార్షికోత్సవంలో పాల్గొన్న సమయంలో జరిగింది. కృషి చేస్తే మన సమస్యల నుండి గట్టెక్కవచ్చనే చక్కని వాక్యాన్ని తమకి వీలుగా విపరీతార్థాలు తీసుకునే అటువంటి యువతీ యువకులు ఎందరో వున్నారు.

కోరిక కాదు, పట్టుదల కావాలి

ఎమ్‌సెట్ పరీక్ష రాసే వారందరికీ పాసవ్వాలనీ, మంచి ర్యాంకు రావాలనే కోరిక ఉంటుంది. కానీ దానికి తగిన పట్టుదల, పరిశ్రమ కూడా కావాలి. కోచింగ్ సెంటర్లలో రోజంతా చదివి, బట్టీ పట్టినంత మాత్రాన ర్యాంకులు రావు. స్వతహాగా చక్కని ప్లానింగు ఉండాలి. ఎప్పటికప్పుడు పాజిటివ్‌గా ఆలోచించాలి.

మన శరీరంలో కూడా ఒక బ్యాటరీ ఉంది. అదే మానసిక శక్తి. దానికొక ఛార్జరు ఎప్పుడూ ఉండాలి. అది లేనపుడు బ్యాటరీ వీక్ అయిపోతుంది. సమస్యలు వస్తాయి. శరీరం ఒక బల్బులాంటిది. ఇంట్లోవారు, ఫ్రెండ్స్ కరెంటు వంటి వారు, వారు ఆ బల్బు వెలిగేలా సహాయపడతారు. కరెంటు పనిచేయనపుడు, మీ స్వంత బ్యాటరీ పనిచేయాలి. అదే పాజిటివ్ థింకింగ్. అందుచేత బ్యాటరీని కూడా ఛార్జింగు క్రమం తప్పక చేయాలి.

జీవితంలో మీకైనా, నాకైనా, ఎవరికైనా సమస్యలు ఉంటాయి. పరిస్థితులు ఒక్కోసారి తలక్రిందులు కావచ్చు. వాటితో పాటు మనమూ తల్లడిల్లిపోనవసరం లేదు. దానివల్ల ఫలితం శూన్యం. దానిని తిరిగి సరిదిద్దే ప్రయత్నం చేయాలి. అలా చేయగలిగే శక్తి సామర్థ్యాలు మనవద్ద ఉన్నాయి.

ఈ సందర్భంగా కెనడాకు చెందిన టెర్రీఫాక్స్ గురించి నేటి యువతరం తెలుసుకోవాలి. 1958లో జన్మించిన ఫాక్స్‌కి గొప్ప క్రీడాకారుడినవ్వాలనే కోరిక ఉండేది. విధివశాత్తూ కాలి ఎముకకు కాన్సరు సోకి కాలు తీసివేయవలసి వచ్చింది.

అయినా అతడు తన లక్ష్యాన్ని సాధించాలనే పట్టుదలతో, కృత్రిమ కాలుతో కెనడా దేశం ఒక మూల నుండి రెండో మూలకు మారథాన్ రన్నింగ్ చేసి ప్రజల్ని దిగ్భ్రమ పరిచాడు. 1980 ఏప్రిల్ 12న ప్రారంభించి నాలుగున్నర నెలల్లో 3,339 మైళ్ళు పరిగెత్తి 2 మిలియన్ల డాలర్లు విరాళాలుగా స్వీకరించి, అది క్యాన్సరు రీసెర్చికి బహూకరించి 1981 జూన్ 28న స్వర్గస్థుడయ్యాడు. అయితే అతను కెనడా ప్రజల మనసులో ఎప్పటికీ సజీవుడే.

నిరర్థక విజయం

విజయం సాధించాలనుకునే వారందరినీ విజయం వరించక పోవచ్చు. అపజయం పొందినవారిలో తిరిగి ప్రయత్నించే వారుండవచ్చు. లేదా కుమిలిపోయే వారుండవచ్చు. మొదటి కోవకు చెందినవారు ఉత్తములు. వారు తమ ప్రయత్నాన్ని కొనసాగిస్తూనే ఉంటారు. ఆ ప్రయత్నాల్లో రాజీ పడకూడదు. అలా చేస్తే అది నిరర్థక విజయం అవుతుంది. అంటే ఆ విజయం వల్ల పెద్దగా లాభం ఏమీ ఉండదు. ఉదాహరణకు సంఘంలో గొప్ప వ్యక్తిగా చలామణీ కావాలనుకున్న వ్యక్తి, ఆ స్థితికి చేరుకోలేనపుడు గొప్ప వ్యక్తులతో పరిచయాలు పెంచుకుంటూ, వాళ్ళని పిలిచి డిన్నర్లు ఇచ్చి ఫోటోలు తీయించుకుంటూ తృప్తి పడతాడు. హైదరాబాదులో ఇటువంటివారు కొందరున్నారు. వారు కల్చరల్ అసోసియేషన్ వారికి ఎంతోకొంత ముట్టజెప్పి, సమావేశాల్లో పెద్ద పెద్ద వారి పక్కన కూర్చుని ఫోటోలు తీయించుకుని అవి మర్నాడు పేపర్లో వచ్చేలా ఏర్పాటు చేసుకుంటారు. దానివల్ల ప్రజలు తమని గొప్పవ్యక్తిగా గుర్తిస్తారనే భ్రమలో ఉంటారు. అది నిరర్థక విజయమని గుర్తించరు. అదే విధంగా కాలేజిలో చదివే విద్యార్థి, లెక్చరర్‌తో పోట్లాట పెట్టుకుని, చివరకు ఆయన్ని అవమానించి, ఫ్రెండ్స్ చప్పట్లువిని మురిసిపోవడం నిరర్థక విజయమే. తండ్రితో గొడవపడి, తనకు స్కూటరు కొనిస్తేనే కానీ కాలేజీకి వెళ్ళనని భీష్మించుకుని అమ్మాయి చివరకు అది సాధించడం కూడా నిరర్థక విజయమే. కాబట్టి అటువంటి విజయాలు తాత్కాలికమని గుర్తించాలి.

విజేతలు పారిపోరు

విజేతలు పారిపోరు. పారిపోయే వారిని విజయం వరించదు. విజేతలు నిత్యం కృషి చేస్తూనే ఉంటారు. విజయం గురించి చూడరు. కానీ విజయం వచ్చి వారి వళ్ళో వాలుతుంది. ఉదాహరణకు ఒకప్పుడు తాళాలు బాగుచేసుకునే గోద్రెజ్ తాను గొప్ప సంస్థకు అధిపతి నవుతానని అనుకోలేదు. నిరంతరం ఆయన చేసిన శ్రమ ఆయన్ని అగ్రస్థానంలో కూర్చోబెట్టింది.

గోద్రెజ్ సంస్థ చేసే ఫర్నిచర్, కాస్మెటిక్స్, గృహోపకరణ పరికరాలు ఈ రోజు స్టేటస్ సింబల్స్‌గా అయ్యాయంటే ఆయన పట్టుదల, చేసిన పరిశ్రమేనని గుర్తించాలి.

టంగుటూరి ప్రకాశం గారి జీవితం కూడా అటువంటిదే. పేదరికంలో పెరిగినా అకుంఠిత దీక్షతో తన లక్ష్యసాధన దిశలో అలుపెరుగకుండా ప్రయాణం చేసి చివరకు ముఖ్యమంత్రి పదవిని అలంకరించారు. చివరకు ఆ పదవికే ఒక అందం తెచ్చారు తప్ప ఈ కాలం నాయకుల్లాగ ఆస్తులు కూడబెట్టుకోలేదు. అందుకే ఆయన పేరు అజరామరమయింది.

ఈ సందర్భంలో ఎవరైనా గుర్తుపెట్టుకోవలసిన సత్యమేమిటంటే, అపజయాలను సోపానాలుగా భావించి ముందుకు వెళ్ళినవారిని విజయం వరించక తప్పదు. ఈరోజున అత్యున్నత స్థాయికి ఎదిగిన పారిశ్రామిక వేత్తలు, రాజకీయ నాయకులు ఇతర రంగ ప్రముఖులు, ఒకప్పుడు వారు ఈ స్థితికి చేరుతామని కనీసం కలలో కూడా ఊహించి ఉండరు. వారు చేసిందల్లా ఒక్కటే. అదే అలుపెరుగని పట్టుదలతో ముందుకు సాగడమే.

విజేతలు-పరాజితులు

హార్వర్డ్ యూనివర్సిటీకి చెందిన విలియమ్ జేమ్స్ విజేతలు -పరాజితుల వైఖర్లను 15గా వర్గీకరించాడు. అవి గమనించండి.

1. "ఈపని కష్టమే, కానీ సాధ్యమే" అంటారు విజేతలు. "ఈ పని సాధ్యం కావొచ్చు కానీ, చాలా కష్టం" అంటారు పరాజితులు.
2. విజేతలు అనుకున్న పనిని అమలు చేసే ప్రాణాళిక తయారుచేసి ఆచరిస్తారు. పరాజితులు ప్రణాళికలు మాత్రమే వేస్తారు.
3. "నేను అనుకున్నది సాధించితీరుతాను" అని విజేత భావిస్తాడు. "నాకూ మంచిరోజులొస్తాయి" అని ఎదురుచూస్తాడు పరాజితుడు.
4. ఒక తప్పు జరిగినపుడు "నావల్ల తప్పు జరిగింది" అనుకుంటాడు విజేత. "ఎవరో కావాలని ఈ కుట్ర చేసారు" అంటాడు పరాజితుడు.
5. "నేను చేయవలసింది చాలా ఉంది" అని రోజు రోజుకి అభివృద్ధి సాధిస్తాడు విజేత. "ఎంత చేసినా ఈ పని తరగడంలేదు" అని కుమిలిపోతాడు పరాజితుడు.
6. నేనే కాని పలానా కులంలో పుట్టి ఉంటే అద్భుతాలు చేసేవాణ్ణి. అని పరాజితులంటే "నా భవిష్యత్తుకి కులం అడ్డుకాదు" అంటారు విజేతలు.

7. "నేను పని మొదలెడితే అందరూ సహాయం అందిస్తారు" అని విజేత భావిస్తే "నా వెనుక ఎవరూ లేరు. అందుకని పని మొదలెట్టడం వేస్టు" అని భావిస్తాడు పరాజితుడు.

8. తాత్కాలిక సమస్యలను చూసి పరాజితుడు పారిపోతే శాశ్వత లాభాలను దృష్టిలో వుంచుకుని ముందుకి సాగుతాడు విజేత.

9. సమస్యల పరిష్కారానికి శతవిధాల ప్రయత్నిస్తారు విజేతలు. దేవుడికో, కాలానికో వదలిపెడతారు పరాజితులు.

10. పని మొదలుపెట్టకుండానే అందులో వచ్చే సమస్యలను చర్చిస్తారు పరాజితులు. ఆ సమస్యలను ఎలా పరిష్కరించాలో ప్రణాళిక వేస్తారు విజేతలు.

11. తమ వైఫల్యాలకు బాధ్యత వహిస్తారు విజేతలు. తమ వైఫల్యాలకు వంద కారణాలు చూపుతారు పరాజితులు.

12. నిదానంగా ఆలోచించి సాధ్యాసాధ్యాలను పరిశీలించి పని ప్రారంభిస్తారు విజేతలు. అనుకున్నదే తడవుగా, ఆ రంగంలో అనుభవం లేకపోయినా దూకేస్తారు పరాజితులు.

13. "నా జాతకం బాగాలేదు, సుడిలేదు" అంటూ మీనమేషాలు లెక్కిస్తారు పరాజితులు. "నేను కష్టపడి జాతకం తిరిగి రాస్తాను" అని విశ్వాసంతో ముందుకు సాగుతారు విజేతలు.

14. "నేను పేదవాణ్ణి, నాకు నాయకుల అండదండల్లేవు" అని నీరసపడతారు పరాజితులు. "నాకెవరూ లేకపోయినా నేను ప్రతిక్షణం ప్రేరణ కలిగించుకోగలను" అనుకుంటారు విజేతలు.

15. "నన్ను నేను నమ్మిననాడు అందరూ నన్ను నమ్ముతారు" అని విజేత భావిస్తే "నన్నెవరూ నమ్మడంలేదు" అని బాధపడతాడు పరాజితుడు.

కాబట్టి తక్షణం మేల్కొని, ఎన్ని సమస్యలున్నా వాటిని పరిష్కరించే మార్గం వెతకండి. మధ్యలో ఎన్ని అడ్డంకులొచ్చినా అవాంతరాలొచ్చినా అవి ఈతగాడికి ఎదురయ్యే గడ్డిపరకల్లా పట్టించుకోకండి – విజయం మీదే.

మీ బలాబలాలు ఎలా ఉన్నాయి?

కొంతమంది "నేను గ్రేట్" అనుకుంటారు, "నేను దేనికీ పనికిరాను" అని అనుకునేవారు ఉంటారు, కొంతమంది ఎలా రాసి వుంటే అలా జరుగుతుంది అనుకుంటారు. మీరు గుర్తు పెట్టుకోండి, ఈ రాత పెద్దలు అన్న మాటలే తప్ప అది ఏమీ లేదు. మనం ఎలా రాసుకుంటే అలాగే అవుతుంది.

స్వామి వివేకానంద అంటారు You are the designer of your destiny. ఎవరి డెస్టినీ వాళ్ళు రాసుకోవాలి, నిజంగా ఇక్కడ రాసినట్టు జరిగితే, అది ఎవరు చదివారు? ఎవరికి తెలుసు? చెయ్యి చూసి చెప్పే వాళ్ళుంటారు, నక్షత్రం చూసి చెప్పే వాళ్ళుంటారు, గోత్రం బట్టి చెప్పే వాళ్ళుంటారు. వీటిల్లో ఏది సత్యం? అది అసత్యం?

ఈ మధ్య TVలో చూసాను, మీ పేరు మార్చుకుంటే మీరు మారిపోతారు, ఏవీ లేకపోతే మీ నుదురు చూసి చెప్తాం అంటారు, ఎలా చెప్తారు చెప్పండి, వాళ్ళు మేధావులు అయితే అయివుండవచ్చు. నాకు తెలిసి ఇన్నేళ్ల అనుభవంలో చాలా సక్సెస్ అవుతారు అనుకున్నవాళ్ళు సక్సెస్ కాలేకపోయారు, వీళ్ళు ఎందుకూ పనికిరారు అనుకున్నవాళ్ళు అద్భుతాలు చేయడం చూసాను నేను.

ఇక్కడ జాగ్రత్తగా వారి జీవితాన్ని మనం పరిశీలిస్తే స్వయంకృషి వుంది, తమలోని టాలెంటుని ఎప్పటికప్పుడు పైకి తీసుకు రావడానికి ప్రయత్నం చేయాలి. Self Esteem అంటారు.

స్వీయగౌరవం నాకు పెరిగిన రోజున I can do wonders. మరీ ఎక్కువ పెరిగితే మళ్ళీ సమస్యలు, Inflated Self Esteem. అంటే నా అంత గొప్పవాడు ఇంకొకడు లేడు అని అనుకోవడం, ఇది మళ్ళీ చేతకానితనం, మీకు బాక్సర్ మొహమ్మద్ అలీ తెలిసే వుంటుంది. ఎవరిని పడితే వాళ్ళని కొట్టడం, పంచ్‌లతో అందర్నీ ఓడించి నేను గ్రేటెస్ట్ అన్నాడు.

తరువాత మరో బాక్సర్ వచ్చి మహమూద్ ఆలీని ఓడించి నేను లేటెస్ట్ అన్నాడు, కాబట్టి గ్రేటెస్ట్, లేటెస్ట్ కాదు, ఎప్పటికప్పుడు మన వెనకాల జనం తయారు అవుతూనే

వుంటారు. మనలోని బలహీతనలు చూస్తారు, వాళ్ళలో బలహీనతలు లేకుండా బలాలుగా మార్చుకుని వస్తారు. ఎప్పటికప్పుడు మీకున్న వనరుల్ని జాగ్రత్తగా వాడుకుంటూ మీ Emotion ని తగిన విధంగా మీరు కంట్రోల్ చేసుకోవాలి.

భయం - ధైర్యం

ఒకసారి సునీల్ గవాస్కర్‌ని సచిన్ టెండూల్కర్ అడిగాడట, మీరు పెవిలియన్‌లోకి వెళ్ళినప్పుడు, గ్రౌండ్‌లోకి వెడుతున్నప్పుడు మీకు ఏమనిపిస్తుంది అనీ; దానికి గవాస్కర్ "నేను డ్రెస్సింగ్ రూము నుండి బ్యాటింగ్‌కి గ్రౌండ్‌లోనికి వెళ్తున్నప్పుడు నాకు 2 ఫీలింగ్స్ వుంటాయి. 1. భయం, 2. ధైర్యం"

అప్పుడు సచిన్ అడిగాడట "ఏది నెగ్గుతుంది?" అని.

"నేను దేన్ని పోషిస్తే అదే నెగ్గుతుంది" అన్నాడట. అంటే ధైర్యంగా వుంటే ధైర్యంగా ఉంటారు, భయంగా వుంటే భయం-భయంగా వుంటారు.

ఈరోజు నుండి కాన్ఫిడెంట్‌గా వుండండి, నాకేం తక్కువ, నేను చేయగలను. కళ్ళముందు ఎంతోమందిని చూసాం, ఇతనికి జీవితం లేదు, అయిపోయింది అనుకున్న వాళ్ళు, నెల్సన్ మండేలా ఒక స్టార్ అయ్యాడు, మహాత్మాగాంధీని ఎన్నిరకాలుగా అణచివేశారు, జైల్లో పెట్టారు, హింసించారు, బయటికి తోసారు రైల్లోంచి. చాలా చేసారు, బహుశా ఆయన కూడా ఆ టైంలో వూహించి వుండకపోవచ్చు, పరిస్థితులు మారతాయి, ఆయన ఎక్కడా రాజీపడలేదు, ప్రతి విషయంలో తను అనుకున్నది చేస్తున్నాడు, అందుకే ఈరోజు మహాత్ముడయ్యాడు.

ఆయన తప్పులు చేయలేదా అంటే చాలా తప్పులు చేశాడు, చదువుకునే రోజుల్లో; కుటుంబ సభ్యులకి తెలీకుండా చిరుతిళ్ళు, డబ్బు అవసరం అయి దొంగతనం కూడా చేశాడు, చివరికి ఆత్మహత్యా ప్రయత్నం కూడా చేసాడు, అవన్నీ తెలుసుకుని Self Esteem పెంచుకోవడం వల్ల ఆయన మహాత్ముడయ్యాడు.

కాబట్టి ఎవరయినా తప్పులు చేస్తే అయ్యో,సార్ నేను ఈ జన్మలో మళ్ళీ తేరుకోలేను అనుకోవద్దు. అవన్నీ పక్కన పెట్టండి, Any time you can become great.

ముందుగా మీలోని Strength (బలాలు) ఏమిటో తెలుసుకోండి.

మీలోని Weakness (బలహీనతలు) ఏంటో తెలుసుకోండి.

మీకున్న Opportunities (అవకాశాలు) ఏమిటో తెలుసుకోండి.

మీకున్న Threats (భయాలు) ఏంటో తెలుసుకోండి.

దీనినే SWOT ఎనాలిసిస్ అంటారు. బలాలు, బలహీనతలు, బలహీనతలను బలాలుగా మార్చుకోండి.

మనోవ్యాధులు

ఒకసారి ఒక కాకి చెట్టుమీద కూర్చుని దొండపండు తింటూంది. తింటూ, తింటూ ఎదురుగా చూస్తే అక్కడ ఒక చిన్న కొలను వుంది. అక్కడ కొలనులో చిన్న హంస తెల్లగా వుంది. అందంగా వెడుతుంది, అంతవరకు హ్యాపీగా వున్న కాకికి ఎందుకో నేను మరీ నల్లగా వున్నాను, అంత తెల్లగా లేను, తెల్లగా వుంటే బావుంటుంది, అనిపించి హంస దగ్గరకు వెళ్ళి నువ్వు ఎంతో అదృష్టవంతురాలివి, నా ఖర్మ, నేను నల్లగా వున్నాను, నా జుట్టు నల్లగా వుంది, నా శరీరం అంతా నలుపే, నా రెక్కలన్నీ నలుపే, చివరకు నా అరుపు కూడా గావుకేకలా వుంటుంది ఏమిటో ఇది నా ఖర్మ కాకపోతేను, నీలా వుంటే ఎంత బావుంటుంది అందట.

అప్పుడు హంస "నువ్వు అలా అంటున్నావు, నేను ఏమని చెప్పాలి, నేను నీ ముందు అలా వెడుతున్నట్టు కనబడుతున్నాను, కాని క్రింద కాళ్ళు నీటిలో పెడలింగ్ టపాటపమని చేస్తున్నాను, అవి పటపటమని ఎంత కొట్టుకుంటున్నాయో నీకు తెలీదు, హంస పైకి అలా వెళ్తున్నట్టు ఉంటుంది కాళ్ళు అత్యంత వేగంగా ఈత కొడతాయి, నేను అత్యంత అదృష్టవంతురాలిని కాదు, నువ్వు హాయిగా ఎక్కడికి కావాలంటే అక్కడికి ఎగరగలవు, కాని బావా, నీకు అసలు ఒక విషయం చెప్పాలి"

నాకన్నా "అదృష్టవంతురాలు రామచిలుక, నువ్వు నేను తెల్లగా వున్నాను, తెలుపును చూసి గ్రేట్ అనుకుంటున్నావు, రామచిలుక రెండు రంగుల్లో వుంటుంది, ఎర్రగా, నీలంగా ఎంతో బావుంటుంది, మాట్లాడుతుంది, పాడుతుంది, Welcome అంటుంది, నమస్కారం అంటుంది, పుడితే రామచిలకలా పుట్టాలి, నాలాగ నీళ్ళలోనే కాదు, చిలుకకి నీలాగ ఎగరడం కూడా వచ్చు" అంది, "అవును కరెక్టుగా చెప్పావు" అని కాకి ఇంకో చెట్టు దగ్గర వున్న రామచిలుక దగ్గరకి వెళ్ళింది.

రామచిలుకా, నీవు ఎంత అదృష్టవంతురాలివి, నన్ను దేవుడు నల్లగా పుట్టించాడు, నా ఖర్మ, నేను నీలాగ వుంటే ఎంత బావుండేది అంది.

మనుషులు ఎలా వుంటారంటే ఎదుటివాళ్ళలో ఏవో అద్భుతాలు ఉన్నాయి. తనకున్న టాలెంట్ ఎదుటివాళ్ళలో లేదు అని గుర్తించడానికి చాలా టైం పడుతుంది, అప్పటికి రిటైర్ అయిపోతాడు. అప్పుడు చెప్పుకోవాలి తన కథ.

అప్పుడు రామచిలుక అందట, చూడు పిచ్చిదానా! నా ఖర్మ. నేను బావుంటాను అని నువ్వు అంటున్నావు, నన్ను తీసుకెళ్ళి జాతకరాయళ్ళు చిన్న బోన్ లో పెట్టేసి నా ముక్కుతో ఏవో తీయమంటారు, నేను ఏదో తీస్తాను, దాన్ని ఇంకోలా చెప్పి జనాల దగ్గర డబ్బులు తీసుకుంటాడు, నాకు ఒక జాంపండు కూడా సరిగా ఇవ్వడు, ఇవాళ పెట్టింది సగం లాగి రేపు పెడతాడు. ఎప్పుడు పారిపోదామా? పంజరంలోంచి అని చూస్తాను, వాడు పారిపోనివ్వడు, తిండి సరిగా పెట్టడు, లావెక్కనివ్వడు, మళ్ళీ పంజరం పెద్దది కొనాలి, ఇంత దౌర్భాగ్యమయిన జీవితం నాది, నువ్వు హాయిగా వున్నావు. నీ గొడవ నీది, అందమయిన గొంతులేదని బాధపడవద్దు. నాకు అందమయిన గొంతు వుంది, కానీ నా బతుకు ఏమయింది అంది చిలుక.

“నిజం చెప్పాలంటే కాకి బావా! అదృష్టం అంటే ఎవరిదంటే సీతాకోకచిలుక, అది ఎన్ని చీరలు మారుస్తుందీ, ఎన్ని రంగులు వుంటాయీ, హాయిగా ఎగిరిపోతుంది, దాన్ని చూసి అసూయపడు, నన్ను చూసి అసూయ పడతావేమిటి?” అంటుంది.

అపుడు కాకి వెళ్ళి సీతాకోకచిలుకతో అంటుంది. నువ్వు ఎంతో అదృష్టవంతురాలివి, మీ కుటుంబంలో అన్నచెల్లెళ్ళు, అక్క తమ్ముడు గానీ ఏ ఇద్దరూ ఒక రకమయిన డ్రస్ వేసుకోరు, ఎన్ని రంగులు, అబ్బబ్బ సృష్టిలో ఇన్ని అందమైన డిజైన్లు వున్నాయి. గొప్ప పెయింటర్‌కి తట్టనన్ని రంగులు మీకున్నాయి, ఎంత అదృష్టవంతురాలివి అంటుంది.

అప్పుడు సీతాకోకచిలుక అందట, నా ఖర్మ అని నేను ఏడుస్తున్నాను, అదృష్టం అంటావేమిటి, మమ్మల్ని అడ్డమయినవాడు ఇలా వేళ్ళతో పట్టుకుని, మాకు దారాలు గుచ్చి, మమ్మల్ని నానారకాల హింసలు పెడుతుంటారు. చిన్న పిల్లలు, పెద్దవాళ్ళు అందరూ పట్టుకుంటారు, నాకన్నా నిజంగా అదృష్టవంతులు ఎవరైనా వున్నారంటే ఈ ప్రపంచంలో ఒకే ఒకటుంది, అది నెమలి ఎన్ని రంగులు, ఎన్ని వర్ణాలు, అని చెప్పి చెబుతుంది.

అప్పుడు కాకి ఎగురుకుంటూ దగ్గర్లోని జూకెళ్ళి నెమలి దగ్గరకు వెళ్ళి, నెమలి బావా! నెమలి బావా! నువ్వు ఎంత అదృష్టవంతురాలివి, నేను నీలా వుంటే ఎంత బావుంటుంది అన్నది.

అప్పుడు నెమలి "పిచ్చిదానా, అలాంటి పిచ్చి పిచ్చివి పెట్టుకోకు, నేను చాలా అందంగా వున్నాను, కానీ ఎక్కడ వున్నాను, జూలో వున్నాను, నీలాగ హాయిగా తిరగ్గలనా? ఎగరగలనా? నేను మగవాణ్ణి అయ్యి కూడా డాన్స్ చేయాల్సి వస్తుంది", చాలామందికి తెలీని విషయం. నెమలి నాట్యమయూరి అంటారు. Peacock అంటే మగది, ఆడ నెమలి డాన్స్ చేయదు, మగ నెమలి డాన్స్ చేస్తుంది, అందంగా వుంటుంది. "జైల్లో వుంటాము కాబట్టి స్వేచ్ఛగా ఉండే నీవే నువ్వు అదృష్టవంతురాలు" అని చెబుతుంది నెమలి. "కాకి బావా మీ కాకుల్లో ఐకమత్యం వుంది, ఒక కాకికి ఆహారం దొరికితే మిగతా కాకుల్ని పిలుస్తుంది, అన్నింటికి మించి ప్రపంచంలో పితృదేవతలకి ఆహారం పెట్టాలన్నప్పుడు ముద్దచేసి పెడతారు, కాకి వచ్చి తింటేనే అది వాళ్ళ పితృదేవతలు అని అంటారు. అటువంటి పరిస్థితిని ఎలా వదులుకుంటావు" అనగానే "క్షమించాలి" అని కాకి లెంపలు వేసుకుని "నేను కాకిగానే వుంటాను" అని అంటుంది.

మీరు ఎలా ఉన్నా గ్రేట్

మిత్రులారా! ఈ కథ చిన్నప్పుడు మీరు వినే వుంటారు, అందరి ఇళ్ళలో చెప్తుంటారు, మీరు మీ తర్వాత తరం పిల్లలకు చెప్పండి, నువ్వు ఎలా వున్నా నువ్వు బావుంటావు, నల్లగా వున్నా, తెల్లగా వున్నా, పొట్టిగా వున్నా, పొడవుగా వున్నా అందవికారంగా వున్నా, అంగవైకల్యం వున్నా చివరకి తలమీద ఒకటే వెంట్రుక వున్నా, I am great అని నువ్వు అనుకుంటే ఇతరులు కూడా మెచ్చుకునే అవకాశం వుంది.

అంతేకాని, నా ఖర్మ అనుకుంటూ వెళ్తూనే గోళ్ళు కొరుకున్నా, వేళ్ళు విరుచుకున్నా, తలగోక్కున్నా you are giving them opportunity to critisize you.

జిగ్‌జిగ్లర్ (Zig Ziglar) అనే సైకాలజిస్టు No one can make you feel inferior without your permission అంటాడు. అంటే మీ అంగీకారం లేకుండా మిమ్మల్ని ఎవరూ తక్కువ అంచనా వేయరు అని, "నేను ఎప్పుడు ఇచ్చానండి" అంటే, ఇచ్చారు మీ బాడీ లాంగ్వేజి రూపం ఇచ్చింది, భయంగా మాట్లాడటం, కంగారుగా మాట్లాడ్డం, గోళ్ళు కొరుక్కోవడం, మెలికలు తిరిగిపోవడం, సరిగా నిలబడకపోవడం...

కాన్ఫిడెంట్‌గా వుండండి, లేదా ఉన్నట్లు నటించండి, అలా వుంటే మీరు అద్భుతాలు చేస్తారు.

మీ EQ ని సరి చూసుకోండి

సర్వకాల సర్వావస్థల్లోనూ ఎమోషనల్ కోషెంటు E.Q తగిన విధంగా ఉండడం చాలా అవసరం.

నెగెటివ్ భావనలను వదిలివేసేందుకు కొన్ని పద్ధతులు ఉన్నాయి. ఈ నెగెటివ్ భావనల్లో మీకు సంబంధించినది ఏదైనావుంటే, దానర్థం మీరు దుర్మార్గులని కాదు. మీ జీవితానుభవాల్లోని ఒకానొక సమయంలో సమంజసంగా తోచిన ఒకానొక పద్ధతిలో మీరు ప్రపంచాన్ని దర్శించేదిశగా మీ అనుభవాలు మిమ్మల్ని నడిపించాయని మాత్రమే దాని అర్థం. శుభవార్త ఏమంటే మనం జీవితంలో చేసే ప్రతిదీ మనం నేర్చుకున్నదే అయివుంటుంది. దానిని ఒక విధంగా చేయటం మీరు నేర్చుకోగలిగారంటే దానినే మరో విధంగా చేయటం మీరు నేర్చుకోగలరు. వీటిని ప్రయత్నించండి!

1. **అందరిలో మానవ సహజత్వం వుంటుందని, ఎవరూ పరిపూర్ణులు కాదని, మీరు కూడా అంతేనని గుర్తించండి!** మీలోను, అవతలి వారిలోను ఇద్దరిలో లోపాలు వున్నాయనీ ఇద్దరూ పొరబాట్లు చేస్తారనీ గ్రహించండి. ఒక దీర్ఘశ్వాస తీసుకొని గాలి వదులుతూ 'నేను పరిపూర్ణుడిగా వుండనక్కర్లేదు. ఇతరులైనా అంతే' అని మీకు మీరు చెప్పుకోండి. వీలయినంత వరకు మారటానికి ప్రయత్నించండి. అలా సాధించిన వారెందరో ఉన్నారు.

2. **పరిస్థితితో సరిగా వ్యవహరించండి :** మీరు ప్రవర్తించిన తీరు ఏ మాత్రం బాగాలేదని అనిపిస్తే తప్పు దిద్దుకోండి – ఆ వ్యక్తితో మాట్లాడి క్షమాపణ చెప్పండి. ఒక్కొక్కసారి ఎవరో ఒకరు ముందుగా చొరవ తీసుకుంటే సరిపోతుంది. మీరు సారీ చెప్పి చక్కదిద్దే ప్రయత్నం చేస్తే, అవతలి వ్యక్తి కూడా సమ్మతిస్తాడు. మనసుకు తగిలిన గాయం మానే దిశగా మీరిద్దరూ కలిసి ముందుకు సాగవచ్చు. ఎవరైనా మీ మనస్సును గాయపరిస్తే ఆ వ్యక్తి చేసినదేమిటో, అది మిమ్మల్ని ఎలా బాధించిందో వివరంగా వ్రాసి ఒక లేఖ ఆ వ్యక్తికి పంపండి. లేదా

అతనితో/ఆమెతో వ్యక్తిగతంగా మాట్లాడండి. ఒక వ్యక్తిని క్షమించేందుకు అతనిని యథేచ్ఛగా వదిలేయాల్సిన పనిగాని, అతని ప్రవర్తనను క్షమించాల్సిన పనిగాని లేదు. తమ ప్రవర్తన ఇతరులను ఎలా బాధపెడుతుందో ఒక్కోసారి వ్యక్తులు గ్రహించలేరు.

ఎవరైనా ఆ ప్రభావాన్ని వారికి వివరిస్తే, వారు మెరుగైన వ్యక్తులు అయ్యేందుకు, వాళ్లు బుద్ధిపూర్వకంగానే ఆ పని చేసినప్పటికీ, అది మిమ్మల్ని ఎలా బాధించిందో చెప్పినందువల వారిలో ఎలాంటి మార్పు రాకపోయినప్పటికీ, కనీసం మీ గుండెమీది బరువైనా తగ్గుతుంది. వేరే వ్యక్తిని మీరెన్నటికీ నియంత్రించలేరు కానీ, మీ మాటలను, మీ చేతలను మాత్రం మీరు నియంత్రించుకోవలసి వుంటుంది.

3. **మీ భావోద్వేగం వ్యక్తం చేయండి:** ఎవరి మీద మీకు పీకల్లోతు కోపం వుందో, లేదా ఎవరి గురించి మీకు బాధాకరమైన అనుభూతులున్నాయో వారు ప్రస్తుతం సజీవులుగా లేకుంటే, లేదా వారు ఎక్కడున్నదీ మీరు కనిపెట్టలేకపోతే మీ మనసులో ఆ నాటి సంఘటన గురించి ఇప్పటికీ ఎలా అనుభూతి చెందుతున్నారో చెబుతూ, జరిగిన దానిని మరువకున్నా వారిని మీరు క్షమిస్తున్నట్లు చెబుతూ వ్రాయండి. తర్వాత ఆ లేఖను సీలుచేసి ఒక బెలూన్‌కు కట్టి దాన్ని దేశం మీదకు వదిలేయండి. బెలూన్‌తో పాటే మీ వెనుకటి అనుభూతులు, మీ కసి అన్నీ ఎగిరిపోతున్నట్లు ఊహించుకోండి.

4. **ఇతరుల క్షమాపణను అది ఇవ్వబడిన భావనతో స్వీకరించండి:** క్షమాపణ తెలిపిన వ్యక్తిని మళ్లీ నమ్మాలంటే కొంతకాలం పడుతుందని, ఆ వ్యక్తి తిరిగి మీ నమ్మకాన్ని చూరగొనవలసివుందని మీరనవచ్చు. అయితే మీరు ఆ క్షమాపణను స్వీకరించి మీ సంబంధాన్ని ఎలా పునరుద్ధరించుకోవాలో ఆ వ్యక్తితో కలిసి చర్చిస్తే మేలు. మీకు ముఖ్యుడుకాగల ఒక వ్యక్తిని మీరు తిరిగి తెచ్చుకున్నట్లు అవటమే గాక, మెరుగైన కమ్యూనికేషన్ విధానంతో అనుబంధాన్ని బలపరచుకున్న వారవుతారు.

5. **అంతా మన మంచికే అనుకోవాలి :** జీవితంలో మీకు న్యాయం జరగకపోవచ్చు. ఒక్కొక్కసారి ప్రతికూలతల నడుమ పుట్టినవారు ఇతరులకంటే ఘనమైన

విజయాలు సాధించవచ్చు. కారణం ప్రతికూలత, సాఫల్యకాంక్షను అధిగమించాలనే పట్టుదలను అంకురింప జేయగలదు. ప్రతి మేఘానికి ఒక మెరుపురేఖ వుంటుందన్న పాత నానుడి ఒకటుంది. దాదాపుగా అన్ని సందర్భాలలోనూ ఒక కఠినమైన ఆఘాతం తగిలిన మీదట దాని నుండి ఏదో ఒక పాజిటివ్ ఫలితం రాగలదు. ప్రాణాంతకసన్నివేశాలను అనుభవించినవారితో పనిచేసిన అనుభవం మాకుంది. జరిగిన దాని నుంచి తాము కోరుకున్న మీదట ఆ సన్నివేశం తమను మరింత శక్తిమంతులను చేసిందని, తాము ఇతరులపట్ల మరింత శ్రద్ధచూపుతూ వారిపట్ల ప్రశంసాపూర్వకంగా వ్యవహరిస్తున్నామని చాలామంది చెబుతుంటారు.

6. **ప్రతి ఒక్కరిని నెగెటివ్‌గా జడ్జి చేయకుండా జాగ్రత్తపడండి:** "ఇతరులు నీకేం చేయాలనుకుంటావో నీవూ వారికి అదే చేయి, కాని నీవే ముందు చేయి!" అనే సూక్తిని మనం మనఃస్ఫూర్తిగా నమ్మాలి. సంతోషకరమైన, ఆరోగ్యవంతమైన, సార్థకమైన జీవితాన్ని గడిపే స్థితిలో మిమ్మల్ని వుంచటానికి, ఇతరులకు మిమ్మల్ని ప్రేమపాత్రులుగా చేసేందుకు ఈ పద్ధతి వల్ల కొంతమేరకు ప్రయోజనం ఉంది.

7. **అవసరమైతే కౌన్సిలర్ల సహాయం తీసుకోండి:** ఒక్కోసారి మనసులోని పాత గాయాలను వదిలించుకోవటం కష్టమైనపనిగా వుంటుంది. అలాంటప్పుడు జరిగిన వ్యవహారంతో రాజీపడి, మనశ్శాంతి పొంది ముందుకు సాగిపోయేందుకు ఎవరైనా సైకాలజిస్టు, కౌన్సిలరు లేదా మానసికశిక్షకుడి సహాయం తీసుకోవలసిన అవసరం మీకు రావచ్చు. సహాయం కోసం అడగటం బలహీనతకు గుర్తు కాదు – మీ బలాన్ని ప్రదర్శించుకోవడమే అవుతుంది. బాధాకరమైన సన్నివేశాలను ఎదుర్కొనేటప్పుడు, వాటితో వ్యవహరించేటప్పుడు మీరు బలంగా వుండాల్సి వుంటుంది.

8. **ఇతరులను నిందిస్తే దాని విలువ ఏమిటని మిమ్మల్ని మీరు ప్రశ్నించుకోండి:** తిడితే ఏమన్నా మార్పు వస్తుందా లేక అది కేవలం మీ భావోద్వేగశక్తిని వ్యర్థపరచుకోవటమే అవుతుంది. పైగా సంబంధబాంధవ్యాలు దెబ్బతింటాయి.

9. **కోపతాపాల గురించి ఆత్మవిచారణకు తీరిక చేసుకోండి:** మనసులోని పాత కసిని అలా నిలిపివుంచుకోకపోతే మీ జీవితం ఎంత భిన్నంగా వుండేదో,

మీ కోపతాపాలు మిమ్మల్ని ఎలా వెనక్కు గుంజుతున్నాయో ఊహించుకునేందుకు ప్రతి రోజూ చివరి సమయంలో కాస్త తీరిక కల్పించుకోండి.

10. **మీ జీవితంలో మంచి విషయాలున్నాయని గుర్తించండి:** మంచి విషయాలను చక్కగా పెంచి పోషించుకోండి. మంచి విషయాల మీద మీ దృష్టిని కేంద్రీకరించిన కొద్దీ, నెగెటివ్ విషయాల మీద దృష్టి పెట్టేందుకు మీకు అంతగా సమయం వుండదు.

క్షమించే విధానాలను కనిపెట్టటం ఒక అమూల్యమైన నైపుణ్యం. బాధాకరమైన పరిస్థితితో మీరు తలపడగలుగుతారు. అదే సమయంలో మీ జీవితం నుంచి మీరు కోరుకునే దానిని మరింతగా పొందగలిగేలా చేస్తుందది. ఈ దృష్టితో చూస్తే, క్షమించే నైపుణ్యం మీ జీవితంలోని ఒక పాజిటివ్ అంశమని చెప్పవచ్చు.

లెస్ లగేజి మోర్ కంఫర్ట్ (Less Luggage - More Comfort)

రైల్వే డిపార్టుమెంటు వారు లెస్ లగేజి మోర్ కంఫర్ట్ స్లోగన్ తరచుగా ఉపయోగిస్తుంటారు. తక్కువ లగేజి ఉంటే, ఎంతో సౌఖ్యంగా ప్రయాణం సాగుతుంది. ఇదే పద్ధతిలో మనం కూడా మనకున్న కొన్ని బరువులను తగ్గించుకోవాలి. బరువు అంటే మనం క్షమించలేకపోతున్నవారి సంఖ్యను తగ్గించుకోవాలి. ఒకసారి ఒక సైకాలజిస్టు తన క్లయింటుపై ఇదే చిట్కా ఉపయోగించి విజయం సాధించాడు.

ఒక డాక్టరు, తనకున్న మానసికసమస్యలతో పాటు తనకి అన్యాయం చేసినవారి గురించి, సైకాలజిస్టు దగ్గర ఏకరువుపెట్టాడు. సైకాలజిస్టు అంతా విని "వారంతా మీ ప్రగతిని చూసి అసూయతో దుష్ప్రచారం చేస్తున్నారు. ఇది కేవలం ప్రొఫెషనల్ జెలసీ మాత్రమే" అని చెప్పాడు. అయినా ఆ డాక్టరు తృప్తి పడలేదు. అప్పుడు ఆ సైకాలజిస్టు చక్కని చిట్కావేశాడు. ఆ మర్నాడు వచ్చినప్పుడు తాను ఎంతమందిని క్షమించలేకపోతున్నాడో అన్ని మామిడిపళ్లు కొనుక్కుని రమ్మన్నాడు.

సహజంగా ఇద్దరు లేదా ముగ్గురు ప్రత్యర్థులు ఉంటారు. కానీ ఈ డాక్టర్ 23 మామిడిపళ్ళు తెచ్చాడు. ఒక్కో పండు మీద, ఒక్కో ప్రత్యర్థి పేరు రాసి వాటిని బ్రీఫ్ కేసులో పెట్టమన్నాడు. పెట్టి సరిపోకపోతే పెద్దది తీసుకున్నాడు. సైకాలజిస్టు, ఆయనతో మీరు రోజూ ఎక్కడ తిరిగినా ఈ బ్రీఫ్ కేసుని స్వయంగా మోసుకుంటూ తిరగండి

అని సలహా ఇచ్చాడు. ఆ డాక్టరుగారు రెండు రోజులు ఎక్కడికి వెళ్ళినా దాన్ని మోసుకు వెళ్ళారు. మూడవ రోజు సైకాలజిస్టుకి ఫోనుచేసి, "ఈ బరువు భరించలేకపోతున్నాను. పైగా ఒకటి రెండు పళ్ళు కుళ్ళిపోయే పరిస్థితి వచ్చింది. ఏం చేయమంటారు?" అని అడిగాడు.

"ఆ బరువుకన్నా ఇంకా ఎక్కువ బరువుని మీరు మనసులో మోస్తున్నారు. మీరు వీలైతే ఒక పని చెయ్యండి. ఆ మామిడిపళ్ళలో, కొన్నింటిని తీసివేయాలి. ఎవరినైతే క్షమించగలరో వాళ్ళని తీసెయ్యండి. అయితే ఎవరి పేర్లున్న పళ్లు తీసారో వాళ్ల గురించి ఆలోచించకండి" అని సైకాలజిస్టు సలహా ఇచ్చారు.

డాక్టరుగారు అదే సలహానుసరించి, పదకొండు పళ్ళు తీసేసాడు. వాళ్ళని మనసులోనే క్షమించాడు. దాంతో ఆయన మనసు తేలికపడింది. మిగతా పళ్ళతో ఆ బ్రీఫ్ కేసు మరో రెండు రోజులు మోసాడు. పళ్ళు దాదాపు కుళ్ళిపోయి, భరించలేని పరిస్థితి వచ్చి, మళ్లీ ఫోను చేసాడు. దానిని సైకాలజిస్టు నవ్వుతూ, "మీరు ఈ కుళ్లిన పళ్ళను మోస్తున్నట్లే, ఆ ప్రత్యర్థుల గురించి మనసులో ఆలోచిస్తూ ఆరోగ్యం పాడు చేసుకుంటున్నారు. వాళ్లని కూడా క్షమించే ప్రయత్నం చేయండి" అని చెప్పాడు.

డాక్టరు గారు ఆలోచించాడు. "ఆ ప్రత్యర్థులు తనను ఏ నాడో మరిచిపోయి ముందుకుపోతూనే ఉన్నారు. నేను మాత్రం వారి గురించి ఆలోచించి, మనసు మలినం చేసుకుంటున్నాను" అని మొత్తం పెట్టెలోని అన్ని పళ్లూ 'చెత్తకుండీలో పడేశాడు. ఆనాటినుండి వాళ్ల గురించి ఆలోచించడం మానేసి, మంచి ఆలోచనలు మొదలెట్టి, తన ప్రాక్టీసు మీద మనసు పెట్టాడు.

ప్రయాణంలో కూడా సర్దుబాటు తప్పదు

రైల్లో జనరల్ కంపార్ట్‌మెంటులో బాగా రష్‌గా ఉంది. శీతాకాలం కావటం వల్ల కిటికీలోంచి చలి గాలి ఎక్కువగా వస్తోంది. కిటికీ దగ్గర కూర్చున్న మహిళ 'ఈ కిటికీ మూసేస్తాను, చలితో చచ్చిపోతున్నాను' అని మూయబోయింది. ఎదురుసీట్లో ఉన్న మరో మహిళ "నాకు గాలిలేకపోతే చచ్చిపోతాను. నీకంత చలిగా ఉంటే నిండా కప్పుకుని కూర్చో, తలుపు మాత్రం మూయటానికి వీల్లేదు" అని శాసించింది.

"కిటికీ మూయకపోతే చలితో చచ్చిపోతున్నాను" అని మొదటి మహిళ, "కిటికీ మూస్తే గాలి ఆడక నేను చచ్చిపోతాను" అని రెండవ మహిళ, ఇద్దరూ పట్టుదలతో

జుట్టూ జుట్టూ పట్టుకునే పరిస్థితి వచ్చింది. ఏ ఒక్కరూ అడ్జస్ట్ అవటానికి సిద్ధంగా లేరు. ఇదంతా గమనించిన ఒక మర్యాదరామన్న ఇతర ప్యాసెంజర్లతో ఇలా అన్నాడు:

"ముందు తలుపు మూసేద్దాం. ఒకావిడ పోతుంది, తరువాత తెరుద్దాం. దాంతో రెండో ఆవిడా పోతుంది. మనకి ఇద్దరి పీడా విరగడవుతుంది. మనం ప్రశాంతంగా ప్రయాణం చేయవచ్చు" అని సలహా ఇచ్చాడు.

"చాలా అద్భుతమైన సర్దుబాటు చేశారు సార్!" అని అందరూ ఆ పనికి ఉపక్రమించారు.

ఇది ముళ్లపూడి వెంకటరమణగారి "నవ్వితే నవ్వండి" పుస్తకంలోని ఒక జోక్.

మీ E.Q ఎలా ఉంది?

అవును/కాదు/అప్పుడప్పుడు

1) నేనేదైనా మొదలుపెడితే అది పూర్తయ్యేదాకా వదలిపెట్టను.
2) నాకు క్యూలో నిలబడాలంటే చాలా చికాకుగా ఉంటుంది.
3) నేను పని చేస్తున్నప్పుడు చుట్టూ ఎంత గోలగా ఉన్నా డిస్టర్బ్ అవను.
4) ఎదుటివారు ఏదైనా ఒకసారికన్నా ఎక్కువ చెప్తే కోపం వస్తుంది.
5) వినటం వల్ల విజ్ఞానం పెరుగుతుందని నేను నమ్ముతాను.
6) నేను ఏ పుస్తకం చదివినా, సగం చదివినా ఆఖరి పేజీలు చదివేస్తాను.
7) ప్రగల్భాలు పలికేవాళ్లను చూస్తే కోపం బదులు జాలి కలుగుతుంది.
8) నాతో ఎవరైనా మాట్లాడేటప్పుడు లౌక్యంగా ప్రవర్తిస్తే కోపం వస్తుంది.
9) ఎదుటివారు విజయం సాధిస్తే వారిని మనఃస్ఫూర్తిగా అభినందిస్తాను.
10) నా మాటని కాదని ఎదురుచెప్తే, చెప్పలేనంత కోపం వస్తుంది.
11) నేను ఏ విషయంలో కమిట్ అవ్వాలన్నా అందరి మాట విని చేస్తాను.
12) ఎదుటివారి స్టేటస్ చూసి వారికి భయపడను, గౌరవం ఇస్తాను.
13) నాకు కోపం వస్తుంది కానీ, పిచ్చికోపం ఎప్పుడూ రాలేదు.
14) ఆలస్యం అమృతం విషం అని నమ్ముతాను.

15) ఎంత టెన్షన్‌లో ఉన్నా ఎదుటివారు చెప్పిన మాట వింటాను.

16) ఎదుటివారికి మాత్రమే నీతులు చెప్తూ, తాము తప్పు చేస్తే భరించలేను.

17) నిదానమే ప్రధానము అనే సిద్ధాంతాన్ని నేను నమ్ముతాను.

18) నా మీద ఎవరైనా జాలి పడితే అది నేను నమ్మను.

19) సమస్యలను పరిష్కరించాలంటే ప్రశాంతమైన పరిస్థితి అవసరం.

20) ఆరోగ్యంగా ఉండి అడుక్కునే ముష్టివాళ్లని తన్నాలనిపిస్తుంది.

పై ప్రశ్నలకు అవును/కాదు/అప్పుడప్పుడు అనే టిక్కులుపెట్టారు కదా!

ఈ ప్రశ్నల్లో రెండు రకాలున్నాయి: 1, 3, 5, 7, 9, 11, 13, 15, 17, 19 ప్రశ్నలు పూర్తిగా పాజిటివ్ ప్రశ్నలు. అంటే బేసి సంఖ్యలన్నీ పాజిటివ్. 2, 4, 6, 8, 10, 12, 14, 16, 18, 20 లన్నీ నెగెటివ్ ప్రశ్నలు.

పాజిటివ్ ప్రశ్నల్లో "అవును" కు 5, "కాదు" కు 1 మార్కు, "అప్పుడప్పుడు"కి 2 మార్కులు వేసుకోవాలి.

నెగెటివ్ ప్రశ్నలకు అవునుకి ఒక మార్కు, కాదుకి 5 మార్కులు, అప్పుడప్పుడుకి 2 మార్కులు వేసుకోవాలి.

అలా వేసుకున్న మార్కులను మొత్తం కూడండి. ఫలితాలను చూసుకోండి.

80–100 వస్తే మీ E.Q చాలా బాగుంది.

61–80 మీ E.Q బాగుంది.

51–60 మీ E.Q పరవాలేదు

41–50 మీ E.Q పెంచుకునే ప్రయత్నం అవసరం

31–40 మీరు E.Q పుస్తకాలు చదివి, శాంతం అలవాటు చేసుకోండి.

20–30 మీకు ఈ ప్రశ్నపత్రం అర్థం కాలేదు లేదా క్యాజువల్‌గా టిక్కులు పెట్టారు. మళ్లీ చేయండి.

సర్దుబాటు సాధ్యమే

సాలెపురుగు గూడు నిర్మించుకునే ప్రయత్నంలో అనేక పర్యాయాలు కింద పడుతుంది. అయినా మళ్లీ లేచి తన పని కొనసాగిస్తుంది. ఒక పక్షి కూడా గూడుని నిర్మించుకున్నప్పుడు, అది గాలివానకు ఎగిరిపోయినా, మళ్లీ పుల్లాపుడకా తెచ్చి నిర్మాణం కొనసాగిస్తుంది. ఒక క్రీడాకారుడు మొదటి ప్రయత్నంలో ఓడిపోయినా వెనుతిరగడు. మళ్లీ మళ్లీ సాధన చేసి చివరకు నంబర్ వన్ అవుతాడు. అంతవరకు ఎందుకు? ఐఎఎస్ పరీక్షల్లో మొట్టమొదటిసారే ఉత్తీర్ణులు అయిన వారికన్నా మళ్లీ మళ్లీ రాసిన వాళ్లు ఎక్కువ పాసయ్యారు, జిల్లా కలెక్టర్లుగా ఎంతో సేవ చేస్తున్నారు.

పక్షి తన ప్రయత్నం ఎందుకు మానలేదు? సాలెపురుగు ఒక మూలకు పోయి ఎందుకు కూర్చోలేదు? క్రీడాకారుడు ఆటలను విడిచిపెట్టి మరో పని ఎందుకు చేయలేదు? ఐ.ఏ.ఎస్ పరీక్ష మొదటిసారి ఫెయిలయ్యి, ఏదో ఒక ఉద్యోగంలో ఎందుకు స్థిరపడిపోలేదు?

విషయాల్ని విశ్లేషిస్తే వారిలో నిరంతర ప్రేరణ, వైఫల్యాలు సంభవించినపుడు సర్దుబాటు అలవాటు చేసుకున్నారు. సహజంగా భారతీయుల్లో అధికశాతం మంది అనుకున్నది జరగనప్పుడు కర్మసిద్ధాంతం నమ్ముతూ, "నాకు ఇంత రాసి ఉంది" అని సర్దుకుపోతారు. కానీ ఆ దేవుడిరాత, అక్కడితో ఆగిపోలేదు, ఇంకా చాలా ఉంది. రెండవ ప్రయత్నం మూడవ ప్రయత్నం కూడా చేయమని రాసి ఉంది. కానీ మానవుడు మొదటిసారి ఫెయిలవ్వగానే ఫుల్‌స్టాప్ పెడుతున్నాడు. విదేశాల్లో సైంటిస్టులకు ఈ కర్మసిద్ధాంతం గురించి తెలియకపోవడం వారి పట్ల ఒక వరం అయ్యింది. వారు అనుకున్నది సాధించేవారకూ ప్రయోగాలపై ప్రయోగాలు చేస్తూనే ఉంటారు. దీనికి ఉదాహరణ థామస్ ఆల్వా ఎడిసన్ ప్రయోగాలే. బల్బు కనిపెట్టడానికి 299 సార్లు ఫెయిలయ్యాడట.

ప్రేరణ - సర్దుబాటు

ప్రతీ జీవికి ఈ రెండు ముఖ్యమే. వీటికి మూలాధారం సహనం. జీవితంలో విజయం సాధించాలంటే సహనం, ధైర్యం, సర్దుకుపోగల సామర్థ్యం ఉండాలని

విదురుడు చివరిదశలో ఉన్న ధృతరాష్ట్రుడికి బోధించిన నీతిలో ప్రథమాధ్యాయంలో ఇలా అంటాడు:

ఆత్మజ్ఞానం సమారంభ స్తితిక్షా ధర్మ నత్యతా
యమర్థాన్నాకర్షన్తి స వై పండిత ఉచ్యతే 1: 20

ఏ మానవుడైతే ఆత్మజ్ఞానం, ఉద్యోగంలో సర్దుబాటు, అన్ని సందర్భాలలో సంయమనం, సహనం, ధర్మ విషయాలలో స్థైర్యం, పురుషార్థాలనుండి దూరం కాకుండా ఉంటాడో అతడే నిజమైన జ్ఞాని, పండితుడు అని అర్థం. అలాగే మరో సందర్భంలో ఇలా అంటాడు:

యథాశక్తి చికీర్షన్తి యథాశక్తి చ కుర్వతే
న కించదపమన్యంతే నరాః పండితబుద్ధయః 1: 26

వివేకవంతులైన మానవులు, తమ శక్తిసామర్థ్యాలను అంచనా వేసుకుని తగినవిధంగా ప్రణాళిక సిద్ధం చేసుకుని పనులు చేస్తారు. మధ్యలో సంభవించే అడ్డంకులకు జంకక, ఎక్కడికక్కడ సర్దుబాటు చేసుకుంటూ, ముందుకు సాగుతారు. రాజీపడటం, సర్దుబాటు చేసుకోవటం వంటి పనులను నీచమైనవిగా భావించరు. పండితులు వాటిని సమర్థవంతమైన పనులుగానే భావిస్తారు.

ఏ కార్యం తలపెట్టినా ముందుగా, ఆ కార్యం చేయడానికి తగిన ప్రేరణ అవసరం. ఆ ప్రేరణకై ప్రతి మనిషికి ఐదు అవసరాలు ఉంటాయని ప్రముఖ మేనేజిమెంటు ప్రేరకుడు అబ్రహం మాస్లో అంటాడు. అవి ఇలా ఉంటాయి:

1. శారీరక అవసరాలు (ఆకలి, దాహం, నిద్ర)
2. రక్షణ అవసరాలు (ప్రమాదరహిత జీవితం)
3. ప్రేమ అవసరాలు (అనురాగం, ఆత్మీయత)
4. గౌరవం, హోదా అవసరాలు (సమాజంలో గుర్తింపు)
5. ఆత్మపరిజ్ఞానం (తన గురించి తను తెలుసుకోవడం)

సహజంగా మొదటి రెండు అవసరాలు సగటు కుటుంబాల్లో లభిస్తాయి. మూడవ అవసరం పొందాలంటే సర్దుకుపోవాలి. ఆవేశం, అసూయలను అదుపులో ఉంచుకోవాలి. అహంకారం అణుమాత్రం ఉండకూడదు. అప్పుడే ఎదుటివారు మనల్ని ప్రేమించగలరు.

ప్రతీవారిని ఇంట్లో వారు ప్రేమిస్తారు, అభిమానిస్తారు, తప్పులు చేసినా క్షమిస్తారు అనే భావన కొంతమందిలో కలగొచ్చు. అది నిజంకాదు. ఈ మధ్య హైదరాబాదు ప్రభుత్వ ఆసుపత్రుల్లో ఎప్పటినుంచో మార్చురీలో ఉన్న 28 అనాథ శవాలను మునిసిపాలిటీ వారి ఆధ్వర్యంలో ఖననం చేశారు. అనాథలంటే నిజంగా అనాథలు కాదు. ఎవరూ క్లెయిమ్ చెయ్యని వారి శవాలవి. ఖననం తరువాత ఒక వ్యక్తి ఆ శవాల్లో తన కొడుకు కూడా ఉన్నాడనీ, గుర్తుపట్టిన తరువాత కూడా ఆ శవాన్ని తీసుకోటానికి తమ దంపతులకు మనస్కరించలేదని తెలిపాడు. ఆ యువకుడు బతికున్న సమయంలో తమను యమ యాతన పెట్టాడని, తాము సంపాదించినదంతా తాగుడుకి, జూదాలకు జల్సాగా ఖర్చు పెట్టాడనీ, చివరకు ఒక రోడ్డు యాక్సిడెంటులో చనిపోయాడని చెప్పాడు. శవాన్ని చూడటానికి కూడా ఆ తల్లిదండ్రులు ఇష్టపడలేదంటే అర్థం చేసుకోండి. కన్నతల్లి కూడా "ఆ శవాన్ని చూసినా పాపమే. వాడు పోతే బాగుండునని ఎన్నోసార్లు అనుకున్నా"నని అంది. ఆమె అలా అన్నదంటే ఆ కొడుకు తల్లిదండ్రుల్ని ఎంత టార్చర్ చేసి ఉంటాడో ఊహించుకోవచ్చు.

నాల్గవ అవసరం స్వీయ గౌరవం, సమాజంలో గుర్తింపు, హోదాకి సంబంధించినవి. నేను కౌన్సిలింగ్‌లో ఈ విషయాన్ని పదేపదే ప్రస్తావిస్తుంటాను. ముఖ్యంగా స్టూడెంట్స్‌తో మాట్లాడినప్పుడు "మీరు కాలేజీల్లో చదువుతున్నారు, బాగా చదువుకుని ఒక ఉన్నతస్థాయికి చేరుకోగల సత్తా, సామర్థ్యం మీకుంది. చెడుస్నేహితులు, చెడు అలవాట్లు వ్యసనాలకు దూరంగా ఉండండి. బాగా చదువుకుంటే మీరు కోటీశ్వరులు కావడంతోపాటు పదిమందికీ ఉద్యోగాలిచ్చి కోటీశ్వరులను చేయగలరు" అని అంటూంటాను. అది గుర్తించిన వారు నామాట విని అమలుపరుస్తారు. కానీ వారి శాతం తక్కువే.

మానవుడికి నాలుగు ముఖ్య అవసరాలు తీరిన తరువాత చివరిగా Self actualization అనేది చాలా ముఖ్యమైంది. అంటే తానెవరో తెలుసుకుని, సమాజానికి తానేవిధంగా సహాయపడగలడో అధ్యయనం చేసుకుని స్వయంప్రేరణ చేసుకోవాలి.

మాస్లో సూచించిన అవసరాల్లో (Needs) మొదటి నాలుగింటికి సమాజం సహాయం కావాలి. ఐదవ అవసరం తాను సమాజానికి అందించవలసిన సహాయం. ఆ ప్రేరణకై ఎప్పటికప్పుడు సర్దుబాటు మంత్రం అభ్యసించాలి. విమర్శలను స్వీకరించాలి, తదనుగుణంగా ప్రవర్తన మార్చుకోవటం. అబ్ నార్మల్ అంటే

అకారణంగా విమర్శించినా కూడా కోపం తెచ్చుకోకుండా, మన పని పూర్తయ్యేదాకా భరించడం మంచిది.

ఈ అడ్జస్ట్‌మెంట్‌లో ఐదు రకాలుంటాయి. అవి ఇలా ఉంటాయి:

1. పర్సనల్ అడ్జస్ట్‌మెంటు (Personal Adjustment)
2. అకడమిక్ అడ్జస్ట్‌మెంటు (Academic Adjustment)
3. సోషల్ అడ్జస్ట్‌మెంటు (Social Adjustment)
4. ఫైనాన్షియల్ అడ్జస్ట్‌మెంటు (Financial Adjustment)
5. స్పిరిచ్యువల్ అడ్జస్ట్‌మెంటు (Spiritual Adjustment)

ఇప్పుడు వీటిని వివరంగా తెలుసుకుందాం.

1. పర్సనల్ అడ్జస్ట్‌మెంటు (Personal Adjustment)

పర్సనల్ అడ్జస్ట్‌మెంటు అంటే ప్రతివ్యక్తి, తనలోని బలాలు, బలహీనతలు, శక్తియుక్తులు, లోపాలు, సవరించుకోవలసిన వైఖరులను సందర్భానుసారంగా సవరించుకుంటూ సర్దుబాటు చేసుకోవడం అలవర్చుకోవాలి. తనలోని బలాబలాలతో పాటు ఎదుటివారి అభిప్రాయాలను కూడా అర్థం చేసుకుని సమస్యను జటిలం కాకుండా జాగ్రత్తపడాలి. ప్రవర్తన విషయంలో మొండిగా కాకుండా ఫ్లెక్సిబుల్‌గా ఉండటానికి ప్రయత్నించాలి. ఇది ప్రారంభంలో కొంచెం కష్టంగా అనిపించినా పోనుపోను అది సాధ్యమవుతుంది. "తప్పులెన్నువారు తమ తప్పులెరుగరు" అన్నట్లుగా, ఎదుటివారిలో లోపాలను ఎత్తి చూపించేవారు, ముందుగా తమలోని లోపాలను సర్దుకోవాలి. భగవద్గీతలో స్థితప్రజ్ఞుడిలాగ ఉండాలి.

2. అకడమిక్ అడ్జస్ట్‌మెంటు (Academic Adjustment)

చదువుకునే సమయంలో, ఉద్యోగంలో పైస్థాయికి చేరుకునే ప్రయత్నంలో నేర్చుకునే విషయాల్లో తనకుతాను ప్రేరణ కలిగించుకుంటూ, ఒడిదుడుకులను తట్టుకుంటూ, ఆర్థిక, సామాజిక సమస్యలను అడ్జస్టు చేసుకుంటూ ముందుకు పోవటమే ఈ అడ్జస్టుమెంటులోని ముఖ్యాంశం.

నేనొకసారి ఒక కాలేజీకి కౌన్సిలింగ్ చేయటానికి వెళ్లాను. స్టూడెంట్స్‌ని ఎలా చదవాలో, ఎలా చదవకూడదో, టైమ్ మేనేజిమెంటు, గోల్ సెట్టింగ్ చెప్పాలని అనుకుని వారిని ఒక ప్రశ్న అడిగాను.

"మీరెందుకు చదువుతున్నారు?" వారినుండి వచ్చిన సమాధానాలు ఒకింత ఆశ్చర్యం కలిగించాయి, కొన్ని సమాధానాలు ఆనందం కలిగించాయి. అవి గమనించండి.

"డబ్బు కోసం"

"పేరు ప్రతిష్ఠల కోసం"

"అమ్మానాన్నల కోసం"

"ప్రభుత్వం డబ్బిస్తుంది కాబట్టి"

"సరదాగా ఎంజాయ్ చేయటానికి"

"మా అక్కయ్య చదువుకుంది కాబట్టి"

...ఇటువంటి విద్యార్థినీ విద్యార్థులు నలభై శాతం దాకా ఉన్నారు. మిగతా వారు ఇలా చెప్పారు:

"జీవితంలో విజయం సాధించాలి"

"మా అమ్మానాన్నలను విమానంలో తిప్పాలి"

"మన దేశ అభివృద్ధిలో నేనూ పాలు పంచుకోవాలి"

"పేదరికం పోవాలంటే చదువుమాత్రమే మార్గం"

"అజ్ఞానం నుండి బయటపడాలి"

ఈ సమాధానాలు విన్నాకా, మొదటి నలభైశాతం మందికి ప్రేరణ చాలా అవసరమనిపించింది. వారు తల్లిదండ్రుల మాట వింటారో లేదో తెలియదు కానీ, టీచర్లు, పెద్దలు, వ్యక్తిత్వ వికాస నిపుణులు, సైకాలజిస్టులు నిరంతరం ప్రేరణ కలిగించే ప్రయత్నం చేయాలి. చదువుకోవటం వల్ల ఎన్ని అద్భుతాలు చేయవచ్చో ఎంతమందికి సహాయం చేయవచ్చో వారికి చెప్పాలి. అలా చెప్పటానికి మనకు ఇప్పుడు చాలామంది అద్భుతాలు సాధించినవారున్నారు.

3. సోషల్ అడ్జస్ట్‌మెంటు (Social Adjustment)

సమాజంలో మనుషులందరూ కొన్ని పాత్రలు ధరించవలసి ఉంటుంది. ఉదాహరణకు, నేను తల్లిదండ్రుల వద్ద కుమారుడిగా, భార్యకు భర్తగా, సోదరులకు సోదరుడిగా, అత్తమామలకు అల్లుడిగా ఇలాగ ఎన్నో కుటుంబపాత్రలతో పాటు, స్నేహితులకు స్నేహితుడిగా, వృత్తిలో కౌన్సిలర్‌గా, వ్యక్తిత్వ వికాస సభలలో ఒక శిక్షకుడిగా పాత్ర వహించాలి. అప్పుడే ఆ పాత్రకు పూర్తి న్యాయం చేకూర్చిన వాడినవుతాను.

సర్దుకుపోవడమంటే ఏమిటో బుద్ధుడి జీవితంలో ఒక సంఘటన అద్దం పడుతుంది.

ఒక పిల్లవాడు మరణించాడు. ఆ పిల్లవాడి తల్లి భయంకరమైన దుఃఖంలో ఉంది. కొడుకును శ్మశానానికి తీసుకెళ్లనీయకుండా ఏడుస్తూంది. ఎవరు చెప్పినా వినడం లేదు. తన కొడుకును మళ్లీ తెచ్చి ఇవ్వమని బ్రతికించమని గోల పెడుతూ ఉంది. బంధువులకు ఏమి చేయడానికి తోచలేదు. అప్పుడు వాళ్లు ఆమెతో "నీవు బుద్ధుడి దగ్గరకు వెళ్లు. ఆయన మహానుభావుడు, నీ కొడుకును తీసుకురాగలడు" అన్నారు. ఆమెను బుద్ధుడి దగ్గరకు తీసుకెళ్లారు. ఆమె బుద్ధుడి కాళ్లమీద పడి మీరెలాగైనా నా కొడుకును బతికించాలి అని ప్రార్థించింది.

"దానిదేముంది. తప్పకుండా బతికిస్తాను. ముందు ఏడ్పు మాను. ఊరడిల్లు. నీవు గ్రామంలో ఎవరి ఇంటికైనా వెళ్లి ఓ గుప్పెడు ఆవాలు పట్టుకురా". "అదెంత పనండి" అంది ఆమె సంతోషంతో. కాని బుద్ధుడు ఆమెకు ఒక షరతు పెట్టాడు. ఆమె ఎవరింట్లో అయితే ఆవాలు తెస్తుందో ఆ ఇంట్లో అంతకు ముందు ఎవరూ మరణించి ఉండకూడదు. అలాంటి ఇంటి నుంచి ఆవాలు పట్టుకురమ్మన్నాడు.

ఆమె ఎవరింటికి వెళ్లినా ఆ ఇంటి వాళ్లు ఆవాలు ఇవ్వడానికి సిద్ధపడ్డారు. కాని ఆమె వాళ్ల ఇంట్లో ఇంతకుముందు ఎవరైనా మరణించారా అన్న ప్రశ్నకు ఒకరు మా తాత పోయాడంటే మరొకరు మా నాన్న పోయాడని, ఇంకొకరు మా తమ్ముడు పోయాడని, ఇంకొకరు తన బిడ్డ పోయిందని, మరొకరు అత్త మరణించిందని చెప్పారు. గ్రామంలో ఎవరూ చనిపోని ఇల్లు ఒక్కటీ దొరకలేదు. అప్పుడామెకు అర్థమయ్యింది. ప్రతీ ఇంట్లోను తన ఇంట్లోలాగానే ఎవరో ఒకరు మృత్యువాత పడ్డవారే. తనలాంటి

దుఃఖాన్ని అనుభవించినవారే. వాళ్లెవరూ ఈ దుఃఖాన్ని తప్పించుకోలేకపోయారు. తన ప్రత్యేకత ఏమిటి? తాను కూడా అట్లాగే ఈ దుఃఖాన్ని అనుభవించవలసిందే అని ఆమె తెలుసుకుంది. వట్టి చేతులతో తిరిగి వచ్చిన ఆమెకు బుద్ధుడు చెప్పాడు.

"మరణం అనేది సహజం. ఇది ఎవరికైనా తప్పదు. దీనిని మనం అంగీకరించవలసిందే. తప్పదు. పోయినవాళ్లు పోతారు. అలాగే బాధపడితే నీ ఆరోగ్యం పాడవుతుంది. ఇలాంటి సమస్యలు వచ్చినప్పుడు తట్టుకోవడం కష్టమే. కుమారుడు చనిపోవడమనేది పెద్ద దెబ్బ. కాదనను, కాని ఈ దుఃఖాన్ని నీవు జీర్ణించుకోవాలి, సహించాలి, మళ్లీ జీవితం మొదలుపెట్టాలి" అని ఆమెకి కౌన్సిలింగ్ చేశాడు. ఆ విధంగా ఆమెను మెల్లగా మామూలు స్థితికి తీసుకొచ్చాడు. తరువాత ఆమె బుద్ధుని శిష్యురాలై ఆయన బోధనల ప్రకారం నడచుకుంది.

ఈ మధ్యకాలంలో సోషల్ మీడియా నెట్‌వర్క్‌ల పరిచయాలు బాగా పెరిగాయి. ఈ మధ్య వాట్సప్, ఫేస్‌బుక్‌లలో నాకు చాలా కథలు స్నేహితులు పంపారు. ముఖ్యంగా శ్రీ కొండూరు సాయిబాబా అనే మిత్రుడు వారానికి కనీసం రెండు కథలు పంపుతూంటారు. ఆయన ఈ మధ్య We empower International అనే సంస్థ స్థాపించి ప్రతీ నెలా ఆఖరు ఆదివారం హైదరాబాదులో ఒక చక్కని శిక్షణ కార్యక్రమం ఏర్పాటు చేస్తూంటారు. ఆ ప్రసంగాలలో శ్రీ యండమూరి, శ్రీ చాగంటి కోటేశ్వరరావు, డాక్టర్ రత్నాకర్ లాంటి ప్రముఖులు పాలు పంచుకుంటుంటారు. ఆయన ఈ మధ్య ఒక చక్కని కథ చెప్పారు. ఇది సోషల్ అడ్జస్ట్‌మెంటుకి అక్షరాల చక్కని ఉదాహరణ:

లల్లీ అనే పదేళ్ల అమ్మాయి స్కూలు నుండి ఇంటికి వస్తూనే గట్టిగా ఏడవడం మొదలెట్టింది. ఎంత ఓదార్చినా ఏడుపు ఆపటం లేదు. చివరికి తండ్రి ఆమెను ఒళ్లోకి తీసుకుని "ప్లీజ్ నాకు చెప్పు తల్లీ, స్కూల్లో ఏం జరిగింది" అన్నాడు.

"నేను చెప్తాను కానీ, ముందుగా నేనొకటి అడుగుతాను, కాదనకుండా చెయ్యాలి" అంది.

"సరే తల్లీ! తప్పకుండా చేస్తాను. ఏం కావాలో అడుగు" అన్నారు తల్లిదండ్రులిద్దరూ.

"మీరిద్దరూ ఒప్పుకున్నారు కాబట్టి చెప్తున్నాను. నాకు రేపొద్దున్నే గుండు చేయించాలి" అంది. బాంబు పేలినట్లు బెదిరిపోయారు తల్లిదండ్రులు. "ఆడపిల్లలకు

గుండేమిటి?” అని గట్టిగా అడిగారు.

“మీరు ఒప్పుకోకపోతే, రేపటినుండి అన్నం తినను, బడికి వెళ్లను” అని ఖండితంగా చెప్పేసింది లిల్లీ.

చివరకు చేసేదేమీ లేక పొద్దున్నే క్షురకుడిని పిలిచి గుండు చేయించేశారు. తరువాత అమ్మాయి, “నడవండి స్కూలుకి వెళ్దాం” అంది. గుండుతోనే స్కూటరు మీద కూర్చుంది. దారిలో ఒక ఫ్రెండు ఇంటిదగ్గర బండి ఆపి, తలుపు తట్టింది. తలుపు తీసిన ఆవిడ లిల్లీని చూసి ఆశ్చర్యపోయింది. ఇంతలో ఆ తల్లి వెనుకనే ఆమె కూతురు మల్లి వచ్చింది. ఆమెది పూర్తిగా గుండు. “ల్యుకేమియా” వ్యాధి వల్ల జుట్టంతా ఊడిపోయింది. ఆమెను స్కూల్లో ఒకరిద్దరు ఎగతాళి చేయటం వల్ల తాను ఆ మర్నాటినుండి స్కూలుకి రానని చెప్పిందట.

విషయం తెలుసుకున్న లిల్లీ తండ్రికి దుఃఖం తన్నుకొచ్చింది. కళ్లలో నీళ్లు సుడులు తిరిగాయి. అయినా నిభాయించుకుని, ఆ అమ్మాయిని కూడా స్కూటరు ఎక్కించుకుని స్కూలుకి వెళ్లాడు. క్లాసు రూమ్‌లోకి అడుగెట్టగానే అక్కడ దృశ్యం చూసి అవాక్కయ్యాడు.

క్లాసు గదిలో 25 మంది అమ్మాయిల్లో 20 మంది గుండు చేయించుకుని వచ్చారు.

ఇంతకన్నా సింపతీకి మరో ఉదాహరణ ఉందా? సోషల్ అడ్జస్ట్‌మెంట్ అంటే ఇదే.

థ్యాంక్యూ సాయిబాబా గారు.

సమాజంలో సర్దుకుపోవడమంటే ఇదే.

4. ఫైనాన్షియల్ అడ్జస్ట్‌మెంటు (Financial Adjustment)

ఈ రోజు ప్రపంచంలో అన్నింటికన్నా విలువైంది డబ్బు మాత్రమే. ‘డబ్బు ఏ పనైనా చేయగలదు, చేయించగలదు’ అనే సత్యం అందరికీ తెలిసిందే. కానీ ఆర్థిక పరిస్థితులను తగిన విధంగా నిర్వహణ చేసుకోకపోవడం వల్ల జీవితంలో ఎందరో ఎదురుదెబ్బలు తింటున్నారు. చివరికి ప్రాణాల మీదకు తెచ్చుకుంటున్నారు. డబ్బున్నవాడిదే ప్రపంచం.

Money is honey my dear Sony
A rich man's joke is always funny.

అనే సామెత కూడా అందుకే వచ్చింది. మన ఆదాయానికి తగ్గట్లుగా ఖర్చులను నియంత్రించుకోవాలి. పొదుపు మంత్రాలను నేర్చుకోవాలి. డబ్బున్నప్పుడు విచ్చలవిడిగా ఖర్చుపెట్టి, జల్సాలకు పోయి, చివరిదశలో చేతిలో పైసా లేక కన్నవారికి కూడా దూరమైన వారున్నారు.

ధనమే అన్నిటికీ మూలం

అన్ని మతాలలోనూ డబ్బు గురించి ప్రస్తావించడం జరిగింది. అలాగే మన ప్రబంధాల్లో, శతకాల్లో కూడా డబ్బు గురించి అనేక సందర్భాల్లో కవులు వర్ణించారు. అప్పిచ్చువాడు ఉన్న ఊర్లో ఉండమని, అలాంటివాడు లేని ఊరిని చప్పున విడువంగ వలె గదరా సుమతీ అనే పద్యం మనం విన్నదే.

"ధనమేరా అన్నిటికి మూలం,
ఆ ధనము విలువ తెలుసుకొనుట మానవ ధర్మం
మానవుడే ధనమన్నది సృజియించెనురా
దానికి తానే తెలియని దాసుడాయెరా..
ధనలక్ష్మిని అదుపులోన పెట్టినవాడే
గుణవంతుడు బలవంతుడు భగవంతుడురా ధనమేరా...

ఉన్ననాడు తెలివికలిగి పొదుపుచేయరా
లేనినాడు ఒడలు వంచి కూడబెట్టరా
కొండలైన కరిగిపోవు కూర్చుని తింటే
హయ్యో కూలిపోవు కాపురాలు ఇది తెలియకుంటే.. ధనమేరా..."

అనే పాట తెలుగువారికి తెలిసినదే. లక్ష్మీనివాసం చిత్రంలో అమర గాయకుడు ఘంటసాల పాడిన ఈ పాట ఫైనాన్షియల్ అడ్జస్ట్‌మెంట్‌కి చక్కని ఉదాహరణ.

గురునానక్ తన బోధనల్లో ధనం గురించి ప్రస్తావిస్తూ, 'ఏ పని చేసినా, నిజాయితీగా చెయ్యాలి, మోసం చేసిన వ్యాపారం నిలువదు' అని స్పష్టంగా తెలిపాడు. అలాగే 'నీవు సంపాదించిన దానిలో కొంత శాతం పేదలకు పంచాలి' అని చెప్పాడు.

ఫైనాన్షియల్ అడ్జస్ట్‌మెంట్ విషయంలో నా స్వానుభవం ఏమిటంటే, నా జీవితంలో ఇప్పటిదాకా ముగ్గురే శత్రువులున్నారు. శత్రుత్వానికి కారణం, నేను వారికి ఆపద సమయంలో అప్పు ఇచ్చాను. మళ్లీ అడిగినందున నేను వారికి శత్రువునయ్యాను. అందుకే నేనెవ్వరికీ అప్పు ఇవ్వను. ఒకవేళ తప్పనిసరిగా ఇవ్వాల్సివస్తే, "ఇది తీసుకో. నాకు తిరిగి ఇవ్వొద్దు, మళ్లీ ఏనాడూ అడగొద్దు" అని చెప్తాను.

5. స్పిరిచ్యువల్ అడ్జస్ట్‌మెంటు (Spiritual Adjustment)

స్పిరిచ్యువల్ అంటే కేవలం ప్రార్థనలు, పూజలే కాదు. "మానవసేవే మాధవసేవ" అన్న సిద్ధాంతాన్ని త్రికరణశుద్ధిగా నమ్మి సాటివారికి సహాయం చేయాలి. ముఖ్యంగా సాటివారు ఒక తప్పిదం చేసినప్పుడు విశాలహృదయంతో వారిని క్షమించగలగాలి. ఈ సందర్భంలో జీసస్ క్రీస్తు చివరి రోజుల్లో జరిగిన సంఘటన ప్రతివారూ తెలుసుకోవాలి. అర్థం చేసుకుని ఆచరించాలి. తనని శిలువ వేయటానికి తీసుకెళ్తున్నప్పుడు ఆయన "ప్రభూ! వారేం చేస్తున్నారో వారికి తెలియటం లేదు. వారిని క్షమించండి" అన్నారు. అలాగే బైబిల్లో తెలిపిన ఆదేశసూత్రాలు కూడా అందరికీ శిరోధార్యమే. అవి గమనించండి. ఇవి పాటించటం కూడా ఒక ఆధ్యాత్మిక సాధనే. ఇవి పాటించిన నాడు ప్రపంచమంతా ఆనందంగా ఉంటుంది.

"దౌ షెల్ నాట్ స్టీల్", దొంగతనం చేయవద్దు. దొంగతనం అంటే అర్ధరాత్రి కన్నంవేసి చేసేది మాత్రమే కాదు, ప్రభుత్వసొమ్ము కాజేయడం కూడా దొంగతనమే. తనకు రావలసిన దానికంటే ఎక్కువ తీసుకోవడం కూడా దొంగతనమే. Commandments లో ముఖ్యమైనది దొంగిలించకూడదు.

మరో ఆజ్ఞ **తప్పుడు సాక్ష్యం ఇవ్వొద్దు** అంటుంది. ఈ రోజున తప్పుడు సాక్ష్యాలిచ్చే వాళ్ల తెగ కూడా వుంది. ఎక్కడయినా సాక్షులు లేకపోతే వీళ్లు రెడీగా ఉంటారు. తమ తప్పుడు సాక్ష్యం వల్ల ఎవరి బతుకులు ఏమవుతాయి? అని వాళ్లు ఆలోచించరు.

మరొక కమాండ్‌మెంట్ **"పరుల ఆస్తి కాజేయవద్దు"**. ఈ సూత్రంపాటిస్తే మనుషుల మధ్య తగాదాలే ఉండవు. రాష్ట్రాల మధ్య, దేశాల మధ్య వివాదాలు తలెత్తవు. దీన్ని ఆచరించిన రోజు దేశాలన్నీ ఎంతో ప్రశాంతంగా సస్యశ్యామలంగా ఉంటాయి.

పొరుగువారిని చాలా ప్రేమతో చూడాలి. ఈ ప్రపంచం అంతా ఒక కుటుంబం. మనమంతా అన్నదమ్ముల్లా ఉండాలి. పక్కింటివాడు నా సోదరుడు. నా సోదరుడి ఆస్తిని నేను ఎందుకు కాజేస్తాను? అలాగే నా పక్కింటి వారితో నేను ప్రేమగా ఉండాలి. అభిమానంగా ఉండాలి. వారికి సంబంధించిన ఏ రకమైన వస్తువునూ నేను తీసుకోకూడదు.

మరో ఆదేశం, **నరహత్యకి పాలుపడకూడదు**. ఈ రోజు చూడండి. ఒకడు కాలేజీలో ఎవర్నో ప్రేమిస్తాడు, అమ్మాయి కాదంటే మీద యాసిడ్ పోస్తాడు. ఇలా చేస్తే ఎలాగ? సరే, చివరికి తగిన శిక్ష పడుతుంది. మనిషి ప్రాణం తీయడం తేలికే. కాని ప్రాణం పోయగలమా? మనం ఇవ్వలేనిది తీసుకునే అధికారం మనకెక్కడిది?

వ్యభిచరించకూడదు, వ్యభిచారం అంటే కేవలం పరాయి వారితో తిరగడమే కాదు, అలాంటి ఆలోచనలు రావడం కూడా. అందుకే మనసా, వాచా, కర్మణా అంటాం. మనసులో అటువంటి ఆలోచన కలుగకూడదు, నోటివెంట అటువంటి మాట రాకూడదు, అటువంటి పని చేయకూడదు.

యువత ఈ సూత్రాలను అర్థం చేసుకుని పాటించాలి.

విలువల ప్రాధాన్యం విస్మరిస్తున్నారా?

రానురాను మానవతా విలువలు మంట కలుస్తున్నాయి. ఆత్మీయుల మధ్య అన్యోన్యత కరువవుతోంది. అన్నదమ్ముల మధ్య అనురాగం కనుమరుగవుతోంది. పెద్దలపట్ల గౌరవాభిమానాలు క్రమక్రమంగా క్షీణిస్తున్నాయి. విడాకుల సంఖ్య విపరీతంగా పెరుగుతోంది. నిద్రమాత్రల వాడకం అధికమైంది.

మానసిక వైద్యులకు, సైకాలజిస్టులకు నిద్రపట్టనన్ని కేసులు పెరిగాయి. ఆసుపత్రిలో డాక్టర్లు అవయవాలను మార్చడం, అవలీలగా గుండె ఆపరేషన్లు చేయడం చకచకా జరిగిపోతున్నది. డబ్బు సంపాదించడానికి ఏపని చేపట్టినా పరవాలేదనే వాదన యువతరంలో వినపడుతోంది.

పూర్వం అంటే 50 ఏళ్ళ క్రితం సమాజంలో క్రిమినల్స్ ఒక శాతం మాత్రమే ఉంటే అది ఇప్పుడు 13 శాతానికి పెరిగింది. ఆ పెరిగిన శాతంలో ఉద్యోగులు, నాయకులు, డాక్టర్లు, వ్యాపారస్తులు, విద్యావ్యాపార వేత్తలు కూడా చేరారు. “డబ్బుకి లోకం దాసోహం” అనే నానుడి ఇప్పుడు అక్షరాలా కనపడుతోంది. ఈ రోజుల్లో డబ్బున్నవారి మాట చెల్లుతుంది. అతని వ్యక్తిగత జీవితం కానీ, విలువలు లేకుండా సాగిస్తున్న వ్యాపారం గురించి కానీ సమాజం పట్టించుకోవడంలేదు.

డబ్బుతో కొనలేనివి చాలా ఉన్నాయి

“ధనమేరా అన్నిటికీ మూలం” అనేది కరక్టే. కానీ ధనంతో అన్నీ సాధించలేమనే సత్యం కూడా గుర్తించాలి. బీరువాల్లో బంగారం, నోట్లకట్టలు మూలుగుతున్నా, మనశ్శాంతి లేనివాళ్ళు ఎందరినో నేను చూశాను. అయితే వారు విలువలను తుంగలో తొక్కి “డబ్బే పరమాత్మ” అనుకుని, “నా” అనే వాళ్ళను దూరం చేసుకున్నారు. మానవతా విలువలకు మంగళం పలికిన తరువాత, ఎంత వెతికినా వారికి మనశ్శాంతి లభించదు. ఎంత ఉన్నా ఏదో అర్థంలేని వెలితి నిరంతరం వెంటాడుతూ ఉంటుంది.

డబ్బుతో కొనలేనివి ఎన్ని ఉన్నాయో గమనించండి.

* చక్కని పరుపు మంచం కొనవచ్చు, కానీ నిద్రను కాదు.
* గంట గంటకు, గంటలు కొట్టే గడియారం కొనవచ్చు, కానీ సమయం కాదు.
* పంచభక్ష్య పరమాన్నాలు కొనవచ్చు, కానీ జీర్ణశక్తిని కాదు.
* భవంతులు కొనవచ్చు కానీ ప్రేమను పంచే ఆత్మీయులను కాదు.
* అన్ని రకాల మందులు కొనవచ్చు కానీ ఆరోగ్యం కాదు.
* ఆహా! ఓహో! అని పొగిడే మిత్రులుండవచ్చు కానీ అభిమానించే వారు కాదు.
* లక్ష పుస్తకాలు కొనవచ్చు కానీ జ్ఞానాన్ని కాదు.

మా అమ్మకు దేవుడంటే మహాభక్తి. ఏ చిన్న సమస్య వచ్చినా నా తలనీలాలు ఇస్తానని మొక్కుకుంటుంది. దీని వల్ల నేను సంవత్సరానికి నాలుగుసార్లైనా గుండు గీయించుకుంటున్నాను. టోపీలు పెట్టుకోలేక చస్తున్నాను. గుండుతో వెళితే కాలేజీలో ఎవరైనా ఏదైనా అనుకుంటారనే బాధ ఒకవైపు, చేయించుకోక పోతే దేవుడికి కోపం వస్తుందనే భయం ఒకవైపు ఉన్నాయి. ఇలాంటి సమయంలో నేనేం చెయ్యాలి? అని ఒక అబ్బాయి ఈ మధ్య అడిగాడు. దానికి నేను –

'మీ గుండు – మీ ఇష్టం' అనే వాస్తవాన్ని ముందుగా గుర్తించాలి. ఎవరో ఏదో అనుకుంటారనే భ్రమలోంచి బయటపడాలి. ఎవరూ ఏదీ అనుకోరు. అనుకున్నా కొంపలు మునగవు. అనుకుని ప్రశ్నిస్తే సమాధానం చెప్పవచ్చు. అప్పటికీ వాళ్లు హేళన చేస్తే అలాంటి స్నేహితులు ఉన్నా, ఊడినా ఒకటే. 'నిన్ను నిన్నుగా' ప్రేమించే వాళ్లతోనే స్నేహం చెయ్యండి. Donn't wait for others approval. ప్రతి చిన్న విషయానికి ఇతరుల అంగీకారం కోసం ఎదురు చూసేవారు, తమ కోసం తామెప్పుడూ బతకలేరు. కాబట్టి గుండుతోనే కాలేజీకి వెళ్లండి. టోపీ పెట్టుకునే వారికి ఆత్మన్యూనతాభావం ఉంటుంది. టోపీ తీసెయ్యండి. మీకు గుండైనా, తక్కువ జుట్టు ఉన్నా, బట్టతల ఉన్నా ఫరవాలేదు. మీ గుండుని మీరు ప్రేమించండి. ఇతరుల కోసం భయపడి టోపీ పెట్టుకోవద్దు. అలాగే మీ అమ్మగారితో కూడా సంవత్సరానికి ఒకేసారి మొక్కుకోమని చెప్పండి.' అని కౌన్సిలింగ్ చేశాను.

కాబట్టి డబ్బున్నంత మాత్రాన సర్వజ్ఞులమనుకునే వారికి ఏదో ఒకనాడు ముప్పు తప్పదు. ఆత్మవిశ్వాసం ఉంటే అన్నీ దిగ దుడుపే.

నిన్ను నిన్నుగా

"నిన్ను నిన్నుగా ప్రేమించుటకు, నీకోసమే కన్నీరు నింపుటకు, నేనున్నానని, నిండుగ పలికె తోడొకరుండిన అదే భాగ్యమూ... అదే సౌఖ్యము" అన్నాడు ఒక మహాకవి. ఈ భూమ్మీద పడినపుడు మనం కెవ్వుమని ఏడ్చాం. కానీ మన తల్లి దండ్రులు, బంధుమిత్రులు సంతోషంగా, ఆనందంగా పండగలాగ జరుపుకున్నారు. మనకు బతకడానికి అవసరమైన సదుపాయాలు కల్పించారు. అది సరిగ్గా నిలబెట్టుకున్నామా? లేదా? అనేది మన ప్రవర్తనను బట్టి ఉంటుంది. అలాగే మనం పోయేటపుడు, మనం మంచి పనులు చేసిపోతే వెళ్ళేటప్పుడు సంతోషంగా పోవచ్చు. బంధుమిత్రులు బాధతో ఏడవొచ్చు. అటువంటి మంచి పనులు చేసేవారు మరణించిన తరువాత కూడా శాశ్వతంగా ప్రజల హృదయాల్లో బతుకుతారు.

మహాత్మాగాంధీ చెప్పినట్లుగా నైతిక విలువలు లేని వ్యాపారం, రాజకీయాలు, త్యాగనిరతి లేని మతం విడిచిపెట్టాలి. "ఈ కాలంలో నీతికి నిజాయితీకి స్థానంలేదు" అని చెప్తూ తామే నీతిని దిగజార్చే, దిగజారుడు మనుషుల స్టేట్‌మెంట్లను లెక్కచేయకుండా ముందుకుసాగండి. ఆదిలోనే అడ్డంకులెదురైనా మీకు విజయం తప్పదనే సత్యాన్ని చివరకు గుర్తించ గలుగుతారు.

సమాజం సగం తప్పు చేస్తోంది

ఒకసారి ఢిల్లీలో ఆరవ తరగతి చదువుతున్న అమ్మాయికి వెయ్యి రూపాయలున్న పర్సు దొరికిందట. వెంటనే ఆమె అందులో ఉన్న అడ్రసు వారికి ఫోనుచేసి పర్సు ఇచ్చి, ఈ విషయం టీచరుకి చెప్పింది, టీచరు క్లాసులో ఉన్న పిల్లలందరికి చిన్న కాగితం ముక్కలిచ్చి ఆమె చేసిన పని మంచిదా? కాదా? రాయమంది. 45 మంది పిల్లల్లో 42 మంది 'కాదు' అని రాశారు. పైగా అలా అశ్రద్ధగా డబ్బు పడేసుకున్నవారికి ఇవ్వనవసరం లేదు అని కూడా రాశారు. "మంచిది" అని రాసినవారిలో పర్సు దొరికిన అమ్మాయి కూడా ఉంది.

మర్నాడు టీచరు మళ్ళీ సరిగ్గా ఇదే పరీక్ష పెట్టింది. కాగితాలిచ్చి నిన్న ఆమె చేసిన పని మంచిదా? కాదా? రాయమంది. అందరూ అంటే 45 మంది 'కాదు'

అని రాశారు. ఆశ్చర్యమేమిటంటే పర్సు తిరిగిచ్చిన అమ్మాయి కూడా తాను చేసినది తప్పు అని భావించేలా చుట్టూ ఉన్న ఫ్రెండ్స్ ఆమెకు బ్రెయిన్ వాష్ చేసారు. ఈ రోజుల్లో మన చుట్టూ ఉన్న సమాజం కూడా మనలోని విలువల పతనానికి వుసిగొల్పుతుంది. కాబట్టి మన పిల్లల విషయంలో మనం తీసుకోవలసిన శ్రద్ధ చాలా ఉంది. అందుచేతనే కనీసం రోజూ పావుగంటసేపైనా మన మత గ్రంథాల్లోని విలువలు చెప్పడం తప్పనిసరి.

ఈ సందర్భంగా ఒక చిన్న ముచ్చట ప్రస్తావించాలి. ఒకసారి నేను, ప్రముఖ నటుడు ధర్మవరపు సుబ్రహ్మణ్యం బస్సులో ప్రయాణం చేస్తుండగా మాకొక పర్సు దొరిగింది. అది ఓనరుకి అందచేసి ఇంటికొచ్చాం. సుబ్రహ్మణ్యం తన కొడుకుని పిలిచి విషయమంతా చెప్పి, ఇందులోని 'నీతి' ఏమిటో చెప్పమన్నాడు. 'ఇతరుల సొమ్ము కాజేయకూడదు' అని అంటాడను కున్నాం. కానీ ఆ అబ్బాయి "బహుశ ఆ పర్సులో డబ్బు ఏమీలేదనుకుంటా. అందుకే ఇచ్చుంటారు" అన్నాడు. కళ్ళు తిరగడం మా వంతయింది. అయితే నిజంగా కూడా అందులో రెండు రూపాయలే ఉన్నాయి. అది వేరే విషయం!

కాబట్టి రాబోయే తరం వారికి మన సంస్కృతి గురించి చెప్పవలసిన బాధ్యత మనందరిపై ఉంది. ఏ మతమైనా, మరో మతంవారిని చంపమని, హింసించమని చెప్పదు. అలా ఎవరైనా చెప్తే అతనొక తీవ్రవాది అయుండాలి తప్ప, మతమేనాడూ అలా చెప్పదు. మనం మానవతా విలువల గురించి చెప్పడమే కాదు, చేసి చూపించవలసిన బాధ్యత కూడా ఉంది. లేనిపక్షాన బయట సమాజం అతడిని క్షణాల్లో మార్చివేయగలదు, బహుపరాక్!